अभिप्राय

सुधा मूर्ती यांनी लिहिलेल्या या पुस्तकातल्या बहुतेक कथा या सत्य घटनांवर आधारित आहेत. सुधा मूर्ती यांनी त्यांच्या खास शैलीत, त्यांचं निरीक्षण नेमक्या पद्धतीनं मांडत आणि सकारात्मक प्रेरणा देत या कथा लिहिल्या आहेत. समकालीन अनुभवांकडं वेगळ्या पद्धतीनं बघायला लावणाऱ्या या कथा.

सकाळ, ४-२-२०१८

सुधा मूर्ती 'इन्फोसिस फाउंडेशन'मध्ये काम करत असताना विविध प्रकारच्या घटकांसोबत त्यांचा परिचय आला. यातून त्यांना दुर्लक्षित घटकांचे जगणे समजून घेता आले. काही हलक्याफुलक्या, काही माणसांच्या वेदना सांगणाऱ्या, तर काही त्यांचे संघर्ष सांगणाऱ्या या कथा म्हणजे एक परिपाठच आहे.

महाराष्ट्र टाइम्स, १८ फेब्रुवारी २०१८

आपल्या स्नेहीजनांना पुस्तके भेट द्या

तीन हजार टाके

सामान्य व्यक्ती... असामान्य जीवन...

सुधा मूर्ती

अनुवाद

लीना सोहोनी

मेहता पब्लिशिंग हाऊस

THREE THOUSAND STITCHES by SUDHA MURTY

Copyright © Sudha Murty 2017

First Published in Penguin Books by Penguin Random House India 2017
Translated into Marathi Language by Leena Sohoni

तीन हजार टाके / अनुवादित अनुभवकथन

अनुवाद : लीना सोहोनी

Email : author@mehtapublishinghouse.com

मराठी अनुवादाचे व प्रकाशनाचे हक्क : मेहता पब्लिशिंग हाऊस प्रा. लि., पुणे ३०.

संस्थापक : सुनील अनिल मेहता

प्रकाशक : मेहता पब्लिशिंग हाऊस प्रा. लि.,
१९४१, सदाशिव पेठ, माडीवाले कॉलनी, पुणे - ४११०३०.

मुद्रक : श्री मुद्रा

मुखपृष्ठ : पेंग्विन रॅण्डम हाऊस इंडिया यांच्या सौजन्याने

प्रकाशनकाल : जानेवारी, २०१८ / मार्च, २०१८ / सप्टेंबर, २०१८ / मे, २०१९ / जानेवारी, २०२० / सप्टेंबर, २०२० / मार्च, २०२१ / सप्टेंबर, २०२१ / ऑक्टोबर, २०२१ / एप्रिल, २०२२ / ऑक्टोबर, २०२२ / पुनर्मुद्रण : मे, २०२३

किंमत : ₹ २२०

P Book ISBN 9789387319936
E Book ESBN 9789387319943
E Books available on : amazonkindle Apple Books Google Play Books

टी. जे. एस. जॉर्ज यांना
मला इंग्रजी भाषेत लेखन करण्याची प्रेरणा
यांच्याकडूनच मिळाली...

प्रस्तावना

मला अनेक विद्यार्थ्यांची आणि त्यांच्या पालकांची पत्रं येतात. माझ्या पुस्तकांचा त्यांना आयुष्यात कसा उपयोग झाला, याविषयी ते लिहितात. मला आज इथं त्या सर्वांचे आभार मानायचे आहेत. त्याचप्रमाणे ज्या ज्या व्यक्तींनी मला आयुष्याचे निरनिराळे पदर उलगडून दाखवले, आणि माझा घडा ज्ञानानं व अनुभवानं भरला, त्या सर्वांचेच मला आभार मानायचे आहेत. अनेक तरुण-तरुणींनी आयुष्यात आलेले कटू अनुभव बाजूला सारून पुन्हा नव्यानं, जोशानं आणि जोमानं आयुष्य जगण्यास सुरुवात केली. अशा तरुण-तरुणींकडूनही मला खूप काही शिकायला मिळालं. त्यांचीही मी ऋणी आहे.

काही लोकांना माझं लेखन कपोलकल्पित वाटतं. पण खरं सांगायचं, तर माझं आयुष्य अशा कल्पिताप्रमाणे भासणाऱ्या घटनांनी भरलेलं आहे.

पंधरा वर्षांपूर्वी प्रसिद्ध पत्रकार टी. जे. एस. जॉर्ज यांनी मला 'न्यू इंडियन एक्सप्रेस' या दैनिकासाठी स्तंभलेखन करण्याची विनंती केली. आठवड्यातून एक लेख लिहावा लागणार होता. मी सुरुवातीला थोडी साशंक होते, कारण माझं स्वतःचं शालेय शिक्षण दहाव्या इयत्तेपर्यंत कन्नड माध्यमातून झालेलं आहे. त्यामुळे इंग्रजीपेक्षा कन्नड भाषेतून लेखन करणं मला सहज जमतं. परंतु जॉर्ज मला म्हणाले, "भाषा हे केवळ एक साधन आहे. पण त्या भाषेच्या आतमध्ये कथा गुंफणारी एक व्यक्ती असते. ती व्यक्तीच जास्त महत्त्वाची असते. तुम्ही एक कथाकथनकार आहात. त्यामुळे तुम्ही फक्त तुमची गोष्ट सांगायला सुरुवात करा; भाषा त्याबरोबर आपोआप वळणावर येईल."

अशा रीतीनं माझ्या इंग्रजी लेखनाचा प्रवास सुरू झाला. मी आजवर इंग्रजीमध्ये जे काही लेखन केलं, त्याचं संपूर्ण श्रेय जॉर्ज यांना आहे. माझ्या पहिल्या पुस्तकाचं शीर्षक त्यांनीच सुचवलं, 'वाइज अँड अदरवाइज' त्यासाठी प्रस्तावनासुद्धा त्यांनीच लिहिली.

या जगात माझ्यासारख्या लेखकांना प्रोत्साहन देऊन त्यांच्यातील सुप्त लेखनकौशल्य जागृत करणारे, त्यांना साहित्यातील विविध प्रयोग करून पाहण्यास उत्तेजन देणारे असे अनेक जॉर्ज खरं तर निर्माण होण्याची गरज आहे.

माझी तरुण, बुद्धिमान संपादक श्रुतकीर्ती खुराना हिची मी आभारी आहे, त्याचप्रमाणे या पुस्तकाच्या निर्मितीसाठी उदयन मित्रा आणि मेरू गोखले यांचं साहाय्य झालं; त्यांचेही मी आभार मानते.

अनुक्रमणिका

१
तीन हजार टाके

१९९६ मध्ये आम्ही इन्फोसिस फाउंडेशनची स्थापना केली. पण एखाद्या विना नफा तत्त्वावर चालणाऱ्या बिनसरकारी, सेवाभावी संस्थेचं कामकाज कसं चालतं, याची खरं तर मला मुळीच कल्पना नव्हती. सॉफ्टवेअर मॅनेजमेंट, प्रोग्रॅमिंग आणि सॉफ्टवेअरमध्ये आलेल्या 'बग्ज'चं काय करायचं, या सगळ्या गोष्टींची मला अगदी छान माहिती होती. माझा जवळपास सगळा दिवस परीक्षा, मार्कशीट्स, अभ्यासक्रम वेळेत संपवणं, अशाच गोष्टींत जात असे. इन्फोसिस फाउंडेशन सुरू करण्यामागची कल्पना 'सामान्य माणसाच्या आयुष्यात काहीतरी सकारात्मक बदल घडवून आणणं,' ही होती. म्हणजेच 'बहुजन हिताय, बहुजन सुखाय!' गरजवंतांची जात, धर्म, भाषा यांपैकी कशाचाही विचार न करता त्यांच्या मदतीला धावून जाणं, हे फाउंडेशनचं मुख्य उद्दिष्ट होतं.

आमच्यासमोर जे काही मुद्दे होते, त्यांचा आम्ही आढावा घेत होतो- कुपोषण, शिक्षणाचा अभाव, ग्रामीण विकास, आत्मनिर्भरता, आरोग्याच्या सुविधा, सांस्कृतिक कार्यक्रम, कलेची जोपासना अशा कितीतरी क्षेत्रांमध्ये काम करण्याची गरज होती. पण त्या सर्वांपेक्षाही एका अत्यंत महत्त्वाच्या

गोष्टीवर काम करण्याची गरज होती. संपूर्ण भारतात तेव्हा प्रचलित असलेल्या देवदासींच्या परंपरेसाठी कुणीतरी काम करणं नितान्त आवश्यक होतं.

'देवदासी' या शब्दाचा खरं तर अर्थ ईश्वराची सेवा करणारी, असा आहे. पूर्वीच्या काळी या देवदासी गायन, वादन, नृत्य अशा कलांत निपुण असत. या कलेच्या माध्यमातून त्या ईश्वराची स्तुती करत, उपासना करत. त्या मंदिरामध्ये आपल्या कलेचं प्रदर्शन करत. त्यांना समाजात उच्च स्थान असे. उत्तर कर्नाटकमधील बदामी येथील गुंफांमध्ये जी शिल्पं आहेत, त्याद्वारा 'विनापोडी' नावाच्या देवदासीची कथा रेखाटण्यात आली आहे. सहाव्या आणि सातव्या शतकात उत्तर कर्नाटकातील चालुक्य घराण्याच्या राजाला ही देवदासी अत्यंत प्रिय होती. त्या काळी राजानं फार मोठ्या प्रमाणात मंदिरांच्या उभारणीसाठी व विकासासाठी दानधर्म केला होता; परंतु कालांतरानं ही मंदिरं उद्ध्वस्त झाली आणि देवदासींच्या परंपरेला काही दुष्कर्मी व्यक्तींनी फार वेगळं वळण लावलं. सुरुवातीला मंदिरातील देवतेचं भजन-पूजन आणि सेवा करण्यासाठी तरुण मुलींना कामाला लावण्यात आलं. परंतु काही दिवसांनी 'देवदासी' या शब्दाला शरीरविक्रय करून उदरनिर्वाह करणारी स्त्री, असा एक वेगळाच अर्थ प्राप्त झाला. काही मुली देवदासींच्या पोटी जन्माला आल्यामुळे पुढे त्याही देवदासी बनल्या, तर काही मुलींना त्यांचे स्वतःचे आई-वडीलच वेगवेगळ्या कारणांनी देवाला वाहू लागले. कधीतरी दारिद्र्य आणि अस्वच्छ, अनारोग्यपूर्ण राहणीमुळे एखाद्या मुलीच्या डोक्याला जंतूची बाधा होऊन तिच्या डोक्यात 'जट' आली की लगेच ती मुलगी देवदासी होण्यासाठी जन्माला आली आहे, असा साक्षात देवानंच कौल दिला असल्याचा अर्थ लावून, तिला देवाच्या चरणी सेवेसाठी रुजू करण्याची अनिष्ट प्रथा सुरू झाली.

आता त्या देवदासींचा विचार जसा माझ्या मनात घोळू लागला, तशी मला कित्येक वर्षांपूर्वी घडलेली एक हकिगत आठवली. काही वर्षांपूर्वी मी बेळगाव जिल्ह्यातील यलम्मा गुडा म्हणजेच रेणुका मातेच्या मंदिरात गेले होते. तिथं असलेल्या देवदासींच्या हिरव्या साड्या, हिरव्या बांगड्या आणि भंडाऱ्यानं माखलेलं त्यांचं कपाळ, त्यांचे ते मोकळे सोडलेले घनदाट लांबसडक केस या सर्व गोष्टी माझ्या मनासमोर तरळून गेल्या. त्या चेहऱ्यावर मुखवटा चढवून मस्तकावर कडुनिंबाची पानं, नारळ ठेवलेला कलश धरून कशा मंदिरात प्रवेश करत होत्या, ते मला आठवलं.

'मी जर या देवदासींच्या समस्या सोडवण्याचं काम हाती घेतलं तर?' असा विचार माझ्या मनात चमकून गेला. इन्फोसिस फाउंडेशनचा पहिलाच उपक्रम इतका कठीण असेल, अशी त्या वेळी मला जरासुद्धा कल्पना नव्हती.

मी त्या वेळी अननुभवी होते, निरागस होते. अंगात काम करण्याचा प्रचंड

उत्साह होता. उत्तर कर्नाटकातील एका विशिष्ट भागात अजूनही देवदासींची प्रथा जोरात होती. देवाची सेवा करण्याच्या नावाखाली तरुण स्त्रियांना देहविक्रय करण्यास भाग पाडलं जात होतं. आमच्या उपक्रमासाठी मी हाच भाग निवडला. आपण त्या ठिकाणी स्वतःच जायचं, त्या देवदासींशी बोलून त्यांच्या अडचणी समजून घ्यायच्या, टिपणं काढायची आणि मग त्यासाठी काम करण्यास सुरुवात करायची, अशी माझी साधी, सरळ योजना होती. त्यानंतर मीटिंग्ज घेऊन त्यांचे प्रश्न कसे सोडवता येतील यावर सविस्तर चर्चा करून योजना बनवायची आणि काही महिन्यांमध्ये हा संपूर्ण उपक्रम यशस्वीरीत्या पार पाडायचा, असं माझं साधं, सरळ गणित होतं.

उत्तर कर्नाटकातील त्या भागी जाऊन दाखल झाल्यावर मी वही आणि पेन घेऊन त्या देवदासींची भेट घेण्यासाठी निघाले. मी मुद्दामच खूप साधा वेश परिधान केला होता. कपाळाला कुंकू, बांगड्या, दागिने वगैरे मुद्दामच घातले नव्हते. जीन्स, टीशर्ट आणि डोक्यावर कॅप अशा वेशात मी तिकडे दाखल झाले. मंदिराच्या समोरच एका निंबाच्या झाडाखाली पारावर देवदासींचा घोळका गप्पा मारत बसलेला होता. त्या एकमेकींच्या डोक्यातल्या उवा मारत बसल्या होत्या.

मी फारसा काही विचार न करता थेट त्यांच्यापाशी गेले आणि त्यांच्या रंगलेल्या गप्पांमध्ये व्यत्यय आणून म्हणाले, "नमस्ते, अम्मा. मी इथे तुम्हा सर्वांना मदत करायला आले आहे. तुमच्या काय काय अडचणी असतील त्या मला सांगा. मी त्या लिहून काढते."

त्या स्त्रिया बहुधा काहीतरी महत्त्वाच्या विषयावर बोलत असाव्यात, कारण मी ज्या स्त्रीशी बोलायला सुरुवात केली होती, तिनं माझ्याकडे रागानं पाहिलं. मग बाकीच्याही सगळ्या बायकांनी माझ्याकडे रागानं बघत माझ्यावर प्रश्नांचा भडिमार केला.

'कोण तुम्ही? आम्ही तुम्हाला इथं यायचं बोलावणं धाडलं होतं का?'

'तुम्ही आमच्याबद्दल काहीबाही लिहून जर कुठे छापणार असाल ना, तर आम्हाला तुमच्याशी काहीही बोलायचं नाहीये.'

'तुम्ही सरकारी अधिकारी आहात का? का मंत्रीबिंत्री आहात? आम्ही आमच्या अडचणी जर तुम्हाला सांगितल्या, तर त्या तुम्ही कशा काय सोडवणार?'

'इथून निघून जा तुम्ही. जिकडून आलात तिकडे परत जा.'

पण मी तिथून हलले नाही. उलट माझा मुद्दा न सोडता परत म्हणाले, "अहो, मी तुम्हाला मदत करायला आले आहे. प्लीज माझं ऐका. आजकाल सगळीकडे 'एड्स' नावाच्या एका महाभयंकर रोगाचा प्रसार सुरू आहे. तुम्हाला त्याची लागण होऊ शकते; आणि हे पाहा, त्या रोगावर अजून कोणताही उपाय सापडलेला नाही."

"अहो, तुम्ही जा ना इथून," त्यांच्यातली एक जण चिडून ओरडली. मी त्या

सर्वांचे चेहरे निरखून पाहिले. त्यांच्या चेहऱ्यावर राग स्पष्ट दिसत होता.

पण तरीही मी तिथून काढता पाय घेतला नाही. आपण यांना जरा नीट समजावून सांगितलं, तर या नक्की ऐकतील, असं मला वाटत होतं.

पण त्यांच्यातली एक अचानक उठून उभी राहिली आणि मला काही समजायच्या आत तिनं पायातली चप्पल काढून माझ्या दिशेनं भिरकावली. "तुम्हाला साध्या भाषेत सांगून समजत नाही का? चालत्या व्हा इथून."

अपमानानं आणि दुःखानं माझे डोळे भरून आले. डोळ्यांतून पाणी वाहू लागण्यापूर्वीच मी पाठ फिरवून तिथून निघाले.

घरी परत आल्यावरही त्या अपमानाची बोच माझ्या मनात होतीच. त्या भरात मी पुन्हा कधीच त्या बायकांच्या भानगडीत न पडण्याची शपथ घेतली.

परंतु काही दिवसांनी माझा राग शांत झाल्यावर मी घडल्या घटनेवर विचार केला. 'असंही असेल, की कदाचित त्या बायका दुसऱ्याच काही कारणामुळे अस्वस्थ असतील. कदाचित माझी तिथं जाण्याची वेळ चुकली असेल,' असं माझ्या मनात येऊ लागलं.

त्यामुळे एक आठवडा लोटल्यावर मी परत एकदा तिकडे गेले. तो टोमॅटो पिकण्याचा हंगाम होता. त्या देवदासी स्त्रिया हातात लालबुंद रसरशीत टोमॅटोंनी भरलेल्या करंड्या घेऊन बसल्या होत्या. त्यांची आपापसात टोमॅटोची देवाण-घेवाण चालू होती. मी त्यांच्याजवळ जाऊन गोड हसून म्हणाले, "मी पुन्हा तुम्हा सर्वांना भेटायला मुद्दाम आले आहे. तुम्ही माझं म्हणणं काय आहे, ते ऐकून तरी घ्या. मला खरंच तुम्हाला मदत करायची आहे."

त्या माझ्याकडे पाहून आपापसात हसू लागल्या. "हे पाहा, आम्हाला तुमची मदत वगैरे मुळीच नको आहे; पण तुम्हाला टोमॅटो विकत घ्यायचे असतील तर सांगा.'

"नको. मला टोमॅटो काही खास आवडत नाहीत."

"अरे, तुम्हाला टोमॅटो आवडत नाहीत? अशा कशा आहात बरं तुम्ही?"

मी परत एकदा त्यांच्याशी संवाद साधण्याचा प्रयत्न केला. "तुम्ही 'एड्स' नावाच्या रोगाबद्दल ऐकलंय का? त्याविषयी समाजात जनजागृती करण्यासाठी सरकार कितीतरी पैसा खर्च करत आहे."

"तुम्ही काय सरकारी दलाल वगैरे आहात का हो? का कुठल्या राजकीय पक्षाच्या आहात तुम्ही? जरा सांगा तरी. हे पाहा, इथं आमच्या या गावात धड एखादं इस्पितळसुद्धा नाहीये आणि तुम्ही कुठल्यातरी रोगाविषयी सांगून आम्हाला घाबरवायला बघताय का हो? हे बघा, आम्हाला तुमच्या मदतीची अजिबात गरज नाहीये. आमच्यावर काही संकट वगैरे आलं ना, तर आमची देवी माता आमचं रक्षण करेल."

मी हतबुद्ध होऊन काहीही न बोलता तिथं नुसती उभी राहिले.

मग त्यांच्यातली एक बाई ठामपणे म्हणाली, "मी सांगते ना, या बाई नक्की कुठल्या तरी वर्तमानपत्राकडून आल्या आहेत. बघा बघा, कशा हातात कागद, पेन घेऊन आल्या आहेत. आता त्या पेपरात आपल्याविषयी काहीबाही लिहून पैसे मिळवतील." तिचं हे बोलणं ऐकताच कुणीतरी माझ्या दिशेनं टोमॅटो फेकला. मग बाकीच्याही मला टोमॅटो फेकून मारू लागल्या.

या खेपेला मला रडूच कोसळलं. मी स्वतःला आवरू शकले नाही. मी रडतच तिथून निघून आले.

मी पूर्णपणे निराश झाले होते. 'मी तरी या उपक्रमासाठी कशाला काम करायचं? या बायका माझा इतका अपमान का करत आहेत... जर एखादी व्यक्ती तुमच्याच भल्यासाठी काही काम करत असेल, तर त्याच व्यक्तीचा अपमान करून तिला हाकलवून लावण्याची ही कुठली रीत? खरं तर या अशा समाजकार्याच्या क्षेत्रात पडून काही करण्याची माझी पात्रताच नाही. खरं तर इथून राजीनामा देऊन पुन्हा आपलं कॉलेजात शिकवायला लागावं, हेच उत्तम. इन्फोसिस फाउंडेशननं कुणीतरी दुसरा विश्वस्त शोधावा.'

मी घरी जाऊन सरळ राजीनामाच लिहायला बसले.

इतक्यात माझे वडील वरच्या मजल्यावरून खाली आले. मी कागदावर पेनने काहीतरी लिहीत असलेलं पाहून ते म्हणाले, "काय गं? इतक्या घाईघाईनं हे काय लिहीत आहेस?"

मग मी घडलेली सर्व हकिगत जशीच्या तशी त्यांना सांगितली.

आश्चर्याची गोष्ट अशी, की माझी सगळी कहाणी ऐकल्यावर मला सहानुभूती वगैरे दाखवणं बाजूलाच राहिलं. ते गालातल्या गालात हसत मला म्हणाले, "तू इतकी अव्यवहारी असशील, अशी मला मुळीच कल्पना नव्हती."

मी रागानं त्यांच्याकडे पाहिलं.

मग त्यांनी फ्रिजपाशी जाऊन फ्रिजमधून आईस्क्रीम काढलं आणि माझ्याजवळ बसून मला ते खायला लावलं. "हे घे. यानं तुझं डोकं जरा शांत होईल," ते हसून म्हणाले. मग जरा वेळ शांत राहून ते परत म्हणाले, "तू एक गोष्ट लक्षात ठेव. आपल्या समाजात प्राचीन काळापासून वेश्या व्यवसाय अस्तित्वात आहे. तो आपल्या समाजजीवनाचा एक अविभाज्य भाग बनलेला आहे. खरं तर प्रत्येक संस्कृतीच्या मुळाशी ही समस्या आहेच. अनेक राजेमहाराजे आणि साधू-संत ही समस्या समाजातून मुळापासून उखडून टाकण्यासाठी झटले; पण आजवर कोणताही कायदा किंवा कितीही कडक शिक्षा सुनावूनसुद्धा हा प्रश्न सुटू शकलेला नाही. जगातील कोणताही देश या वेश्या व्यवसायापासून मुक्त होऊ शकलेला नाही. मग

असं असताना तू एकटी हा प्रश्न कशी काय सोडवू शकणार आहेस? तू तर एक सामान्य स्त्री आहेस. तू त्यापेक्षा एक गोष्ट कर- आधी तुझ्या अपेक्षा कमी कर आणि तुझं ध्येय सध्या जरा मर्यादित ठेव. उदाहरणार्थ सुरुवातीला फक्त दहा देवदासींची देहविक्रयाच्या व्यवसायातून सुटका करण्याचं लक्ष्य ठेवून त्यांना त्यासाठी लागेल ती मदत कर. त्यांचं पुनर्वसन कर. त्यांना सामान्य व्यक्तींसारखं जगणं म्हणजे काय असतं, ते दाखवून दे. तसं जर तुला जमलं, तर त्यांची मुलंबाळं नक्कीच या व्यवसायात पडणार नाहीत. सध्या तरी तुझं फक्त एवढंच उद्दिष्ट ठेव. हे जर तुला जमलं, तर माझ्या मुलीनं दहा स्त्रियांना वेश्या व्यवसायातून मुक्त करून, त्यांना स्वतःच्या पायांवर उभं राहून, स्वतंत्रपणे जगायला शिकवलं, या विचारानं मला खूप अभिमान वाटेल.''

''पण काका, त्यांनी मला चपला फेकून मारल्या. माझ्या अंगावर टोमॅटो भिरकावले,'' मी वैतागून त्यांना गाऱ्हाणं सांगू लागले. मी माझ्या वडिलांना लहानपणापासून काकाच म्हणत असे.

''अगं, म्हणजे तर तुला आज बढतीच नाही का मिळाली? त्यांनी आधी चपला फेकून मारल्या होत्या आणि आज टोमॅटो फेकून मारले ना? बघ, मग आता परत एकदा हार न मानता तू त्यांच्यासमोर जाऊन उभी राहिलीस तर त्या तुला आणखी काहीतरी चांगलं फेकून मारतील,'' ते माझी चेष्टा करत म्हणाले. त्यामुळे नाइलाजाने का होईना, पण माझ्या चेहऱ्यावर हसू उमटलंच.

अहो, पण त्या तर माझ्याशी एक शब्ददेखील बोलायला तयार नाहीत. मी त्यांच्यासाठी काम कसं काय करणार?

तू जरा आरशासमोर उभी राहून स्वतःकडे बघ,' असं म्हणत माझ्या वडिलांनी मला हाताला धरून आरशासमोर उभं केलं. ''तू अशी जीन्स, टी-शर्ट आणि डोक्यावर कॅप अशा अवतारात त्या बायकांच्या समोर जाऊन उभी राहिलीस; मान्य आहे, तू नेहमीच अशी राहतेस; पण भारताच्या ग्रामीण भागी राहणाऱ्या माणसाला, विशेषतः त्या देवदासींना तुझ्याविषयी आपलेपणा कसा काय वाटेल बरं? त्यापेक्षा तू जर साडी नेसलीस, कपाळाला कुंकू लावलंस, गळ्यात मंगळसूत्र आणि हातात बांगड्या घातल्यास, केसांचा आंबाडा घातलास, तर त्या स्त्रिया तुझं नक्की छान स्वागत करतील आणि हो, तुझ्यासोबत मीसुद्धा येईन. या अशा साहसी कामात तुला या म्हाताऱ्याची नक्कीच मदत होईल.''

पण मला ते मुळीच पटलं नाही. ''मुळीच नाही. मी त्या बायकांसाठी माझ्या वेशभूषेत का म्हणून बदल करायचा? या अशा वरकरणी बदलावर माझा अजिबात विश्वास नाहीये.''

''अगं, तुला जर त्यांच्यात बदल घडवून आणायचा असेल ना, तर आधी तू

स्वतःमध्ये बदल घडवून आणायला हवा. तुझा दृष्टिकोन बदलायला हवा. अर्थात शेवटी काय करायचं आणि काय नाही, ते तुझं तूच ठरवायचं आहेस.''

एवढं बोलून ते तिथून निघून गेले. मी आरशासमोर उभी राहून स्वतःच्या प्रतिबिंबाला निरखून बघत राहिले.

माझ्या आई-वडिलांनी आजवर कधीही माझ्यावर अथवा माझ्या भावंडांवर स्वतःचे निर्णय लादले नव्हते- मग तो शिक्षणासंबंधीचा निर्णय असो, व्यवसायासंबंधीचा असो अथवा लग्नाच्या संदर्भातला असो. ते नेहमी फक्त योग्य तो सल्ला देत असत आणि आम्हाला जर त्यांच्या मदतीची गरज भासली, तर ते ती करत असत. पण जो काही निर्णय घ्यायचा, तो नेहमी माझा मीच घेत आले.

त्यानंतरचे काही दिवस मी खूप गोंधळलेल्या मनःस्थितीत वावरत होते. सामाजिक कार्य यशस्वीपणे पार पाडण्यासाठी कोणती कौशल्यं लागतात, त्याचा मी विचार करत होते. सामाजिक कार्य करण्यात ना पैसा असतो, ना काही चमकदमक किंवा प्रसिद्धीचं वलय. एखाद्या मोठ्या उद्योग व्यवसायात कार्यरत असणाऱ्या वरिष्ठ अधिकाऱ्याचा रुबाब मिरवत वागणंही येथे शक्य नसतं; याउलट मला सुसंवाद साधण्यासाठी लागणारी अधिक कौशल्यं आत्मसात करवी लागणार होती. शिवाय इंग्लिशचा या ठिकाणी काही म्हटल्या काहीच उपयोग नव्हता. कामाच्या निमित्तानं कुठे कुठे कानाकोपऱ्यात प्रवास करावा लागणार होता. प्रसंगी मांडी घालून जमिनीवर बसण्याची आणि जे काही मिळेल ते खाण्याची मनाची तयारी करावी लागणार होती. लोकांचं बोलणं शांतपणे, मनापासून ऐकून घेण्याची सवय करावी लागणार होती; पण या सर्वांहीपेक्षा जास्त महत्त्वाचं म्हणजे आपण करत असलेल्या कामावर मनापासून प्रेम करावं लागणार होतं. मग आता या सगळ्यामधून मला जास्त आनंद कशात मिळेल? माझी पूर्वीची वेशभूषा करण्याचा आग्रह धरून बसणं हे माझ्या दृष्टीनं जास्त महत्त्वाचं, की मी हाती घेतलेलं हे कठीण काम?

या सर्व गोष्टींवर जरा वेळ विचार केल्यावर मी अशा निर्णयापर्यंत येऊन पोहोचले, की आपलं बाह्यस्वरूप, कपडे, राहणी या गोष्टी बदलायला काही हरकत नाही. त्याचबरोबर कामावर पूर्णपणे लक्ष केंद्रित करायचंही मी ठरवलं.

पुन्हा एकदा त्या स्त्रियांची भेट घ्यायला जाण्यापूर्वी मी केसांचा आंबाडा घालून त्यावर थोडी फुलं माळली. दोनशे रुपयांची साधीशी साडी, कपाळाला ठळठळीत कुंकू, मंगळसूत्र आणि काचेच्या बांगड्या असा वेश केला. मी आता अगदी जुन्या वळणाची स्त्री दिसत होते. मग मी माझ्या वडिलांना बरोबर घेऊन त्या देवदासींची भेट घ्यायला गेले.

या खेपेला माझ्याबरोबर माझ्या वृद्ध वडिलांना पाहून त्या बायका म्हणाल्या, 'नमस्ते.'

त्यावर माझे वडील त्यांना म्हणाले, "ही माझी मुलगी आहे. ती शिक्षिका आहे. ती इथे सुट्टीवर आली आहे. तुम्हा सर्वांचं आयुष्य किती कठीण आहे, ते मीच तिला सांगितलं. तुम्ही केवळ तुमच्या मुलांकडे पाहून एक एक दिवस ढकलत आहात आणि स्वतःच्या प्रकृतीची किती आबाळ झाली तरी चालेल, पण आपल्या मुलांना उत्तम शिक्षण देऊन मोठं करायचं, हेच तुमचं ध्येय आहे, हो ना?"

त्यावर सर्व जणी एक सुरात म्हणाल्या, "हो, हो अगदी खरं आहे."

हे पाहा, माझी मुलगी शिक्षिका आहे. त्यामुळे तुमच्या मुलांच्या शिक्षणाच्या बाबतीत ती तुम्हा सर्वांना उत्तम मार्गदर्शन करेल, त्यांना चांगल्या नोकऱ्या मिळवून देण्यात मदत करेल. तुमच्या मुलांना शिक्षणासाठी कोणकोणत्या शिष्यवृत्त्या मिळू शकतील, याची ती तुम्हाला माहिती देईल. या बाबतीत तुम्हाला काहीच माहिती नसेल. त्यामुळे तुमच्यावर असलेला आर्थिक भार जरासा हलका होईल. तुम्हाला हे सगळं पटत असलं तर सांगा; नाहीतर ज्यांना मदतीची खरोखर गरज आहे, अशा लोकांकडे ती जाईल. तुम्ही कोणत्याही प्रकारचं दडपण घेऊ नका. यावर विचार करा आम्ही दहा मिनिटांनंतर तुम्हाला परत येऊन भेटतो."

एवढं बोलून माझा हात धरून त्यांनी मला तिथून बाजूला नेलं.

"अहो, तुम्ही हे सगळं काय सांगितलं त्यांना? त्यापेक्षा सर्वांत आधी त्यांना 'एड्स' बद्दल माहिती देणं गरजेचं होतं."

"तू काय वेडी आहेस का? ते सगळं आपण त्यांना नंतर कधीतरी सांगूच. तू सुरुवातच काहीतरी नकारात्मक बोलून केलीस, तर ते कुणाला आवडेल? तू कधीही कुणाचं भलं करायला जाशील, तेव्हा प्रथम भेटीत त्या व्यक्तीशी सकारात्मकच बोललं पाहिजे आणि मी त्यांना सांगितलंय त्याप्रमाणे आधी तू त्या स्त्रियांच्या मुलांना शिक्षण घेण्यासाठी शिष्यवृत्ती मिळवून देण्याचं काम कर. आपण एड्सबद्दल नंतर त्यांच्याशी बोलूच.'

"आणि काका, अहो मी शिक्षिका आहे, असं तुम्ही त्यांना का सांगितलंत? मी समाजसेविका आहे, असं का नाही सांगितलंत?"

"अगं, त्यांच्या दृष्टीनं शिक्षकाचं स्थान कितीतरी वरचं आहे. त्यांना शिक्षकी पेशाबद्दल आदर आहे आणि तू प्राध्यापिका आहेसच ना?"

त्यावर मी जराशा नाराजीनंच होकार दिला. अजूनही त्यांच्या मनात नेमकं काय चाललंय, ते काही मला समजत नव्हतं.

पण आम्ही दहा मिनिटांनी परत गेलो, तेव्हा त्या स्त्रिया आमचं बोलणं ऐकायला उत्सुक दिसत होत्या. त्या सगळ्या मला 'अक्का' म्हणत होत्या. कन्नडमध्ये अक्का म्हणजे मोठी बहीण.

मग मी त्या स्त्रियांबरोबर काम सुरू केलं. त्यांच्या मुलांच्या शिक्षणासाठी त्यांना

शिष्यवृत्त्या मिळवून देण्याच्या दृष्टीनं काम सुरू केलं. केवळ एक वर्षाच्या आतच काही मुलांनी महाविद्यालयीन शिक्षण घेण्यास सुरुवात केली. एकदा पुरेशी ओळख झाल्यावर मी त्यांच्यापाशी एड्सचा विषय काढला. त्यांनी माझं बोलणं नीट ऐकून घेतलं. त्या स्त्रियांशी मैत्रीचे संबंध प्रस्थापित करायला मला जवळपास तीन वर्षं लागली. हळूहळू ही अक्का त्यांची आवडती झाली. त्यांनी माझ्यापाशी मन मोकळं करण्यास सुरुवात केली. त्यांच्या हृदयद्रावक कहाण्या आणि त्यांनी आयुष्यात जे काही सोसलं होतं त्याचे किस्से ऐकून माझ्या हृदयाला पीळ पडत असे.

कोवळ्या मुलींना त्यांचे पती, भाऊ, वडील, काका किंवा इतर नातेवाईक पैशांसाठी विकत असत. काही जणी आपल्या कुटुंबाचा उदरनिर्वाह करण्यासाठी आपण होऊन या वेश्या व्यवसायात शिरल्या होत्या. काहींना इतरांनी उत्तम नोकरी देण्याचं वचन देऊन, भुरळ पाडून येथे आणलं होतं आणि एक दिवस देहविक्रयाला लावलं होतं. त्यांच्या कथा ऐकताना कधीतरी मला अश्रू अनावर होत. मग त्याच माझा हात हातात घेऊन माझी समजूत काढत. प्रत्येकीची कहाणी वेगळी असली, तर तिचा शेवट एकच असे. त्यांच्यातील प्रत्येकीची समाजाकडून पिळवणूक होत होती. प्रत्येकीला मनातून आपण करत असलेल्या व्यवसायाबद्दल अपमान, लाज व घृणा वाटत होती.

या स्त्रियांना केवळ आर्थिक मदत करून काहीच होणार नाही, तर त्यांचा आत्मसन्मान आणि मनोधैर्य वाढवण्याची गरज आहे, हे मला कळून चुकलं. त्यासाठी मला एक उत्तम उपाय सुचला. त्या सर्व जणींनी एकत्र येऊन एक ठाम उद्दिष्ट डोळ्यांसमोर ठेवून ते साध्य करण्यासाठी संघटना निर्माण करावी, असं मी त्यांना सुचवलं. कर्नाटक सरकारच्या अनेक उत्तम योजना होत्या. तळागाळातील लोकांनी स्वतःची घरं बांधावीत यासाठी, त्यांच्या लग्नाला व शिक्षणाला मदत मिळावी म्हणून कितीतरी अनुदानं होती. पण त्यासाठी या देवदासींनी एकत्र येऊन एक संस्था उभी करणं फार गरजेचं होतं. त्यातूनच त्या परस्परांना मदत करू शकणार होत्या. असं केल्यानं काही काळानंतर त्या धीट झाल्या असत्या, त्यांना संघटनाशक्तीचं महत्त्व कळून चुकलं असतं.

अशा रीतीने त्या देवदासींची एक संघटना स्थापन करण्यात आली. परमेश्वराला काही सगळीकडे उपस्थित राहणं शक्य नसतं म्हणूनच तो काही काही व्यक्तींच्या रूपानं मदतीला धावून येतो, या गोष्टीवर माझा स्वतःचा ठाम विश्वास आहे. एक दिवस अचानक दिल्लीहून अभयकुमार नावाचा एक उमदा तरुण आम्हाला भेटायला आला आणि स्वतःहून आमच्या कार्यात सहभागी झाला. त्याला माझ्याबरोबर काम करायचं होतं. त्याला समाजकार्याची खरोखर किती आवड आहे हे तपासून पाहण्यासाठी मी एक अत्यंत अवघड काम त्याच्यावर सोपवलं. मी त्याला म्हणाले,

"अभय, तू जर या देवदासींबरोबर आठ महिने व्यवस्थित काम करून दाखवलंस, तर मी आमच्या उपक्रमात तुला पूर्ण वेळ सहभागी करून घेईन."

त्यानं मला तसं वचन दिलं. त्यानंतरचे आठ महिने त्याची आणि माझी एकदाही भेट झाली नाही. त्यानंतर एक दिवस तो हसतमुखानं माझ्या ऑफिसात शिरला. तो जरासा कृश झाला होता, पण त्याचा चेहरा फार प्रसन्न दिसत होता.

मी म्हणाले, "अभय, समाजकार्य करणं किती कठीण असतं, हे तुला एव्हाना कळून चुकलंच असेल. त्यासाठी फार मोठं मनोबल आणि प्रचंड चिकाटी हवी. तू हे जे काम केलंस, त्यामुळे अनेकांच्या आयुष्यात चांगला बदल घडून आला. आता तू समाधानानं दिल्लीला परत जाऊ शकतोस. तू फार चांगला मुलगा आहेस. या अनुभवाचा तुला पुढील आयुष्यात नक्कीच खूप उपयोग होईल."

त्यावर तो हसून अस्खलित कन्नडमध्ये म्हणाला, "मला दिल्लीला परत जायचंय, असं तुम्हाला कुणी सांगितलं? मी आता कर्नाटकात राहून हा प्रकल्प पूर्ण करायचं ठरवलं आहे."

"अभय हे काम फार महत्त्वाचं आणि गंभीर स्वरूपाचं आहे. तू तरुण आहेस. या प्रकारचं काम करताना तरुण असण्यानं तोटाच होऊ शकतो." आणि मी त्यानंतर आणखी काही बोलूच शकले नाही.

"त्याची काही काळजी करू नका मॅडम. तुम्ही मला अतिशय उत्कृष्ट काम दिलेलं आहे. याहून चांगलं काम मला मिळूच शकलं नसतं. मला तर वाटलं होतं, की तुम्ही मला ऑफिसात टेबलापाशी बसून करायचं काम द्याल की काय. तुम्ही मला ही अशी प्रत्यक्ष प्रकल्पाच्या ठिकाणी जाऊन काम करण्याची संधी द्याल, असं मला कधीच वाटलं नव्हतं. आणि तीसुद्धा देवदासींबरोबर काम करण्याची संधी! गेल्या वर्षभरात मला त्यांची दुःखं, त्यांची दारुण परिस्थिती अगदी जवळून पाहायला मिळाली. ते सर्व पाहिल्यावर त्यांच्यासाठी काम करायचं सोडून मी दुसरीकडे कुठे कसा जाऊ?"

एखाद्या तरुणाच्या मनात एवढी करुणा आणि दयाबुद्धी आहे, हे पाहून मी आश्चर्यानं थक्क झाले. त्याच्या कामाबद्दल मी त्याला शिष्यवृत्ती देऊ केली, म्हणजे त्याचा खर्च भागला असता. त्यावर तो म्हणाला, "मला एवढ्या मोठ्या रकमेची काहीच गरज नाही. माझ्याकडे स्कूटर आहे. मी थोडे कपडे बरोबर घेऊन आलो आहे. दोन वेळचं जेवण, डोक्यावर छप्पर आणि स्कूटरमध्ये पेट्रोल, एवढ्याच माझ्या गरजा आहेत."

मी त्याच्याकडे आदराने निरखून पाहिलं. या तरुणाला त्याच्या जीवनाचं ध्येय गवसलं आहे, हे माझ्या लक्षात आलं. तो माझा निरोप घेऊन दमदार पावलं टाकत माझ्या ऑफिसातून निघून गेला.

या संपूर्ण प्रकल्पाचं नेतृत्व करण्याची जबाबदारी अर्थातच अभयनं उचलली. मीही त्याला संपूर्णपणे पाठिंबा दिला. त्यानंतर वेळोवेळी मी त्याच्याशी या उपक्रमाबद्दल सविस्तर चर्चा करण्याचा प्रघात ठेवला.

एक दिवस मी तिथे जाऊन त्या देवदासींची प्रत्यक्ष गाठ घेतली. त्यांच्या मुलाबाळांची चौकशी केली.

"आमच्यापुढची सगळ्यात मोठी अडचण म्हणजे आमच्या मुलांच्या शिक्षणाचा खर्च," त्या म्हणाल्या. "बऱ्याच वेळा त्यांच्या शाळेची फी भरणं आम्हाला परवडत नाही. मग फीचा खर्च भागवण्यासाठी आम्हाला पुन्हा जुन्याच वाटेनं जावं लागतं. झटपट पैसा मिळवण्याचा तेवढा एकच मार्ग आम्हाला माहीत आहे."

"हे पाहा, तुमची मुलं कोणत्याही इयत्तेत शिकत असली, तरी त्यांच्या फीचा खर्च आम्ही भागवू. पण त्यानंतर मात्र तुम्ही देवदासीचं काम पूर्णपणे सोडून द्यायचं. अगदी कोणतीही सबब सांगायची नाही," मी ठामपणे म्हणाले.

त्या स्त्रियांनी माझी अट मान्य केली. त्यांचा अभयवर आणि माझ्यावर गाढ विश्वास होता. आम्ही दिलेलं वचन नक्की पाळू, हे त्यांना माहीत होतं.

आमच्या प्रकल्पामध्ये अशा शिक्षण घेत असलेल्या शेकडो मुलांची नावं नोंदण्यात आली. त्यांतील काही मुलांनी व्यवसाय प्रशिक्षणाचा अभ्यासक्रम सुरू केला, तर काही मुलं प्राथमिक, माध्यमिक शाळेत शिकणारी होती. आम्ही 'एड्स' या दुर्धर रोगाविषयी माहिती देणारी व जागरण करणारी शिबिरं भरवली, प्रदर्शनं भरवली. रस्त्यावर छोटीशी नाटकं सादर करून त्याद्वारा या स्त्रियांमध्ये जागृती केली. लहान मुलांमध्येही आरोग्याचा प्रसार करण्याचं काम सुरू केलं. कोणत्याही बालकाच्या केसात जट येणं म्हणजे ते बालक देवाला वाहण्यात यावं असा कौल नसून, तो एक साधा त्वचारोग आहे आणि तो योग्य उपचारांनी बरा होऊ शकतो, हे आम्ही त्या लहान मुलांना आणि त्यांच्या पालकांना समजावून सांगितलं. आम्ही जटानिर्मूलनाचेही उपक्रम राबवले. अनेक स्त्रियांनी रोगमुक्त होण्यासाठी त्याचा लाभ घेतला. काहींनी स्वतःच्या डोक्याचं मुंडनसुद्धा करून घेतलं.

काही काळानंतर आम्ही त्यांना पतसंस्थांकडून कर्ज मिळवून दिलं. त्यासाठी आम्ही जामीन राहिलो. अनेकदा या स्त्रिया माझ्याकडे येऊन म्हणत, 'अक्का, आम्हाला कर्ज मिळवून द्या ना; आम्ही ते नक्की चुकतं करू. कारण हे कर्ज बुडवणं, म्हणजे तुमची फसवणूक करण्यासारखं आहे आणि आम्ही तुम्हाला कधीच फसवणार नाही, हे तुम्हाला ठाऊक आहे ना?' एक वेळ एखादा श्रीमंत माणूस मला फसवू शकेल; पण या देवदासी मला कधीच फसवू शकणार नाहीत, याची मला शंभर टक्के खात्री होती. त्यांचा माझ्यावर गाढ विश्वास होता आणि माझाही त्यांच्यावर होता.

पण एकीकडे अभयसाठी आणि माझ्यासाठी हे काम दिवसेंदिवस अधिकाधिक धोकादायक होत चाललं होतं. आम्हाला रोज वेश्यांचे दलाल, गावातले गुंड आणि इतरांकडून फोनवर धमक्या यायच्या. तशीच धमक्यांनी भरलेली पत्रं आणि फोनवरून संदेशपण यायचे. मला माझ्या स्वतःपेक्षा अभयची जास्त काळजी वाटायची. मी पोलिसांकडून संरक्षण मिळावं अशी मागणी केली. पण अभयने मात्र ते घेण्यास नकार दिला. तो म्हणाला, "तुम्ही माझी मुळीच काळजी करू नका; आपल्या देवदासीच माझं रक्षण करतील."

असे आणखी काही आठवडे गेले. एक दिवस तीन देवदासींच्या चेहऱ्यावर दलालांनी ॲसिड फेकलं. त्या तिघींनी त्यांच्या व्यवसायाला कायमचा रामराम ठोकला होता, त्याबद्दल त्यांना ही शिक्षा होती. पण तरीही आम्ही कुणीच हार मानली नाही. त्या देवदासींच्या चेहऱ्यावर प्लॅस्टिक सर्जरी करण्यात आली. त्यांनी गमावलेला आत्मविश्वास काही प्रमाणात परत मिळण्यात त्याची थोडीफार मदत झाली. आता त्यांना कुणीच घाबरवू शकत नव्हतं. धमकावू शकत नव्हतं. या दुर्धर व्यवसायाला कायमची तिलांजली देण्याच्या सांघिक उद्दिष्टातून या महिला एकत्र आल्या होत्या. त्यांची संघटनाशक्ती हीच आमची प्रेरणा होती. त्या देवदासींना सरकारकडून थोडंफार अनुदान मिळत होतं. त्याचबरोबर त्यांनी शेळ्या व पशुपालनाचा जोडधंदाही सुरू केला होता.

काही काळाने आम्ही त्या देवदासींच्या शिक्षणासाठी रात्रीच्या शाळा सुरू केल्या. हे काम अजिबात सोपं नव्हतं. त्यासाठी जी माणसं काम करत होती, त्यांना अक्षरशः रात्रंदिवस झटावं लागत होतं. अशी बारा वर्षं गेली. एक दिवस काही स्त्रिया एका मुद्द्यावर माझ्याशी चर्चा करण्यासाठी मला भेटायला आल्या.

"अक्का, आम्हाला एक पतसंस्था काढायची आहे; पण हे काम आम्ही एकट्या काही पार पाडू शकणार नाही."

"पण तुम्हाला पतसंस्था का बरं काढायची आहे? पतसंस्थेत काय चालतं, असं तुम्हाला वाटतं?" मी विचारलं.

"अक्का, पतसंस्था सुरू करायला खूप पैसे लागतात; इतकंच काय, पण तिथे खातं उघडायलासुद्धा खूप पैसे लागतात, याची आम्हाला कल्पना आहे. शिवाय महागडे कपडे घालावे लागतात, तिथले अधिकारी सूट, टाय वगैरे घालतात, हे आम्ही पाहिलंय. त्यांची ऑफिसंसुद्धा रुबाबदार असतात. पण अक्का, हे सगळं काही आम्हाला परवडणार नाही."

त्या स्त्रियांनी पतसंस्था सुरू करण्याचा मुद्दा मांडल्यावर मी आणि अभय त्यांच्याबरोबर बसलो. त्यांना बँकिंगच्या व्यवहाराची पूर्ण माहिती दिली. आम्ही काही तज्ज्ञांची मदत घेतली. त्यांच्या मार्गदर्शनाखाली या स्त्रियांनी त्यांची स्वतःची

पतसंस्था सुरू केली. त्यासाठी लागणाऱ्या काही कायदेविषयक आणि कामकाजविषयक सुविधा आम्ही पुरवल्या. परंतु या पतसंस्थेत काम करणारे कर्मचारी आणि संस्थेचे भागधारक देवदासींच्या समाजातलेच असले पाहिजेत, अशी अट आम्ही त्यांना घातली. त्या पतसंस्थेत देवदासींनी आर्थिक गुंतवणूक केली, त्यावर त्याना नियमित व्याज मिळू लागलं आणि कमी दराने कर्जेही उपलब्ध होऊ लागली. पतसंस्थेला जो काही नफा होई, त्याची सर्व भागधारकांमध्ये समसमान वाटणी होई. काही दिवसांतच बँकेची चांगली भरभराट झाली. काही देवदासींची बँकेच्या संचालक मंडळावरही नियुक्ती झाली. आता ती संस्था त्या स्वतः चालवू लागल्या.

केवळ तीन वर्षांच्या आत बँकेकडे डिपॉझिट्सच्या स्वरूपात ऐंशी लाख रुपये जमले. पूर्वी देवदासी असलेल्या स्त्रियांना या बँकेत नोकरी देण्यात आली. परंतु या उपक्रमाचं सर्वांत मोठं यश म्हणजे सुमारे ३००० देवदासी शरीरविक्रयाच्या व्यवसायातून बाहेर पडल्या.

बँकेच्या तिसऱ्या वर्धापनदिनाच्या सोहोळ्यापूर्वी काही दिवस मला बँकेचं पत्र आलं. 'आमच्या पतसंस्थेला तीन वर्षं पुरी होत आहेत, हे सांगताना आम्हाला अत्यंत आनंद होत आहे. आता या पतसंस्थेची आर्थिक स्थिती मजबूत असून, आमच्यापैकी कुणीही देवदासी परंपरेमध्ये अडकलेलो नाही. आम्ही त्या व्यवसायाद्वारा काहीही अर्थार्जन करत नाही. आमच्यापैकी प्रत्येकीनं शंभर रुपये दिले असून, आम्ही या तिसऱ्या वर्धापनादिनाच्या सोहोळ्यासाठी तीन लाख रुपये जमवले आहेत. आम्ही या सोहोळ्यासाठी सभागृह घेतलं असून, स्नेहभोजनाचा कार्यक्रम ठेवलेला आहे. अक्का, या सोहोळ्यासाठी तुम्ही उपस्थित राहावं अशी आमची इच्छा आहे. आमचं तुमच्यावर खूप प्रेम आहे. आमच्या या सोहोळ्याला तुम्हाला प्रमुख पाहुण्या म्हणून आम्ही निमंत्रण देत आहोत. तुम्ही आमच्यासाठी शेकडो वेळा स्वखर्चानं इकडे आलात. आमच्यासारख्या अनोळखी स्त्रियांसाठी तुम्ही इतकी पदरमोड केलीत. आता या वेळेस आम्ही एका हॉटेलात तुमच्या निवासाची व्यवस्था करत आहोत, तसेच तुमच्या जाण्या-येण्याच्या एअरकंडिशंड व्होल्व्हो बसच्या तिकिटाचीही व्यवस्था करत आहोत. आम्ही आमचे पैसे कायदेशीर मार्गानं, सन्मानपूर्वक मिळवलेले आहेत. तेव्हा तुम्ही आमची ही विनंती नक्कीच मान्य कराल, अशी आशा आहे.'

ते पत्र वाचून माझे डोळे भरून आले. सतरा वर्षांपूर्वी मला चपलांचा प्रसाद मिळाला होता. आणि आज याच स्त्रिया स्वखर्चानं मला बोलावत होत्या. त्यांच्या दृष्टीनं एअरकंडिशंड व्होल्व्हो बसचा खर्च करणं, ही खूपच मोठी गोष्ट होती.

मी त्या समारंभाला स्वतःच्या खर्चानं उपस्थित राहिले.

कार्यक्रमाच्या वेळी तिथे कोणतेही पुढारी किंवा राजकीय नेते उपस्थित नव्हते. हारतुरेसुद्धा नव्हते. मोठमोठी भाषणं नव्हती. तो समारंभ खूप साधा होता. सुरुवातीला

देवदासींपैकीच कुणीतरी लिहिलेलं एक गाणं सादर करण्यात आलं. त्यातून एका देवदासीच्या जीवनातील व्यथा मांडण्यात आल्या होत्या. त्यानंतर एका गटानं पुढे होऊन देवदासीच्या व्यवसायातून मुक्त होण्याच्या प्रवासातले आपले अनुभव कथन केले. या देवदासींपैकी अनेकांची मुलं शिकून मोठी होऊन आपापल्या व्यवसायात यशस्वी झाली होती. त्यात डॉक्टर्स, नर्सेस, वकील, कारकून, सरकारी नोकर, शिक्षक, रेल्वे कर्मचारी, बँक अधिकारी असे सगळे होते. त्यांनी व्यासपीठावर येऊन आपल्या आईविषयीच्या भावना व्यक्त केल्या. त्यांच्या शिक्षणाला साहाय्य केल्याबद्दल संस्थेचे आभार मानले.

त्यानंतर मी बोलायला उठून उभी राहिले.

मी उभी राहिले खरी; पण माझ्या तोंडातून शब्दच फुटेना; मला काय बोलावं, तेच सुचेना. अचानक मला माझ्या वडिलांचे शब्द आठवले. "तू सुरुवातीला फक्त दहा देवदासींची देहविक्रयाच्या व्यवसायातून सुटका करण्याचं लक्ष्य ठेवून त्यांना त्यासाठी लागेल ती मदत कर. हे जर तुला जमलं, तर माझ्या मुलीनं दहा स्त्रियांना वेश्या व्यवसायापासून मुक्त करून त्यांना स्वतःच्या पायांवर उभं राहून स्वतंत्रपणे जगायला शिकवलं, या विचारानं मला खूप अभिमान वाटेल.'

खरं तर मला व्यासपीठावर उभं राहून उत्स्फूर्तपणे बोलताना कधीच अडचण येत नाही. पण त्या दिवशी मी फार भावनाविवश झाले होते. घशात आवंढा अडकत होता. बोलायला कुठून आणि कशी सुरुवात करावी तेच सुचत नव्हतं. माझ्या मनात आलं, जेव्हा कधी माझी आणि देवाची भेट होईल, तेव्हा मी त्याच्यासमोर ताठ मानेनं उभी राहून अभिमानानं त्याला सांगेन, 'बाबा रे, तू मला आयुष्यात खूप भरभरून दिलंस. पण मीही त्या ऋणाची अंशतः तरी परतफेड करू शकले. मी तुझ्या ३००० लेकरांची माझ्या परीने सेवा केली. त्यांची देवदासीसारख्या निंद्य, घृणास्पद परंपरेतून मुक्तता केली. तुझी मुलं म्हणजे तुझी फुलं. मी तुझी ही फुलं तुलाच परत करते आहे.'

त्यानंतर माझं लक्ष माझ्यासमोर बसलेल्या स्त्रियांकडे गेलं. माझं भाषण ऐकायला त्या जिवाचा कान करून बसल्या होत्या. प्रेक्षकांमध्येच अभयसुद्धा होता. या स्त्रियांनी आमच्या स्वागतासाठी हे एवढं काय काय केलं होतं, ते पाहून तोसुद्धा भारावून गेला होता.

मी सहा वर्षांची असताना माझ्या आजोबांनी मला एक श्लोक शिकवला होता. त्याचा अर्थ साधारणपणे असा होता : 'हे परमेश्वरा, मला कोणतंही राज्य नको, साम्राज्य नको. मला पुनर्जन्म नको, सुवर्णपात्रं नकोत किंवा स्वर्गप्राप्तीसुद्धा नको. मला तुझ्याकडून काहीच नको. हे ईश्वरा, तुला जर मला काही द्यायचंच असेल तर मला मृदू हृदय आणि कठीण हात दे, म्हणजे मी इतरांचे अश्रू पुसू शकेन.'

माझ्यासमोर बसलेल्या प्रेक्षकांना मी तो श्लोक म्हणून दाखवला.

मी जेव्हा माझ्या खुर्चीत परत बसले, तेव्हा त्या क्षणी त्या स्त्रियांच्या मनात काय चाललं होतं, ते कळायला काहीच मार्ग नव्हता.

इतक्यात एक वृद्ध देवदासी व्यासपीठावर येऊन उभी राहिली. ती म्हणाली, "आज आम्हाला आमच्या अक्काला एक खास भेट द्यायची आहे. ही एक भरतकाम केलेली गोधडी आहे. आमच्यातल्या प्रत्येकीने यावर थोडी थोडी कलाकुसर केलेली आहे. हे सगळे मिळून तीन हजार टाके आहेत. ही गोधडी आणि त्यावरची ही नक्षी कदाचित फार सुंदर नसेलही; पण त्यामध्ये आमच्यापैकी प्रत्येकीचा हात लागलेला आहे. आम्ही सर्व जणी त्या गोधडीच्या नक्षीत सामावलेल्या आहोत." एवढं बोलून तिनं माझ्याकडे रोखून पाहिलं. 'ही आमच्या हृदयाकडून तुमच्या हृदयाला भेट. हे पांघरूण तुम्हाला उन्हाळ्यात शीतलता आणि हिवाळ्यात ऊब देईल. आमची माया यातून तुमच्यापर्यंत पोहोचेल. आमच्या संकटकाळी तुम्ही आमच्यासाठी धावून आलात. आता आम्हाला तुमची साथ सोडायची नाही."

मला आजवर मिळालेली ही सर्वांत सुंदर भेट आहे.

◆

२

मुलांवरती मात

नुकतीच मी अमेरिकेला गेले होते. तिथे मला तरुण विद्यार्थी आणि अत्यंत यशस्वी लोक अशा दोन प्रकारच्या लोकांनी भरलेल्या जनसमुदायासमोर भाषण करण्याची वेळ आली. मला माझ्यासमोर बसलेल्या प्रेक्षकांशी सुसंवाद साधायला नेहमीच आवडतो, त्यामुळे माझ्या भाषणानंतर प्रश्नोत्तरांचा कार्यक्रम ठेवण्यात आला होता.

प्रेक्षकांनी बरेच प्रश्न विचारले. अखेर एक मध्यमवयीन माणूस उठून उभा राहिला. "मॅडम तुमच्या अंगी खूप मोठा आत्मविश्वास जाणवतो. तुम्ही तुमचे विचार अत्यंत सुसंगत व तर्कशुद्ध पद्धतीने मांडता. आमच्याशी बोलत असताना तुमच्यावर कोणतंही दडपण जाणवत नाही. तुम्ही...."

मी त्याला मध्येच थांबवून म्हणाले, "हे पाहा, माझं कौतुक करण्यापेक्षा तुम्ही तुमचा प्रश्न का नाही विचारत?"

"मला वाटतं मॅडम, तुमचं शिक्षण नक्कीच परदेशात झालेलं असावं किंवा तुम्ही पाश्चात्त्य देशातून एम.बी.ए. केलं असणार. त्यामुळेच तुमच्या अंगी एवढा आत्मविश्वास निर्माण झालेला असावा; हो ना?"

त्यावर क्षणाचाही विचार न करता मी म्हणाले, "तो तर

माझ्या बी.व्ही.बी. कडून मला मिळालाय.''

तो बुचकळ्यात पडला. ''बी.व्ही.बी. कडून? मी समजलो नाही.''

मी गालातल्या गालात हसले. ''भारतातील कर्नाटक राज्यात असलेल्या हुबळी नामक शहरातील बसप्पा वीरप्पा भूमरड्डी कॉलेज ऑफ इंजिनिअरिंग अँड टेक्नॉलाजी या कॉलेजविषयी मी बोलतेय. मी आजपर्यंत भारताबाहेर कधीच शिक्षण घेतलेलं नाही. मी आज इथे तुमच्यापुढे उभी आहे, ते केवळ माझ्या कॉलेजमुळेच.''

मग मी खेळीमेळीच्या स्वरात म्हणाले, ''आज इथे सॉफ्टवेअर इंडस्ट्रीमधली काही तरुण मंडळी उपस्थित आहेत. त्यांना इन्फोसिसची सॉफ्टवेअरच्या क्षेत्रातील भारतामधली आणि अमेरिकेतील वाटचाल माहीत असेलच. इन्फोसिसने बंगळुरू, कर्नाटक आणि भारताची मान उंचावली आहे. मी जर बी.व्ही.बी. कॉलेजमधून शिकून बाहेर पडले नसते, तर मी इंजिनिअर झाले नसते. मी जर इंजिनिअर झाले नसते, तर मी माझ्या पतीला आर्थिक बाबतीत पाठिंबा देऊ शकले नसते. आणि मी जर त्यांना आर्थिक हातभार लावू शकले नसते, तर त्यांना इन्फोसिसची स्थापना करता आली नसती. तसं झालं असतं, तर तुम्ही कुणी इथे माझं भाषण ऐकायला आलाच नसता.''

माझं बोलणं ऐकून सर्वांनी हसून टाळ्या वाजवल्या. पण मी जे काही त्यांना सांगितलं, ते खरंच होतं. तो कार्यक्रम संपून सगळे निघून गेले. मला थोडा थकवा जाणवत होता, म्हणून मी तिथे जवळच्या एका कोचावर डोळे मिटून जरा वेळ बसून राहिले.

माझं मन भूतकाळात गेलं. इ.स. १९६८. मी त्या वेळी सतरा वर्षांची अल्लड मुलगी होते. उत्साहानं, आत्मविश्वासानं भरलेली. इंजिनिअर बनणं, हे त्या वेळी माझं स्वप्न होतं. मी एका मध्यमवर्गीय, उच्चशिक्षित ब्राह्मण कुटुंबातली होते. लहानपणापासून माझा विज्ञानशाखेकडे ओढा होता. मला इंजिनिअरिंगचं आकर्षण अशासाठी होतं, की माझ्या अंगातील सृजनशक्तीचा त्या क्षेत्रासाठी नक्की वापर करता येईल, अशी माझी खात्री होती. मला विशेषतः इंजिनिअरिंग डिझाईनमध्ये खूप काही शिकायचं होतं, पण मी जेव्हा घरी हा विषय काढला, तेव्हा जणू काही बॉबस्फोट झाला.

घरच्यांना प्रचंड मोठा धक्का बसला. त्या काळी इंजिनिअरिंग हे क्षेत्र केवळ पुरुषांसाठी असल्याचा समज होता. मुलींना हे क्षेत्र वर्ज्यच होतं. मुलींनी मेडिकल किंवा सायन्स कॉलेजमध्ये शिक्षण घ्यायचं, हे जवळपास ठरलेलंच होतं. एखादी मुलगी इंजिनिअरिंग कॉलेजमध्ये शिकायला जाण्याची नुसती कल्पना करणंही कठीण होतं. सूर्य पश्चिमेला उगवण्याइतकंच ते अशक्यप्राय होतं.

मी माझ्या आजीची लाडकी नात होते, पण तीसुद्धा माझ्याकडे रागानं बघत

म्हणाली, "हे बघ, तू हे असलं काही करशील ना, तर कर्नाटकातला एकसुद्धा मुलगा तुझ्याशी लग्न करायला तयार होणार नाही. इंजिनिअर मुलीला पत्नी म्हणून कोण स्वीकारणार? तू माझी चांगलीच निराशा केलीस हं." मी माझ्या आजीच्या मर्जीविरुद्ध जाऊन एखादी गोष्ट करेन, असं तिला कधी स्वप्नातसुद्धा वाटलं नव्हतं. पण आजीला त्या वेळी एक गोष्ट कुठे माहीत होती? तुंगभद्रा नदीपलीकडे असलेल्या म्हैसूर शहरात राहणारा नारायण मूर्ती नावाचा एक मुलगा माझ्याशी लग्न करायला आनंदानं तयार होणार होता.

माझे आजोबा इतिहासाचे शिक्षक होते. मला हाताला धरून मुळाक्षरं त्यांनीच तर शिकवली; लिहायला वाचायला शिकवलं. ते माझे पहिलेवहिले गुरू होते. त्यांनीसुद्धा माझ्या या बेताला थोडासा विरोध केला. ते म्हणाले, "बेटा, तू इतिहासात इतकी हुशार आहेस, तू याच क्षेत्रात पुढे काहीतरी का करत नाहीस? किंवा तू असं कर, तू गणिताचं पदव्युत्तर शिक्षण घेऊन प्राध्यापक हो; म्हणजे तुला लग्नानंतरसुद्धा कॉलेजात नोकरी करता येईल. इंजिनिअर होऊन व्यवसाय आणि घर-संसार यातला समतोल साधणं मुळीच सोपं नाही.

माझे वडील खूप पुरोगामी विचारांचे होते. स्त्रियांना शिक्षणाची समान संधी मिळाली पाहिजे, अशा मताचे होते. ते म्हणाले, "तू त्यापेक्षा असं कर, वैद्यकीय शाखेला प्रवेश घे. तुझ्यात भाषा आणि लोकांशी सुसंवाद साधण्याची हातोटी हे दोन्हीही उत्तम आहे. तुला खरं सांगू का, मला स्वतःला या इंजिनिअरिंगच्या क्षेत्राबद्दल फारशी माहिती नाही. आपल्या कुटुंबामध्ये एकही इंजिनिअर नाही. हे पूर्णपणे पुरुषाचं वर्चस्व असलेलं क्षेत्र आहे. तू इंजिनिअरिंग कॉलेजात गेलीस, तर तिथे तुझ्याबरोबर शिकणारी एकसुद्धा मुलगी नसेल. पुढची चार वर्षं तुला एकही मैत्रीण मिळणार नाही. तू नीट विचार कर. पण शेवटी हा निर्णय तुझा तूच घ्यायचा आहेस. आम्ही तुझ्या पाठीशी आहोतच."

मी इंजिनिअर झाले, तर माझ्याशी लग्न करायला कोण तयार होणार हा प्रश्न आमच्या घरच्या आत्या, मावश्या वगैरेंनाही पडलाच होता आणि अखेर मी कुठल्यातरी परजातीच्या मुलाशी लग्न करून मोकळी होईन, याचीच त्यांना सर्वांत जास्त भीती वाटत होती.

पण मला मात्र या कशाचीच पर्वा नव्हती. मी इतिहासाची विद्यार्थिनी असताना ह्युएन्त्संग यांचं 'सी.यू.की' हे पुस्तक वाचून काढलं होतं. त्यांनी जेव्हा भारतामध्ये पदभ्रमण करण्याचा निर्णय घेतला, तेव्हा सर्वांनीच त्यांना विरोध केला होता. पण त्यांनी कुणाचेही न ऐकता स्वतःच्या मनाचा कौल घेऊन ती यात्रा केली. त्यानंतर या १७ वर्षांच्या प्रदीर्घ प्रवासाबद्दल त्यांना जगभरात प्रसिद्धी मिळाली. त्यांच्याकडून प्रेरणा घेऊन मी माझ्या घरच्यांना सांगितलं. "मला इंजिनिअरिंग कॉलेजात प्रवेश

घ्यायचा आहे. मग त्यानंतर जे काही होईल, त्या परिणामांची जबाबदारी माझी.''

मी बी.व्ही.बी. कॉलेज ऑफ इंजिनिअरिंगचा फॉर्म भरला. मला तिथे प्रवेशही मिळाल्याचं समजलं. माझा आनंद गगनात मावेना; पण माझ्या त्या ॲप्लिकेशन फॉर्ममुळे त्या कॉलेजच्या शिक्षक वर्गात मोठीच खळबळ माजली होती, याची मला जरासुद्धा कल्पना नव्हती.

त्या वेळी इंजिनिअरिंग कॉलेजचे प्रिन्सिपल बी.सी. खानापुरे हे होते. त्यांची आणि माझ्या वडिलांची ओळख होती. एक दिवस त्या दोघांची हेअर कटिंग सलूनमध्ये गाठ पडली. प्रिन्सिपल खानापुरे यांनी त्यांच्या भावना माझ्या वडिलांपाशी व्यक्त केल्या. माझ्या या निर्णयामुळे ते स्वतः अत्यंत अडचणीत आले होते. ते माझ्या वडिलांना म्हणाले, ''डॉक्टरसाहेब, तुमची मुलगी खूप हुशार आहे, याची मला कल्पना आहे. तिला आमच्या कॉलेजात केवळ गुणवत्तेमुळेच प्रवेश देण्यात आला आहे. पण एक सांगू का, त्यात एक अडचण आहे. संपूर्ण कॉलेजात ती एकटीच मुलगी असेल; ते तिला खूप जड जाईल. आमच्या कॉलेजच्या आवारात महिलांसाठी स्वच्छतागृहसुद्धा नाही. शिवाय महिलांसाठी विश्रांतीकक्ष नाही. आमच्याकडे शिकणारी मुलं तरुण आहेत. सळसळतं रक्त आहे ते! ती मुलं तुमच्या मुलीला नक्कीच त्रास देतील. शिक्षकांसमोर ती मुलं काही करणार नाहीत; पण शिक्षक नसताना नक्कीच काहीतरी कुरापत काढतील. ती मुलं तुमच्या मुलीला काहीच मदत किंवा सहकार्य करणार नाहीत; कारण त्यांना मुलींशी बोलायची सवयच नाही. मला स्वतःला चार मुली आहेत. साहजिकच मला तुमच्या मुलीचीसुद्धा काळजी वाटते. म्हणून तुम्ही तुमच्या मुलीचं मन वळवण्याचा प्रयत्न करा. त्यात तिचंच भलं आहे.''

त्यावर माझे वडील म्हणाले, ''मला तुमचं म्हणणं पटतंय, प्रोफेसर साहेब. तुमचा हेतू चांगला आहे, यात शंकाच नाही. पण माझ्या मुलीनं इंजिनिअर होण्याचा हट्ट धरला आहे. आणि माझ्या मते, त्यात तिची काही चूक नाहीये. त्यामुळे मी तिला तिच्या मताप्रमाणे करू द्यायचं ठरवलं आहे.''

''तसं असेल ना डॉक्टर साहेब, तर मग माझी एक छोटीशी विनंती आहे. कॉलेजमध्ये सगळी तरुण मुलं आहेत. त्यामुळे तिला कॉलेजात साडी नेसून यायला सांगा. त्या वातावरणात तोच पेहराव योग्य ठरेल. शिवाय तिने विनाकारण कुठल्याही मुलाशी न बोललेलंच बरं. उगाच नाही ती चर्चा सुरू व्हायलाच नको. आपल्या समाजात मुलींच्या नावाची चर्चा होणं बरं नाही. शिवाय तिला असंही समजावून सांगा, की तिनं कॉलेजच्या कँटीनमध्ये जाऊन मुलांशी गप्पा मारत बसता कामा नये.''

माझ्या वडिलांनी घरी येऊन त्यांचं संगळं संभाषण मला सांगितलं. वडिलांच्या

सगळ्या अटी मी लगेच मान्य केल्या, कारण कोणत्याही परिस्थितीत आता मला मागे हटायचं नव्हतं.

काही काळानंतर कॉलेजातून काही मुलांशी मैत्रीसुद्धा झाली. पण मी माझ्या मर्यादा ओळखून होते. पुढे याच मुलांकडून मी बरंच काही शिकले. प्रत्येक गोष्टीकडे बघण्याचा दृष्टिकोन किती महत्त्वाचा असतो, ते मला समजलं. कधी कधी गोष्टी धीरानं घेणंसुद्धा किती गरजेचं असतं, तेही मी शिकले. खिलाडू वृत्ती शिकले. अनेक मुलं मला भावासारखी वाटत. आज पन्नास वर्षांनंतरसुद्धा आमची मैत्री टिकून आहे. आमच्या कॉलेजच्या आवारात महिलांसाठी स्वच्छतागृह नव्हतं. आपल्या भारतात अनेक ठिकाणी फार कमी संख्येनं स्वच्छतागृह आहेत. काही ठिकाणी तर स्वच्छतागृहांची सुविधाच नाही, याचा त्या जागी राहत असणाऱ्या महिलांना किती त्रास होत असेल, ते त्या अनुभवातूनच मला समजलं. पुढील काळात मी केवळ कर्नाटक राज्यात तेरा हजारांवर स्वच्छतागृहे बांधण्याचा उपक्रम यशस्वीरीत्या पार पाडला.

माझ्या कॉलेजची फी भरण्यासाठी माझ्या आईनं चांगला दिवस बघून ठेवला होता. तो गुरुवार होता. महिना अखेरीचे दिवस होते. कॉलेजची फी चारशे रुपये होती. मी ती सगळी फी त्याच दिवशी भरावी, असा तिचा आग्रह होता; पण माझ्या वडिलाकडे फक्त तीनशे रुपये शिल्लक होते. ''अगं माझा पगार होईपर्यंत थांबू. मग सुधा फी भरेल.'' ते आईला म्हणाले.

पण माझ्या आईला ते काही पटलं नाही. ''अहो आपली मुलगी कॉलेजात जाणार. किती मोठी गोष्ट आहे ही. आजचा दिवस शुभ आहे. तिने आज फी भरली, तर तिचा अभ्यास चांगला होईल.''

आई-वडिलांमध्ये अशी चर्चा चालू असतानाच आमच्या घरी माझ्या वडिलांचे असिस्टंट डॉ. हिरेमठ आले. त्यांच्याबरोबर त्यांचे सासरे श्री. पाटील हे ही होते. हे गाव माझ्या जन्मगावाच्या, म्हणजे शिग्गावच्या पलीकडेच होतं. आई-वडिलांची चर्चा पाटील यांच्या कानावर पडताच त्यांनी वडिलांना त्याविषयी विचारलं. वडिलांनी त्यांना सगळी परिस्थिती समजावून सांगितली. त्यावर त्यांनी खिशातून पैशाचं पाकीट काढून त्यातली एक शंभर रुपयांची नोट माझ्या वडिलांच्या हातात ठेवली. ते म्हणाले, ''डॉक्टसाहेब, तुम्ही हे पैसे घ्या. तुमची मुलगी प्रवाहाबाहेर जाऊन काहीतरी मोठं काम करते आहे. तिला माझ्याकडून हे बक्षीस आहे. अनेक आई-वडील कर्ज काढतात. घरदार आणि शेती विकून स्वतःच्या मुलांना शिकवतात. मग त्यांची मुलं इंजिनिअर होतात. कधी कधी तर आपला मुलगा नीट मन लावून अभ्यास करेल की नाही, याचीसुद्धा त्यांना खात्री नसते आणि तुमची मुलगी बघा, तिनं तर शिकण्याचा विडाच उचललाय. मला वाटतं, तिचा हा निर्णय योग्य आहे.''

''नाही, नाही; मिस्टर पाटील. मी ही इतकी महागडी भेट स्वीकारू शकत

नाही. फारतर मी हे तुमच्याकडून कर्ज म्हणून स्वीकारतो. हे पैसे पुढच्या महिन्यात पगार झाल्यावर मी तुम्हाला परत करीन.''

पण श्री. पाटील यांचं माझ्या वडिलांच्या बोलण्याकडे लक्षच नव्हतं. ते पुढे बोलतच राहिले. ''तुमच्या मुलीच्या दृष्टीनं सगळ्यात महत्त्वाचं काय आहे? मन लावून अभ्यास करणं आणि इंजिनिअरिंगचा अभ्यासक्रम पूर्ण करून दाखवणं. इतर मुलींसाठी उदाहरण घालून देणं. ''त्यानंतर ते माझ्याकडे वळून म्हणाले, ''सुधा, मला एक वचन दे. तुझं आचरण नेहमीच नीतिनियमांना धरून आणि न्याय्य असेल. तू कठोर परिश्रम करशील आणि तुझ्या कुटुंबाचं आणि समाजाचं नाव मोठं करशील.''

त्यांचं बोलणं ऐकून मी खाली मान घालून होकार दिला.

त्यानंतर एक महिन्यानं माझं कॉलेज सुरू झालं. मी पहिल्यांदाच साडी नेसून तयार झाले. पांढरी साडी. मी घरच्या वडीलधाऱ्यांच्या पाया पडले आणि सरस्वती देवीच्या फोटोला वाकून नमस्कार केला. ती माझे दैवत होती. त्यानंतर मी कॉलेजला गेले.

मी कॉलेजात पोहोचल्यावर प्रिन्सिपल साहेबांनी मला बोलावून घेतलं. माझ्या हातात एक किल्ली देऊन ते म्हणाले, ''मिस कुलकर्णी, ही किल्ली घ्या. दुसऱ्या मजल्यावर इलेक्ट्रिकल इंजिनिअरिंग विभागाच्या शेजारी एक छोटीशी खोली आहे. तुम्हाला कधीही विश्रांतीसाठी, अभ्यासासाठी कुठे बसावंसं वाटलं, तर त्या खोलीत जाऊन बसा.''

मी त्यांचे मनापासून आभार मानून, ती किल्ली घेऊन त्या खोलीकडे गेले. ती खोली उघडून पाहते तो काय, तिथे दोन मोडकी टेबलं होती. स्वच्छतागृह तिथे नव्हतंच. शिवाय तिथे इतकी धूळ होती, की आत पाऊल ठेवणंही शक्य नव्हतं. मला खोलीच्या बाहेर उभं राहिलेलं पाहून एक झाडूवाला पळतच तिथे आला. तो म्हणाला, ''इथे एक मुलगी शिकायला येणार असल्याचं काल प्रिन्सिपल साहेबांनी मला सांगितलं होतं. ही खोली झाडून साफ करून ठेवायला सांगितली होती; पण मला वाटलं, ते माझी चेष्टा करत आहेत; त्यामुळे मी खोली साफ केली नाही. पण मी आता लगेच साफ करून देतो.''

मग त्यानं घाईघाईनं खोली झाडून काढली. तरीसुद्धा ती फारशी स्वच्छ झालीच नव्हती. अजून धूळ होतीच. मग मी शांतपणे म्हणाले, ''तो झाडू इथेच ठेवा आणि मला ओलं फडकं आणून द्या.'' मी स्वतःच ही खोली साफ करते.''

मी ती खोली माझ्या मनासारखी साफ केली. त्यानंतर अंगावरची धूळ झटकून वर्गात गेले.

आमचा वर्ग तळमजल्यावर होता. मी जेव्हा वर्गात प्रवेश केला, तेव्हा डोळ्यांच्या १४९ जोड्या माझ्याकडेच रोखून पाहत होत्या. जणू काही मी

प्राणिसंग्रहालयातून सुटून आलेला जगावेगळा प्राणीच होते. त्यांच्यातल्या काही मुलांना शिटी मारण्याची ऊर्मी आली होती; पण मी चेहरा कोरा ठेवून कुठे बसण्यासाठी रिकामी जागा आहे का, ते पाहिलं. पहिला बाक रिकामा होता. मी तिथे जाऊन बसणार इतक्यात माझ्या लक्षात आलं. बाकाच्या मधोमध कुणीतरी निळी शाई सांडून ठेवली होती. हे नक्कीच माझ्या स्वागतासाठी करून ठेवण्यात आलं होतं. मला रडू कोसळण्याच्याच बेतात होतं. पण मी माझे अश्रू निग्रहानं परतवून लावले. हातातल्या कागदानं मी ती शाई पुसून काढली आणि बाकाच्या एका टोकाला बसले.

माझ्या मागे मुलांची कुजबूज सुरू होती. एक मुलगा दुसऱ्याला म्हणाला, "तू त्या बाकावर शाई कशाला शिंपडलीस? आता ती प्रिन्सिपलकडे जाऊन तक्रार करेल."

त्यावर दुसरा मुलगा म्हणाला, "पण मीच शाई शिंपडली, असं ती कसं सिद्ध करू शकेल? इथं आपण १४५ मुलं आहोत."

मला त्या प्रकारानं खूप वाईट वाटलं होतं. पण तरीही मी प्रिन्सिपलकडे जाऊन तक्रार वगैरे केली नाही. मी जर मुलांविरुद्ध तक्रार केली, तर ती मला आणखी त्रास देतील, असं प्रिन्सिपल साहेबांनी माझ्या वडिलांना सांगून ठेवलं होतं. आणि हा त्रास जर फारच वाढला, तर मला कॉलेज सोडणं भाग पडेल, असंही ते म्हणाले होते. त्यामुळेच त्या मुलांनी आपल्याला कितीही त्रास दिला तरी तो सहन करायचा; पण तक्रार करायची नाही, असं मी मनाशी ठाम ठरवून ठेवलं होतं.

पण एकीकडे मला अशीही भीती वाटत होती, की या मुलांचा त्रास असाच वाढत गेला, तर मीच घाबरून इंजिनिअरिंगचे शिक्षण सोडून देईन. आपल्याला शरीरानं आणि मनानं याहून अधिक खंबीर कसं होता येईल, याचाच मी रात्रंदिवस विचार करू लागले. ही एक प्रकारची तपश्चर्याच होती. त्याच वेळी मी मनाशी एक गोष्ट पक्की ठरवून टाकली- इथून पुढची चार वर्षं आपण एकही तास चुकवायचा नाही आणि अभ्यासात कुणाचीही मदत मागायची नाही. या माझ्या तपश्चर्येला आणखी धार चढावी म्हणून मी आणखी एक निर्णय घेतला. इथून पुढची चार वर्षं, इंजिनिअरिंगची पदवी हाती येईपर्यंत फक्त पांढरी साडी नेसायची, मिष्टान्नं, गोड खाणं वर्ज्य, चटईवर झोपायचं आणि थंड पाण्यानं स्नान. त्याचप्रमाणे मी पूर्णपणे आत्मनिर्भर व्हायचं ठरवलं. माझी स्वतःची मैत्रीणही मीच झाले आणि शत्रूही मीच झाले. भगवत गीतेमध्ये अशा प्रकारचा श्लोक अस्तित्वात आहे, याची त्या वेळेस मला काहीच कल्पना नव्हती. भगवान कृष्ण म्हणतात : "आत्मैव हि आत्मनो बंधुः आत्मैव रिपु आत्मनः।

खरं तर महाविद्यालयीन शिक्षण घेत असताना या असल्या तपश्चर्येची काहीच

गरज नसते; पण मी त्या वेळी तरुण होते आणि इंजिनिअरिंग कॉलेजात टिकून राहण्यासाठी जे काही लागेल ते करण्याचा माझा ठाम निर्धार होता.

माझे सर्व प्राध्यापक फारच चांगले होते. ते मला वर्गात सर्वतोपरी मदत करत असत. ते अधूनमधून माझी विचारपूस करत, मला विचारत, "मिस कुलकर्णी, सगळं ठीक आहे ना?"

आमच्या कॉलेजचे प्रिन्सिपल प्रोफेसर खानापुरे हेसुद्धा अगदी वेळात वेळ काढून जातीने माझी विचारपूस करत. कुठला मुलगा मला त्रास तर देत नाही ना, याची चौकशी करत; परंतु माझ्या वर्गातले विद्यार्थी मात्र काही असा चांगुलपणा दाखवत नसत.

एक दिवस त्यांनी एक छोटासा फुलांचा गुच्छ आणला आणि मागच्या बाजूने तो माझ्या वेणीत माझ्या नकळत खुपसून ठेवला. त्यानंतर आजूबाजूला शिक्षक नाहीत असं पाहून मागच्या बाजूने कुणीतरी ओरडलं. "मिस फ्लॉवरपॉट!" मी वेणीला हात लावून पाहिलं, तर त्यात फुलं खोचलेली होती. मी ती शांतपणे काढून फेकून दिली; पण तोंडातून त्याबद्दल 'ब्र' सुद्धा काढला नाही.

कधीकधी ती मुलं मागच्या बाजूने मला कागदी बाण मारत. एखादा बाण उचलून उघडला तर त्यावर काहीबाही लिहिलेलं असे. "स्त्रीची जागा स्वयंपाकघरात चुलीपाशी, मेडिकल कॉलेजमध्ये किंवा फारफार तर प्रोफेसर म्हणून शिकवण्याची; पण इंजिनिअरिंग कॉलेजात तर नक्की नाही."

एकदा कुणीतरी असंही लिहिलेलं होतं- 'आम्हाला तुमची दया येते; तुम्ही पार्वतीसारख्या कठोर तपश्चर्येला का बरं बसला आहात? निदान पार्वतीला अशी तपश्चर्या करण्यासाठी काही कारण तरी होतं. तिला शंकराशी विवाह करायचा होता. मग तुमचा शंकर कोण हो?'

मी ते कागद तसेच ठेवून देत असे, पण कधीच कुणाला उत्तर दिलं नाही.

आमच्या कॉलेजच्या विद्यार्थ्यांमध्ये एक लोकप्रिय प्रकार चालायचा, तो म्हणजे 'फिशपाँड'. एका मोठ्या काचेच्या भांड्यात सर्व विद्यार्थी कागदी मासे टाकत. या माशांची घडी उलगडली की त्यावर दुसऱ्या एखाद्या विद्यार्थ्यांबद्दल काहीतरी मल्लिनाथी खरडलेली असायची. वार्षिक स्नेहसंमेलनाच्या वेळी हे सर्व फिशपाँड्स वाचून दाखवण्यात येत असत. अर्थातच ते लिहिणाऱ्याचं नाव गुप्त ठेवण्यात येत असे. स्नेहसंमेलनाच्या दिवशी कुणासाठी काय काय फिशपाँड वाचला जातोय, याची सर्व विद्यार्थी मोठ्या उत्सुकतेने वाट बघत. प्रत्येक वर्षी माझ्या नावाने खूप फिशपाँड्स आलेले असत. काही कन्नड गाण्यांचे अपभ्रंश असत, तर काही हिंदी सिनेमातील गाण्यांची विडंबने असायची. मला एक कन्नड फिशपाँड अजूनही आठवतो. त्याचा मथितार्थ साधारण असा होता,

अम्मा, अम्मा, ते बघ रताळं
प्लीज मला काळी साडी नेसव
आणि माझ्या नवऱ्याच्या घरी धाड
कारण मी नेहमी पांढरी साडीच नेसते.

काही मुलं 'तिसरी कसम' या सिनेमाच्या गाण्यातच थोडा बदल करून मला फिशपाँड देत.

सजन रे झूठ मत बोलो
सुधा के पास जाना है
ना हाथी है, न घोडा है
वहाँ पैदल ही जाना है

हे फिशपाँडस जेव्हा वाचले जायचे, तेव्हा अनेक मुलं चोरून माझ्या चेहऱ्याकडे बघायची. पण मी डोळ्यांत तरारलेलं पाणी निग्रहानं परतवून चेहऱ्यावर हसू आणण्याचा प्रयत्न करत असे.

माझ्या वर्गातली ही सगळी मुलं असं वागत होती, त्यालाही एक कारण होतं. मला त्याची कल्पना होती. आजकाल विनाकारण आपल्याबरोबर शिकणाऱ्यांना त्रास देण्याची, दमदाटी करण्याचा प्रकार चालतो. पण तसं त्या काळी नव्हतं. पण त्या काळाच्या मुलांना भिन्न लिंगी व्यक्ती आपल्यासोबत, आपल्या शेजारी बसून शिकते आहे, हे पचवणं जड जात होतं. त्या परिस्थितीचा स्वीकार करण्याची त्यांची शारीरिक आणि मानसिकदृष्ट्या तयारी झालेली नव्हती. तो समाज मागासलेल्या विचारसरणीचा होता. त्या काळी मुलं आणि मुली एकमेकांशी बोलतसुद्धा नसत. मग मुला-मुलींमध्ये निर्भेळ, निकोप मैत्री तर दूरच राहिली. त्यामुळे मी तर त्यांना परग्रहावरून आलेला प्राणीच वाटत होते.

मला कॉलेजमध्ये एकाच बाबतीत फार समाधान वाटत असे – मला इंजिनिअरिंगचे सगळे विषय खूप आवडत. मी आवडीनं अभ्यास करत होते, आणि परीक्षेत उत्तम यश प्राप्त करत होते. मला परीक्षेत मुलांपेक्षा जास्तच गुण मिळत. लोहारकाम, सुतारकाम अशा इंजिनिअरिंगमधल्या अवघड विषयांचीही मला गोडी लागली होती. वर्कशॉपमध्ये मुलांना निळ्या रंगाचा 'ओव्हरऑल' घालावा लागत असे. मी माझ्या साडीवरून निळा एप्रन चढवत असे. त्या अवतारात मी अगदीच विचित्र दिसत असे. पण मला इतक मौल्यवान शिक्षण मिळत होतं, की त्यासाठी काहीही करण्याची माझी तयारी होती.

परीक्षेचा निकाल लागला, की मला किती गुण पडले, हे माझ्याआधी इतर सर्वांना माहीत असायचं. प्रत्येक सहामाहीनंतर निकाल जाहीर होताच कुणीतरी मुद्दाम माझे सर्व विषयांतले गुण नोटीस बोर्डवर लावून ठेवत असे. मला कॉलेजात

काही म्हणता काहीच खासगी आयुष्य उरलेलं नव्हतं.

हा अभ्यास करता करता एक गोष्ट माझ्या लक्षात आली– इंजिनिअरिंग हे पुरुषांचं क्षेत्र आहे, हे साफ खोटं होतं. मी सगळा अभ्यास अगदी व्यवस्थित समजून करू शकत होते; इतकंच नव्हे, तर माझ्याबरोबर शिकणाऱ्या मुलांपेक्षा अधिक गुण मी मिळवत होते.

एकदा ही गोष्ट लक्षात येताच माझा आत्मविश्वास कितीतरी वाढला. मी अक्षरशः एकही दिवस कॉलेज चुकवलं नाही. एकाही तासाला बुट्टी मारली नाही. आणखी अभ्यास करायचा, या पुढच्या प्रत्येक परीक्षेत आणखी यश मिळवायचं, हेच माझं उद्दिष्ट बनलं. आपल्याला त्रास देणाऱ्या या मुलांवर आपण मात करू शकत आहोत, याचाच मला आनंद होता. अखेर मी विद्यापीठात प्रथम क्रमांक प्राप्त केला.

मी अशा प्रकारे आत्मनिर्भर होऊ शकल्यामुळेच मी कणखर बनले. काही काळानंतर मुलं माझ्याशी आदरानं वागू लागली. सर्व्हे करताना, इंजिनिअरिंग ड्रॉईंग बनवताना ती माझी मदत घेऊ लागली. प्रश्नांच्या उत्तरांसाठी माझ्याकडे येऊ लागली. माझी हळूहळू त्यांच्याशी मैत्री झाली. त्यांतील काही मुलांशी माझी मैत्री आजही टिकून आहे. सिव्हिल विभागातील रमेश जंगल, माझे लॅब पार्टनर सुनील कुलकर्णी आणि फकीर गौडा, तसंच एम.एम. कुलकर्णी, हिरे गौडा, आनंद उथुरी, गजानन ठाकूर, प्रकाश पदकी, एच.पी.सुदर्शन, रमेश लोडया यांच्याशी माझे आजही मैत्रीचे संबंध आहेत.

माझ्या प्राध्यापकांना तर मी कधीच विसरू शकणार नाही. इलेक्ट्रिकल इंजिनिअरिंग विभागाचे एल.जे. नरोन्हा, बंगळुरूहून आलेले विद्वान शिक्षक योगा नरसिंहा, केमिस्ट्री विभागाचे प्रोफेसर मल्लापूर, हैड्रॉलिक्सचे प्रोफेसर कुलकर्णी अशा अनेक शिक्षकांची मला आजही आठवण येते. कधी तरी दोन तासांच्या मध्ये थोडा वेळ असला, की मी लायब्ररीत जाऊन बसत असे. काही दिवसांतच मी तिथल्या लायब्ररीयनची आवडती झाले. ते मला जास्तीची पुस्तकं देऊ लागले.

आमच्या कॉलेजच्या माळ्याशी मी गप्पा मारत असे. कॉलेजच्या आवारात आणखी नवी नवी झाडं लावायला हवीत, हे मी त्याला पटवून देत असे. मी कॉलेजात असताना त्याला नारळाची झाडं लावायला लावली होती. आज कधीही बी.व्ही.बी. कॉलेजात जाण्याचा प्रसंग येतो, तेव्हा त्या नारळाच्या झाडांकडे पाहून मला त्या परिसरात व्यतीत केलेले सुंदर दिवस आठवतात.

बघता बघता चार वर्षं कशी संपली, ते कळलंच नाही. अखेर कॉलेज सोडून निघून जाण्याची वेळ आली. मला त्या दिवशी खूप वाईट वाटलं. मी जेव्हा कॉलेजात प्रवेश घेतला, तेव्हा १७-१८ वर्षांची अल्लड मुलगी होते. आणि आता

एक नव्या दमाची, तरुण इंजिनिअर म्हणून इथला निरोप घेत होते. या कॉलेजनं मला कितीही कठीण परिस्थितीला टक्कर द्यायला शिकवलं होतं. गरज पडेल तेव्हा स्वतःच्या मनाला कशी मुरड घालायची, हे मला इथेच समजलं होतं. इतरांशी उत्तम निकोप नातेसंबंध कसे निर्माण करायचे, आपल्या सहाध्यायी विद्यार्थ्यांबरोबर एकत्र अभ्यास कसा करायचा, केवळ आपल्यापुरतं न पाहता एकोप्यानं परस्पर सहकार्यानं पुढे वाटचाल कशी करायची, हे सगळं मी इथे शिकले होते. जेव्हा मी मैत्रीचा विचार करते, तेव्हा माझ्या मनात इंजिनिअरिंग कॉलेजमध्ये झालेल्या माझ्या मैत्रीचाच विचार येतो. कारण तिथेच मी मोठी झाले, माझ्यातला अल्लडपणा जाऊन परिपक्वता आली. पुढील आयुष्यात मी जेव्हा कॉर्पोरेट जगतात प्रवेश केला, तेव्हा तिथे तर सर्वत्र पुरुषाचंच वर्चस्व होतं. त्यामुळे तेथील सहकाऱ्यांशी जेव्हा माझी मैत्री झाली, तेव्हा बहुतेक वेळा ते पुरुषच असत. स्त्रियांशी संपर्क जरा कमीच येत असे.

कॉलेज म्हणजे चार भिंतींनी बनलेली इमारत नव्हे. बाकडी आणि टेबलं नव्हेत. कॉलेज या शब्दात एक फार मोठं विश्व सामावलेलं आहे. जे शिक्षण तुम्हाला आत्मनिर्भर बनवेल, तुमच्या मनात आत्मविश्वास जागृत करेल, तेच खरं उत्तम शिक्षण. बी.व्ही.बी कॉलेजनं नेमकं हेच केलं.

पुढे जाऊन मी बंगळुरू येथील इंडियन इन्स्टिट्यूट ऑफ सायन्स या संस्थेतून इंजिनिअरिंगचं पदव्युत्तर शिक्षण घेतलं. पण तरीही बी.व्ही.बी. कॉलेजसाठी माझ्या हृदयात एक खास स्थान आहे.

काही वर्षांनंतर माझ्या वडिलांचं वृद्धापकाळानं निधन झालं. मग त्यांच्या स्मरणार्थ आपण काहीतरी करायचं, असं मी ठरवलं. मी तरुण असताना घरच्यांचा आणि समाजाचा विरोध पत्करून त्यांनी मला इंजिनिअरिंग कॉलेजात प्रवेश घेण्याची संधी दिली, त्यामुळे मी त्यांच्या स्मरणार्थ बी.व्ही.बी. कॉलेजमध्ये एक लेक्चर हॉल बांधून दिला.

मी अनेकदा परदेशात जाते. तिथे व्याख्यान देण्याचा प्रसंग येतो, तेव्हा अशा प्रत्येक वेळी बी.व्ही.बी कॉलेजचे ४/५ माजी विद्यार्थी हमखास भेटतात. त्यांना पाहताच मला लगेच त्यांच्याविषयी आपुलकी वाटते आणि माझा पुढचा प्रश्न असतो, "तुम्ही कोणत्या वर्षी पदवीधर झालात? तुम्हाला शिकवायला कोण कोण होतं? तुमच्या वेळी वर्गात किती मुली होत्या?"

अजूनही कधीतरी मी आमच्या कॉलेजमध्ये जाते. माझं तिथं जाणं म्हणजे मुलीनं माहेरी जाण्याचाच तो सोहळा असतो. तिथून परत निघण्याची वेळ आली, की मी व्यासपीठाच्या मधोमध असलेल्या एका चौकोनात क्षणभर उभी राहते. माझं मन परत भूतकाळात शिरतं. याच व्यासपीठावर कॉलेज जीवनात मी किती वेळा पुरस्कार स्वीकारले, त्यांची मला आठवण होते. तिथून निघाले की मी नोटिस

बोर्डपाशी थबकते. तिथून पुढे जाऊन दुसऱ्या मजल्यावर, इलेक्ट्रिकल इंजिनिअरिंग विभागाच्या शेजारी असलेल्या त्या छोट्याशा खोलीसमोर- 'कुलकर्णी रूम'समोर घुटमळते. आता ती खोली धुळीने माखलेली नसते. खोलीतल्या बाकावर बसून मी परीक्षेचा अभ्यास करत असे, त्याची मला आठवण होते. माझ्याबरोबर शिकणारे काही विद्यार्थी आणि मला शिकवणारे काही शिक्षक आज या जगात नाहीत. त्यांच्या आठवणीने माझ्या काळजात दुःखाची कळ उमटते.

मग मी जिना उतरून खाली येऊ लागते. जीन्स, स्कर्ट्स किंवा सलवार कमीज घातलेल्या तरुण मुलींचा घोळका चिवचिवाट करत पायऱ्या चढून वर येताना दिसतो. आजकाल इंजिनिअरिंगचं शिक्षण मुलांच्या बरोबरीने मुली घेताना दिसतात. मला बघताच त्या मुली धावत येऊन मला गराडा घालून सह्यांची मागणी करतात. त्या आनंदाने, उत्साहाने भरलेल्या घोळक्यात उभी असताना मला माझ्या आई-वडिलांची आठवण येते. पन्नास वर्षांचा हा प्रदीर्घ प्रवास आठवतो आणि माझे डोळे पाणवतात.

देवा, माझ्या बी.व्ही.बी. कॉलेजला उदंड आशीर्वाद दे!

◆

३

विचारांसाठी खाद्य

रेखा ही माझी खूप जवळची मैत्रीण आहे. त्यांच्या आणि आमच्या कुटुंबाची कित्येक पिढ्यांपासून मैत्री आहे. माझी आणि तिची बऱ्याच दिवसांत भेट झाली नव्हती, म्हणून मी एक दिवस तिला भेटायला जायचं ठरवलं. मी सरळ फोन उचलून तिचा नंबर लावला.

फोन तिचे वडील श्री. राव यांनीच उचलला. "हॅलो," ते म्हणाले. ते मला वडिलांच्या ठिकाणी वाटतात.

आम्ही एकमेकांची खुशाली विचारली. त्यांना मी म्हणाले, "काका, मी उद्या दुपारी तुमच्याकडे जेवायला येत आहे."

तिचे वडील वनस्पतिशास्त्राचे तज्ज्ञ होते. त्यांना माझं बोलणं ऐकून खूप आनंद झाला. ते म्हणाले, "नक्की ये. उद्या नाहीतरी रविवारच आहे. आपल्या छान गप्पा होतील आणि हो, जेवल्यावर लगेच पळून जाऊ नको हं."

बंगळुरू शहरात रविवार सोडून इतर दिवशी जयनगरपासून मल्लेश्वरमला जायला किमान दोन तास लागतात. पण रविवारी परिस्थिती जरा बरी असते. हेच अंतर अर्ध्या वेळात काटता येतं. दुसऱ्या दिवशी मी तिथं जाऊन पोहोचले, तर स्वयंपाक तयारच होता. पण स्वयंपाकघरातून येणारा दरवळ

मात्र नेहमीसारखा नव्हता. आज आपल्याला वेगळ्याच चवीचं जेवण मिळणार, हे माझ्या लक्षात आलं. माझं जेवणाच्या टेबलाकडे लक्ष गेलं तर तिथे नेहमीसारखी पारंपरिक कन्नड पद्धतीच्या चविष्ट जेवणाची तयारी दिसत नव्हती. तिथं मांडून ठेवलेले पदार्थ जरा बेचवच असतील, असं त्याच्या रंगरूपाकडे पाहून वाटत होतं.

"रेखा, मी जरी साधी साडीच नेसत असले तरी मला जेवणाची आवड आहे. काय गं, आज हा सगळा काय बेत केलेला दिसतोय? मी पुन्हा जेवायला येऊ नये, अशी इच्छा आहे की काय तुझी?" मी तिची चेष्टा करत म्हटलं. अशी चेष्टा मस्करी जवळच्या मित्र-मैत्रिणींमध्ये नेहमीच चालते. कुणालाही त्याचं काहीच वाटत नाही.

माझं बोलणं ऐकून रेखाचे वडील मोठ्याने हसले. ते एक निःश्वास टाकून म्हणाले, "अगं, आज माझ्या आईचं श्राद्ध आहे. या दिवशी आम्ही फक्त मूळ भारतीय असलेल्या अन्नपदार्थांपासूनच श्राद्धाचा स्वयंपाक करतो."

"मूळ भारतीय म्हणजे?" मी बुचकळ्यात पडले." आपल्या बाजारात मिळणारा भाजीपाला इथल्याच शेतात पिकलेला असतो ना? सगळं तर मूळ भारतीय असतं. मला वाटतं कॉली फ्लॉवर, कोबी आणि बटाटे तेवढे परदेशातून इकडे आले होते ना?"

"अरे बापरे, तू अगदी भलत्या वेळी, भलता विषय, तोही चुकीच्या माणसासमोर काढला आहेस!" रेखा लटक्या रागाने म्हणाली. "मला वाटतं, जेवण आटपलं, की तू आणि माझे वडील गप्पा मारायला जा. मी येईनच संध्याकाळी तुम्हाला भेटायला. कारण आता हा विषय किमान चार तास तरी चालणार.

रेखाचे वडील वनस्पतिशास्त्राचे तज्ज्ञ होते, याची मला कल्पना होती. पण त्यांचं त्या विषयावर इतकं गाढ प्रेम होतं, हे मला त्या दिवशी समजलं. खरं तर काकांना मी आज कित्येक वर्षं ओळखत होते; पण त्यांच्या व्यक्तिमत्त्वाचा हा पैलू मला आजवर कधीही पाहायला मिळालेला नव्हता. कदाचित त्यांच्या उमेदीच्या काळात ते त्यांच्या कामात व्यस्त असतील आणि आम्ही मुलं खेळण्यात गुंग असू. त्यामुळेच एवढ्या वर्षांत ही गोष्ट माझ्या लक्षात आली नाही.

"काका, ही म्हणते ते खरं आहे का?" मी विचारलं.

त्यांनी होकार दिला.

मी स्वतः शेतकरी कुटुंबात जन्माला आले, त्यामुळे अगदी लहानपणापासूनच भाजीपाल्यात मला रस होता. आम्ही शेतात काय काय पिकवायचो, कोणत्या हंगामात कोणतं पीक घ्यायचं असतं, कोणतं पीक कधी घेऊ नये आणि का, हे सगळं मला अगदी व्यवस्थित माहीत होतं. पण मी कधीही शेती या विषयात रस असणाऱ्या माझ्या मित्रांपाशी हा विषय काढला, की त्यांच्यातल्या कुणीही आजवर मला धड उत्तर दिलेलं नव्हतं. अखेर आज मला ती सगळी उत्तरं देऊ शकणारं

कुणीतरी भेटलेलं होतं. त्यांच्याशी गप्पा मारण्याचा मोह मला आवरेना.

"रेखा, खरं सांगू का, ज्यांच्याकडे भरपूर ज्ञान आहे, अशी माणसं सामान्य माणसांशी बोलून त्यांना आपला विषय समजावून सांगायला सहसा तयार नसतात. आजकाल तर 'गूगल' हेच माझी आजी बनलेलं आहे. अनेकदा मला एखाद्या विषयाविषयी अधिक जाणून घ्यायचं असलं, तर मी वेगवेगळ्या वेबसाईट्सना भेट देऊन हवी असलेली माहिती मिळवते.

"आता तर तुझ्यासमोर साक्षात ज्ञानकोशच उघडून ठेवण्यात आला आहे," रेखा आपल्या वडिलांकडे प्रेमानं बघत म्हणाली.

आम्ही जेवायला बसलो आणि संभाषणाचे वेगवेगळे विषय निघत गेले. जेवणामध्ये भात, मिरची न घातलेलं सांबार, मिरचीऐवजी नुसती मिरपूड घातलेली डाळ, गवारीची भाजी, मेथीची भाजी, काकडीचं रायतं आणि तांदळाची खीर असा बेत होता. शिवाय जोडीला काळी मिरी घातलेले उडीदवडे, लोणचं आणि साधं दहीसुद्धा होतं. एकंदरीत आजारपणातून उठून हॉस्पिटलमधून घरी आलेल्या रुग्णासाठी पथ्याचं जेवण बनवावं, तसं होतं ते. जेवण झाल्यावर रेखाचे वडील म्हणाले, "चला, आता बागेत जाऊ."

रेखाचं हे घर वडिलोपार्जित होतं. ते रस्त्याच्या एका टोकाला होतं. तिचे आजोबा ब्रिटिशांच्या काळात रेल्वे खात्यात नोकरीला असल्यामुळे त्या काळी त्यांना हे घर बांधण्यासाठी खूप स्वस्तात जागा मिळाली होती. त्यावर त्यांनी हे लहानसं घर बांधलं होतं. घर जरी लहान असलं, तरी त्याभोवती खूप मोठी बाग होती. बंगळुरूसारख्या शहरात ओनरशिप फ्लॅट्स आणि लहान जागांच्या काळात ही इतकी प्रशस्त बाग म्हणजे मोठीच चैन होती.

रेखा 'वामकुक्षी'साठी आत गेली. मी आणि काका बागेत फेरफटका मारण्यासाठी बाहेर आलो. काका एका बाकावर निवांत बसले. मी इकडे तिकडे नजर फिरवली. माझ्यासमोर जणूकाही एक छोटंसं जंगलच होतं. समोर विविध प्रकारच्या भाज्यांचे सुंदर वाफे होते. गाजर, भेंडी, मेथी, पालक. एका बाजूला उंच वाढलेले ऊस डोलत होते. त्याच्याशेजारी पपयांनी लगडलेलं ठेंगणंसं पपईचं झाड होतं. पलीकडच्या कोपऱ्यात मक्याची कणसं वाऱ्यावर हलत होती. शिवाय पारिजातकासारखी फुलझाडंही होती. गुलाबाच्या तर नानाविध जाती होत्या.

काका आणि काकू या बागेत खपत असतील, म्हणूनच ती इतकी सुंदर बहरली आहे." माझ्या मनात विचार आला. सगळी झाडं आणि रोपटी कशी ताजी, टवटवीत दिसत आहेत. जणूकाही या बागेत वाढत असल्याचा त्यांना आनंदच झाला आहे!"

"तुला काय वाटतं, तू इथं या बागेत ज्या भाज्या पाहते आहेस, त्या मूळ

भारतातल्याच आहेत? का त्यातल्या काही परदेशातून खूप पूर्वी आपल्याकडे आलेल्या असतील? तुला काय वाटतं?'' काका अचानक म्हणाले.

मला तर एकदम शाळेतच परत गेल्याचा भास झाला. मी माझ्या शिक्षकांसमोर उभी आहे की काय, असं क्षणभर वाटलं. पण आत्ता मात्र मला भीती वाटत नव्हती. समजा जरी माझं उत्तर चुकलं असतं, तरीही माझ्या प्रगतिपुस्तकावर त्याचा काही परिणाम होणार नव्हता. ''हो, काका. जगातले सर्वांत जास्त शाकाहारी लोक भारतातच राहतात. त्यामुळेच तर आपल्याकडे इतक्या जास्त प्रमाणात शाकाहारी पाककृती आहेत. आपल्याकडे मांसाहारी लोकसुद्धा काही विशिष्ट प्रसंगी, सणावारी, लग्न समारंभाच्या वेळी, श्राद्धाच्या वेळी तसंच श्रावण महिन्यात मांसाहार वर्ज्य मानतात.''

''तुझं म्हणणं बऱ्याच अंशी खरं आहे. पण इथल्या बऱ्याचशा भाज्या मूळ भारतीय आहेत हे तुझं म्हणणं तितकंसं बरोबर नाही. खरं सांगायचं, तर यातल्या बऱ्याचशा भाज्या भारतीय नाहीच आहेत मुळी! त्या पूर्वीच्या काळी वेगवेगळ्या देशांमधून आपल्याकडे आल्या.''

मी थक्क होऊन त्यांच्याकडे बघत राहिले. तो वेल बांबूच्या साहाय्याने वर चढवण्यात आला होता. त्याला रसरशीत टोमॅटो लगडले होते. ''जरा हे बघ तुला काय वाटतं, ही फळभाजी भारतीय आहे का?'' माझ्या डोळ्यांपुढे टोमॅटो सूप, टोमॅटो रसम्, टोमॅटो भात, सँडविचेस, चटणी असे विविध पदार्थ चमकून गेले.

''अर्थातच ही तर भारतीय फळभाजी आहे. आपण स्वयंपाकात टोमॅटो रोज वापरतो. आपल्या भारतीय पाककृतींमधला तो एक अविभाज्य घटक आहे.''

काका गालातल्या गालात हसले. ''अगं, टोमॅटोचं मूळ स्थान भारत नसून मेक्सिको आहे. १५५४ मध्ये पहिल्यांदा टोमॅटो युरोपात आला. परंतु त्या काळी टोमॅटो कुणीच खात नसे. त्यामुळे टोमॅटोचं रोप केवळ सुशोभनासाठी वापरण्यात येई; कारण त्यांचा लालबुंद रंग. एके काळी युरोपात असाही समज होता, की वंध्यत्व दूर करण्यासाठी टोमॅटोचा वापर करावा. पण त्याचबरोबर काही लोकांना ती विषारी वनस्पती वाटे. अशा पूर्णपणे परस्परविरोधी विचारधारा समाजात अस्तित्वात असल्यामुळेच आपल्या दैनंदिन आहारात टोमॅटोचा समावेश करण्याची कुणाचीच तयारी नव्हती. मला वाटतं, टोमॅटोला बाजारात काहीच किंमत नसल्यामुळेच स्पेनमधील 'टोमॅटो फेस्टिवल'ची सुरुवात झाली असावी. या दिवशी अक्षरशः लाखो टोमॅटोची रस्त्यावर, एकमेकांवर उधळण करण्यात येते. अशीही एक कथा सांगतात, की एका अत्यंत व्यवहारचतुर व्यापाऱ्याने आपल्या बागेत टोमॅटोची लागवड करून त्याभोवती कुंपण घालून त्याची राखण करण्यास सुरुवात केली. ही लाल रंगाची फळे विषारी नसून ती खाण्यायोग्य आहेत, हेच त्याला यातून दाखवून

द्यायचं होतं. कालांतराने ही फळभाजी भारतात येऊन दाखल झाली. त्याचा सुंदर रंग आणि चव यामुळे त्याची मागणी वाढून अल्पावधीतच ती लोकप्रिय झाली. मला वाटतं, ब्रिटिशांच्या काळात भारतीय बाजारपेठेत टोमॅटोचा प्रसार झाला असणार. पण आज आपण टोमॅटोशिवाय स्वयंपाक करण्याची कल्पनासुद्धा करू शकत नाही.''

''वा!'' मी मोठ्यांदा म्हणाले. ''काका, अशी अजून काही गोष्ट आहे का, जी आपल्याला स्वयंपाकात रोज लागते, पण ती मूळची भारतीय नाही?''

''तूच थोडा विचार करून मला सांग पाहू! या भाजीशिवाय तर आपला स्वयंपाक होऊच शकत नाही.''

''मी डोळे मिटून सांबाराचा विचार करू लागले. दक्षिण भारतातील लोकांना रोजच सांबार लागतं. तसंच उत्तर भारतीय लोकांची मटर-पनीरची भाजी अत्यंत आवडती. मी अशा अनेक प्रांतांतील अनेक पदार्थांचा विचार करून पाहिला. सर्वांमध्ये आवश्यक असणारी एक गोष्ट म्हणजे मिरची. पण मग मी तो विचार दूर सारला. ''छे! मिरची तर नक्कीच परदेशातून इकडे आलेली नसणार. एक तरी भारतीय पदार्थ मिरचीशिवाय करता येईल का?''

काकांनी माझ्याकडे पाहिलं. ''बरोबर आहे तुझं. मिरची,'' ते मोठ्यांदा म्हणाले. जणूकाही माझ्या मनात काय चाललंय, ते त्यांना कळलंच होतं.

''पण तुम्हाला कसं कळलं, मी कसला विचार करतेय ते?''

''अगं, आपल्या रोजच्या जेवणातला हा पदार्थ म्हणजे मिरची परदेशातून आलेली असण्याची शक्यता आहे, असा विचार जेव्हा लोकांच्या मनात येतो, तेव्हा त्या नुसत्या विचारानेसुद्धा त्यांना किती मोठा धक्का बसला आहे, ते त्यांच्या चेहऱ्यावर मला स्पष्ट दिसतं. त्यांच्या मनात कसले विचार चालले असतील, ते मला वाचता येतं.''

मिरची परदेशातून आपल्याकडे आली असेल यावर माझा मुळीच विश्वास बसला नाही. आपण मिरची किंवा लाल तिखटाशिवाय स्वयंपाक तरी करू शकतो का? भारतीय जेवणात मिठाइतकंच मिरचीलासुद्धा महत्त्व आहे.

''या मिरचीविषयी अनेक दंतकथा प्रचलित आहेत,'' काका म्हणाले. ''वास्को-द-गामा बरंच बी-बियाणं घेऊन आला. पुढे मार्को पोलो आणि ब्रिटिशसुद्धा भारतात आले. त्यांच्याबरोबर आणखी अनेक बीजं भारतात येऊन दाखल झाली. आपण ज्या गोष्टींना 'भारतीय' म्हणतो, त्यांपैकी अनेक गोष्टी भारतीय नाहीत. मिरची, ढबू मिरची, मका, शेंगदाणे, काजू, विविध प्रकारच्या शेंगा, बटाटा, पपई, अननस, सीताफळ, पेरू, चिकू या सर्व भाज्या आणि फळं दक्षिण अमेरिकेतून आपल्याकडे आल्या. एक सिद्धान्त असाही आहे, की पूर्वी भारतीय अन्न मसालेदार, तिखट

बनवण्यासाठी काळी मिरी वापरली जात असे. काही विद्वान लोक असंही म्हणतात की भारतातील काळ्या मिरीच्या व्यवसायावर पूर्णपणे कब्जा मिळवणं हे ईस्ट इंडिया कंपनीचं एकमेव उद्दिष्ट होतं. परंतु पुढे त्याचा परिणाम भारतात ब्रिटिशांच्या वसाहती तयार होण्यात झाला. आपण जेव्हा मिरचीचा वापर सुरू केला, तेव्हा मिरची ही काळ्या मिरीपेक्षा स्वादिष्ट असल्याचं आपल्याला कळून चुकलं.

एक उदाहरणच द्यायचं झालं तर काळ्या मिरीला कन्नडमध्ये 'कालू मेनासू' असं म्हणतात. आणि मिरचीला साधारणपणे त्याच्या जवळचं नाव आहे. म्हणजे मेनासिन काई. हिंदीमध्ये काळ्या मिरीला काली मिर्च म्हणतात. काळी मिरी आणि मिर्ची यामध्ये मिरी आपलं स्थान गमावून बसली आणि मिरचीला अग्रक्रमांक मिळाला. भारतीय खाद्य जीवनात आणि खाद्य व्यवसायात आजही मिरचीचं स्थान अढळ आहे. उत्तर कर्नाटकातील लाल मिरची सुप्रसिद्ध आहे.''

''काका, हे मात्र मलाही माहीत आहे हं.'' मी म्हणाले, मी डोळे मिटून घेतले आणि कित्येक एकरात लावलेली मिरचीची रोपं माझ्या डोळ्यांसमोर आली. दिवाळीच्या दिवसांत मिरचीच्या तोडणीचा काळ असे. बागडी जिल्ह्यात मिरचीची मोठी बाजारपेठ होती. एकदा मी त्या वेळी माझ्या काकांकडे गेले असताना बाजारातल्या लाल मिरच्यांच्या राशी पाहून माझे डोळे दिपून गेले होते.

''हो, तू म्हणतेस ते खरं आहे. पण त्या मिरच्या रंगाने जरी लालभडक आणि चमकदार असल्या, तरी त्या चवीला तिखट नसतात. त्या उलट आंध्र प्रदेशातील गुंटूर येथील मिरच्या अति तिखट असतात. त्या आकाराने जरा बुटक्या व गोल असतात; त्यांचा रंग इतका लालभडक नसतो. त्यांना गुंटूर मिरची असं नाव आहे. एक उत्तम स्वयंपाकी विविध ठिकाणच्या मिरच्यांचा वेगवेगळ्या पद्धतीने स्वयंपाकात वापर करून पदार्थ स्वादिष्ट आणि दिसायला सुंदर बनवतो. त्या कलेला मात्र मी भारतीय कौशल्य म्हणेन.''

''आमच्या शेतात तेव्हा दोन प्रकारच्या मिरच्या होत्या. त्यातल्या एका मिरचीला गंधार मिरची किंवा रावण मिरची असं नाव आहे. ही झाडाला उलटी लागते. दुसऱ्या प्रकारची मिरची म्हणजे ढबू मिरची.''

माझं बोलणं ऐकून काकांनी मान हलवली. ''भारतात आपण ज्याला ढबू मिरची म्हणतो, त्यालाच पाश्चात्त्य देशांमध्ये बेल पेपर म्हणतात. पण तू रावण मिरचीचा नुसता एक लहानसा तुकडा जरी खाल्लास ना, तरी मग तुझं काही खरं नाही. पोटात नुसती आग पडेल. कितीही पाणी प्यायलं, तरी ती आग थांबणार नाही. अर्धा किलो चॉकलेट किंवा गोळ्या खाऊनही काही उपयोग होणार नाही.''

आम्ही दोघंही हसू लागलो.

आमचं हसणं ऐकून रेखाची आई बाहेर येऊन आमच्या गप्पांमध्ये सहभागी

झाली. "एवढं हसायला काय झालं? आजच्या जेवणाच्या बेताला हसताय वाटतं? तू आज जेवायला येणार असल्याचं कळल्यावर मी तुझ्या काकांना म्हणालेच होते, की आजचं जेवण काही फारसं खास चवदार नसेल, तेव्हा तिला दुसऱ्या एखाद्या रविवारी येऊ देत. पण तेच म्हणाले, की तू तर घरचीच आहेस, त्यामुळे तुला त्याचं विशेष काही वाटणार नाही."

त्याचं बोलणं ऐकून माझी उत्सुकता जागृत झाली. मी म्हणाले, "पण काकू, खरंच, आजचं जेवण इतकं सौम्य का होतं हो?"

"त्या सगळ्या पाठीमागे एक कारण आहे," काकू म्हणाल्या. "श्राद्धाला आपल्याकडे फक्त आपल्या देशात सुरुवातीपासून पिकत आलेल्याच भाज्या आणि धान्य वापरून स्वयंपाक करण्याची प्रथा आहे. त्यामुळे श्राद्धाच्या जेवणात मेथी, काळी मिरी, काकडी अशा पदार्थांचा वापर करून स्वयंपाक केला जातो. आपले पूर्वज परक्या, अपरिचित भाज्या आणि धान्य निषिद्ध मानत असत. त्यामुळे परदेशातून आयात झालेल्या गोष्टींना ते विश्वामित्र सृष्टी म्हणत."

"मी तो वाक्प्रयोग प्रथमच ऐकत होते. त्यामुळे मी लगेच विचारलं, "म्हणजे काय?"

मग काकू पेरूच्या झाडाच्या सावलीत तिथल्या बाकड्यावर बसल्या. "अशी एक कथा आहे, की पूर्वीच्या काळी एक त्रिशंकू नावाचा राजा होता. त्याला आपल्या मानवी देहासह स्वर्गात जाण्याची इच्छा होती. विश्वामित्र ऋषींनी त्यांच्या योगसामर्थ्याचा वापर करून त्याला त्याच्या शरीरासह स्वर्गात तर पाठवलं; पण स्वर्गस्थ देवांनी मात्र त्याला खाली ढकलून दिलं. त्यांना अशी भीती वाटत होती, की आज एका मानवाला सदेह स्वर्गात प्रवेश दिला, तर उद्या सगळेच मानव तशी इच्छा धरून बसतील आणि ही गोष्ट अजिबात चालणार नाही. विश्वामित्र ऋषींनी आपलं सामर्थ्य वापरून त्याला परत वर ढकललं, तर देवांनी त्याला तत्काळ खाली ढकललं. विश्वामित्र आणि सर्व देव यांच्यात जणूकाही रस्सीखेच सुरू झाली. अखेर विश्वामित्रांनी राजा त्रिशंकूसाठी एक नवीन स्वर्ग निर्माण करून त्याला त्रिशंकू स्वर्ग असं नाव दिलं. त्या ठिकाणी त्यांनी असा भाजीपाला आणि अन्नधान्य निर्माण केलं, जे स्वर्गातही नव्हतं आणि भूलोकीसुद्धा नव्हतं. त्यामुळेच वांगी आणि कॉलीफ्लॉवरसारख्या भाज्या विश्वामित्र ऋषींनी निर्माण केलेल्या आहेत. त्यामुळेच आपल्या प्रिय व्यक्तीच्या श्राद्धासाठी केलेल्या स्वयंपाकात या भाज्या वापरू नयेत, असा संकेत आहे."

काकूंची कथा संपल्यावर जरा वेळ शांतता पसरली. मी काकूंच्या बोलण्यावर विचार करू लागले. काही वेळानंतर आम्ही जिथे बसलो होतो, तिथे रेखा आली. ती केळी, संत्री आणि एक मिठाईची पेटी घेऊन आली होती.

"हे घे," ती मला म्हणाली "ही केळी या बागेतच पिकवलेली आहेत आणि

ही मिठाईसुद्धा घरीच केलेली आहे. तुला नक्कीच....''

इतक्यात तिला मध्येच थांबवत काका म्हणाले, ''आपण भारतात एवढे गोड पदार्थ बनवतो, पण ते सगळे परक्या देशांमधून आपल्याकडे आलेल्या गोष्टींपासून बनवलेले असतात.''

इतक्यात रेखा म्हणाली, ''अप्पा, तिला पेरू आणि केळ्याची गोष्ट सांगा ना. मला स्वतःला ती गोष्ट फार आवडते,'' असं म्हणून रेखा हसली. तिने माझ्या हातात एक केळं ठेवलं.

काकासुद्धा हसले. माझ्या ज्ञानात आणखी थोडी भर घालायला मिळत असल्याचा त्यांना आनंद झाला. ''पेरूच्या बिया गोव्याहून आल्या, म्हणूनच त्याला ग्वाव्हा असं नाव पडल्याचं काही लोक मानतात. कन्नडमध्ये याला पेरला हण्णू असं म्हणतात, कारण हे फळ पेरू देशातून आलं असावं, अशीसुद्धा समजूत आहे. पेरू हा दक्षिण अमेरिकेतील एक देश आहे. आता मी तुला एक गोष्ट सांगतो.

आपल्याकडच्या पुराणामध्ये दुर्वास ऋषी हे त्यांच्या कोपिष्ट स्वभावाबद्दल प्रसिद्ध होते. त्यांच्या रागास जो कुणी कारणीभूत होईल, त्याला ते शाप देत असत. या दुर्वास मुनींचा विवाह कंदाली नावाच्या स्त्रीशी झाला होता. एक दिवस ती त्यांना म्हणाली, ''मुनिवर, सर्व लोकांना तुमच्या रागीट स्वभावाची इतकी भीती वाटते; पण मी मात्र इतकी वर्षं तुमच्याबरोबर संसार केला. खरं तर याबद्दल तुम्ही मला काहीतरी वरदान द्यायला हवं, असं नाही का तुम्हाला वाटत?''

''तिचं ते बोलणं ऐकून दुर्वास मुनींना खरं तर खूप राग आला. पण तरीसुद्धा त्यांनी तिला शाप दिला नाही. त्यांनी तिच्या बोलण्यावर विचार केल्यावर त्यांना तिचं म्हणणं पटलं. ते म्हणाले, ''ठीक आहे. मी तुला एक वर देईन. पण तू नीट विचार करून काय तो वर माग. त्यावर ती म्हणाली, ''तुम्ही माझ्यासाठी असं एक फळ तयार करा, जे अनोखं, एकमेव असं असेल, आणि सुंदर, चमकदार रंगाचं असेल. परंतु त्याचं झाड स्वर्गात नव्हे, तर इथे पृथ्वीवर उगवावं. आपल्या देशात सर्वत्र कुठेही त्याची लागवड करता आली पाहिजे. त्या फळामध्ये फार जास्त बियाही असता कामा नयेत, आणि खात असताना त्याचा कचरा पण इतस्ततः पडू नये. ते फळ जेव्हा कच्चं असेल, तेव्हा एक भाजी म्हणून त्याचा उपयोग करता आला पाहिजे आणि ते पिकल्यावर त्याचा पूजेसाठी उपयोग करता यायला हवा. शिवाय त्या झाडाचे सर्व भाग आपल्या उपयोगी पडले पाहिजेत.''

आपल्या पत्नीने इच्छा व्यक्त करताना इतका विचार करून इतके तपशील सांगितलेले पाहून दुर्वास मुनींना नवल वाटलं. त्यांना स्वतःला राग आला, की त्या रागाच्या भरात ते समोरच्या व्यक्तीला सरळ शाप देऊन मोकळे होत आणि नंतर तो राग शांत झाल्यावर त्यासंबधी विचार करून उःशापही देत असत. पण आता

त्यांच्या पत्नीनं केलेली ही साधीशी मागणी पुरवताना मात्र त्यांची बुद्धी पणाला लागली होती. "स्त्रिया चतुर असतात असं म्हणतात, ते काही उगाच नाही. माझ्यासारखे पुरुष पुढचा विचार न करता कृत्य करून मोकळे होतात," त्यांच्या मनात आलं.

त्यानंतर दुर्वास मुनींनी आपल्या पत्नीची इच्छा पूर्ण करण्यासाठी देवी सरस्वतीची आराधना केली. काही क्षणांतच आपल्या पत्नीला हवं असलेलं झाड निर्माण करण्यात त्यांना यश आलं. त्यांनी केळीचं झाड निर्माण केलं. भारतात सगळीकडे हे सापडतं. केळीच्या झाडाच्या प्रत्येक भागाचा आपण उपयोग करू शकतो. केळीची पानं, खोडाची साल, कोंब, केळफुलं आणि केळी या सर्वच गोष्टींचा वापर करता येतो. कच्च्या केळीची भाजी करतात तर पिकलेलं केळं अगदी सहज कुठेही बसून खाता येतं. देवाच्या पूजेतही केळं लागतंच. केळफुलामध्ये बिया नसतात. ते एखाद्या घोसासारखं दिसतं. केळीचं झाड वर्षभर जगतं आणि त्याच्या आजूबाजूला छोटी रोपं उगवतात.

"ते झाड आणि त्याची फळं पाहून कंदाली हरखली. तिनं त्या झाडाचं नाव ठेवलं कंदारी. ती म्हणाली "जो कुणी या झाडाचं फळ खाईल, तो कधीही क्रोधित होणार नाही. जरी माझ्या शीघ्रकोपी पतीनं हे झाड निर्माण केलेलं असलं, तरीही!"

"जसजसे दिवस जात होते, तसं केळं हे फळ सर्वत्र लोकप्रिय होत होतं. कालांतरानं त्याचं कंदारी हे नाव बदलून कदकली असं नाव रूढ झालं. संस्कृतमध्ये केळ्याला 'कदली फल' असं म्हणतात." ही कथा सांगून संपल्यावर काकांनी एक दीर्घ श्वास घेतला.

मी गालातल्या गालात हसले. लोकांच्या अफाट कल्पनाशक्तीतून ही कथा जन्माला आली असावी. ती कथा ऐकल्यावर मला केळं खावंसं वाटलं, म्हणून मी समोरचं एक केळं उचललं. "आज तुम्ही मला अतिशय सौम्य जेवण जेऊ घातलं आहे," मी म्हणाले, "तेव्हा आता जेवणानंतर तोंड मात्र गोड झालंच पाहिजे."

रेखानं मिठाईचं खोकं माझ्यासमोर उघडून धरलं. त्यात विविध प्रकारच्या मिठाया होत्या. गुलाबजा झांगरी, गुलकंद, गुलाबजाम पाहून माझ्या तोंडाला पाणी सुटलं आणि मी घाईनं एक गुलाबजाम उचलून तोंडात घातला. तो नरम आणि स्वादिष्ट होता. "वा, वा! काय सुंदर आहे चवीला," मी म्हणाले "आपल्या भारतीय मिष्टान्नाची सर जगात कुठल्या पदार्थाला नाही. भारत सोडून इतर देशांतले लोक गुलाबजाम न खाता कसे काय बुवा राहू शकत असतील!"

"जरा थांब उगाच काहीतरी बोलू नको," रेखा म्हणाली, "गुलाबजाम हे पक्वान्न मूळ भारतीय नाहीच आहे."

"असं का?" मी म्हणाले. मला तिचं म्हणणं अजिबात पटलेलं नव्हतं. रेखा

पुढे काहीही बोलायच्या आत मी आणखी एक गुलाबजाम मटकावला.

"मी खरं तेच सांगतेय," रेखा म्हणाली. "एकदा आमच्या कॉलेजात एक भाषाशास्त्रज्ञ व्याख्यान देण्यासाठी आले होते. आपण बोलताना केवळ इंग्रजी भाषेचाच भरमसाट वापर करतो असं नाही, तर पर्शियन, अरबी, पोर्तुगीज अशा भाषांमधले कितीतरी शब्द आपण आपल्या भाषेत घेतलेले आहेत. पण ते परकीय आहेत याची आपल्याला तर कल्पनासुद्धा नाही. गुलाबजामुन हा पर्शियन शब्द असून, हा पदार्थ इराणमध्ये अजूनही करतात. मुघल साम्राज्यात हा पदार्थ आपल्याकडे आला. त्या काळी मुघल दरबारात पर्शियन भाषा बोलली जात होती. झांगरी या शब्दाचंही असंच आहे. पूर्वीच्या काळी हातात घालण्याचा झांगरी नावाचा एक जाळीदार नक्षी असलेला दागिना होता, त्यावरूनच त्या मिठाईचं नाव पडलं."

"आता तुम्ही असंही म्हणाल, की गुलकंदसुद्धा आपल्याइथला नसून, परदेशातून आलेला आहे!" मी म्हणाले.

रेखा हसू लागली, "तुझं बरोबर आहे. तो एक पर्शियन शब्द आहे. गुल म्हणजे पर्शियन भाषेत गुलाब आणि कंद म्हणजे गोड. गुलकंद याचा अर्थ गुलाबापासून बनवण्यात आलेली मिठाई."

आजच्या दिवसात ही इतकी सगळी माहिती ग्रहण करून मला शीण आला होता. अखेर मी एक संत्रं हातात घेऊन म्हटलं, "मी आता या फळाला कधीही ऑरेंज म्हणणार नाही. या फळाला कन्नड भाषेत नारंगी असं म्हणतात."

काकांनी घसा साफ केला. "नारंगी हा शब्द खरोखर भारतीयच आहे; परंतु तो मूळचा कन्नड शब्द नव्हे. तो नार आणि रंगी या दोन शब्दांपासून बनलेला असून, त्याचा अर्थ सूर्यासारखा रंग असलेले असा होतो."

आता हे संभाषण कुठेतरीच चाललं होतं. मला तर काहीच समजेनासं झालं होतं.

"माणसं जेव्हा जास्त काळ एखाद्या ठिकाणी वास्तव्य करून राहतात, तेव्हा ती कळत नकळत आपल्या आजूबाजूची संस्कृती आपलीशी करतात. त्या प्रदेशातील अन्नपदार्थ आणि भाषा हेही त्यात आलंच. कधीकधी त्या प्रदेशातील पाककृतींमध्ये आपण आपल्या पद्धतीच्या पाककृतींची सरमिसळ करून एक वेगळीच पाककृती बनवतो. आपण आता ज्या काही पदार्थांविषयी चर्चा केली, त्यांच्या बाबतीतही हेच घडलं."

मी माझ्या मनगटावरील घड्याळाकडे पाहिलं. मला आता निघायला हवं होतं. मी सगळ्यांचे, विशेषतः काकांचे आभार मानले. आज काकांकडून मी जे काही नवीन शिकले होते, ते मला 'गूगल'कडूनसुद्धा शिकायला मिळालं नसतं.

मी घरी जायला निघाले. रविवार असूनही रस्त्यावर प्रचंड रहदारी होती; पण

तरीही मला कंटाळा आला नाही. आजच्या दिवसभरात काकांशी जे काही बोलणं झालं होतं, त्यावर मी विचार करत होते.

अचानक मला एक किस्सा आठवला– माझ्या आईला दोन बहिणी. तिघींचेही पती कर्नाटक राज्यातले होते. परंतु पतीच्या नोकरीच्या निमित्ताने तिघी बहिणी वेगवेगळ्या भागांत राहत होत्या. एक बहीण पतीसह दक्षिण कर्नाटकात जुन्या म्हैसूर राज्यात राहत होती. माझे आई-वडील महाराष्ट्रात राहत होते, तर तिसरी बहीण व तिचे पती कर्नाटकातील दूरच्या कोपऱ्यातील पठारी भागात राहत असत.

तिघींचे पती निवृत्त झाल्यानंतर काही काळ सर्व जण हुबळीमध्ये एकमेकांच्या जवळपासच्या परिसरात राहू लागले. आम्ही मावस भावंडं एकमेकांना भेटू लागलो. मोठ्या सणासमारंभाच्या प्रसंगी सगळे कुठल्यातरी एका घरात जमत असू. प्रत्येक बहीण आपापल्या घरून कोणतातरी पदार्थ बनवून आणायची आणि आम्ही एकत्र जेवायचो. खूप मजेचे दिवस होते ते.

अशाच एका दिवाळीत खूप विविध प्रकारचे फराळाचे पदार्थ होते. माझ्या आईने महाराष्ट्रियन पद्धतीची श्रीखंड-पुरी बनवली होती. दही टांगून त्याचा चक्का घरी बनवून तिने श्रीखंड केलं होतं. म्हैसूरच्या मावशीनं किशमिश खीर आणि बिसी बेले अन्ना नावाचा भाताचा प्रकार बनवला होता. माझ्या दुसऱ्या मावशीने शेंगदाण्याची चिक्की बनवली होती.

लहानपणी आम्हा सर्व भावंडांना त्या फराळावर ताव मारताना खूप मजा आली होती. पण आज कारनं घरी परत निघाल्यावर माझ्या मनात जे विचारमंथन चालू होतं, त्यात माझ्या असं लक्षात आलं, की प्रत्येक बहिणीने ज्या प्रदेशात दीर्घ काळ वास्तव्य केलं होतं, त्या प्रदेशातील काहीतरी तिनं आत्मसात केलं होतं. आता आम्ही सगळेच एकमेकांच्या जवळपासच राहत होतो. पण प्रत्येक घरात जो स्वयंपाक होत होता, तो किती वेगवेगळ्या धर्तीचा होता. भारताच्या विविध प्रांतांमधील जेवण किती भिन्न प्रकारचं; पण किती रुचकर असतं, हे मला त्या वेळी तीव्रतेनं जाणवलं.

'पनीर पिझ्झा', 'चीझ डोसा' आणि 'इंडियन चायनीज' अशा नवीन पदार्थांची नावं मला आठवली. हे पदार्थही अशाच प्रकारे तयार झालेले असणार.

भारत हा एक देश आहे असं कोण म्हणेल? तो तर एक उपखंड आहे. येथील संस्कृती उन्मेषशाली आहे, पाककृतींमध्ये वैविध्य आहे; पण इथे राहणारी प्रत्येक व्यक्ती मनाने, हृदयाने भारतीय आहे.

◆

४

तीन ओंजळी पाणी

मी लहान असताना माझ्या आजी-आजोबांबरोबर कर्नाटकमधल्या एका छोट्याशा गावात राहत असे.

माझी आजी कृष्णाक्का दिसायला खूप छान होती. पण ती खूप साधी राहत असे. फक्त सणासुदीला किंवा काही कार्य असेल, तेव्हाच ती चांगली साडी नेसायची.

एक दिवस मी शाळेतून घरी आले, तर ती तिची एक जुनी पेटी पुढ्यात घेऊन बसली होती. त्यात तिच्या रेशमी साड्या आणि काही महत्त्वाच्या गोष्टी असतात, हे मला माहीत होतं. ही पेटी आजी फारशी कधी उघडत नसे, त्यामुळे त्यातल्या गोष्टींविषयी मला कुतूहल होतं. त्यामुळे क्वचित कधीतरी आजीनं ती पेटी उघडली, की मी माझे सगळे उद्योग सोडून पळत तिच्याजवळ जाऊन तिथं बसत असे. या खेपेलाही मी तेच केलं. मी शाळेचं दप्तर दारातच टाकलं आणि आजीजवळ जाऊन बसले. आजीने ती पेटी उघडताच मी आत डोकावून पाहिलं. आत एक कुंकवाचा करंडा, चांदीची मूठ असलेला छोटा आरसा, हस्तिदंती कंगवा, आणि काही छोटी चांदीची भांडी होती.

"हे माझ्या वडिलांनी मला लग्नात दिलं होतं," आजी

अभिमानानं म्हणाली. तिच्या वडिलांना जाऊन बरीच वर्षं झाली होती.

मी तो कुंकवाचा करंडा हातात घेऊन त्याकडे बराच वेळ निरखून बघत बसले. तो करंडा म्हणजे पॅगोडाच्या आकाराची एक लहानशी डबी होती. मी फारसा काही विचार न करता त्या करंड्याचं झाकण उघडलं. त्यात तीन कप्पे होते. सर्वांत वराच्या कप्प्यात मेण होतं, दुसऱ्या कप्प्यात अगदी लहानसा आरसा होता आणि तळाशी कुंकू ठेवण्यासाठी जरा खोलगट कप्पा होता. ते पाहून मी मंत्रमुग्ध झाले. "अव्वा," मी जरा चाचरत म्हणाले, "तुझ्या या सगळ्या गोष्टींमधला हा कुंकवाचा करंडा मला सर्वांत जास्त आवडलाय. मी जेव्हा मोठी होईन, तेव्हा तू मला हा देशील का गं?" त्यावर ती हसून म्हणाली, "बाळा, मला तेरा नातवंडं आहेत. त्यातल्या प्रत्येकाला माझ्याकडचं काही ना काही मिळायलाच हवं ना? पण हा करंडा मी नक्की तुझ्यासाठी ठेवीन."

जरा वेळानं ती घरातल्या मोठ्या आरशासमोर जाऊन बसली. तिनं केस विंचरून केसांचा छान आंबाडा घातला, नाकात चमकी घातली. त्यानंतर तिनं हिरव्या रंगाची नऊवारी साडी नेसली, पिवळ्या रंगाचा ब्लाऊज घातला. कपाळाला मोठं कुंकू लावलं, कानात मोत्यांच्या कुड्या घातल्या, त्यासोबत दोन दोन सोन्याच्या बांगड्याही घातल्या. अंबाड्यावर फुलांची वेणी घातली. उत्तर कर्नाटकातील वयस्कर भारदस्त स्त्रियांप्रमाणे ती छान तयार झाली.

"अव्वा, आज तर कुठलाच सण नाही. मग तू अशी छान साडी नेसून का तयार झाली आहेस?" मी विचारलं.

"अगं, मी जेवायला चाललेय. तुला यायचंय का माझ्याबरोबर?" ती म्हणाली.

मी जरा वेळ विचारात पडले. मग ती हसून म्हणाली, "तू तुझ्या दुपारच्या वर्गाची चिंता करू नको. तुझ्या शाळेच्या बाई पण तिकडे येणार आहेत."

खेडेगावातल्या शाळेत अशा गोष्टी काही नवीन नव्हत्या. कधीतरी अचानक आठवड्याच्या मध्येच आम्हाला सुट्टी देण्यात यायची आणि मग पुढच्या रविवारी शाळा भरायची. तेव्हा नियम फारसे कडक नव्हते. आयुष्यं सोपं होतं. मी माझ्या स्वतःच्या विश्वात रममाण झालेली उमलणारी कळी होते.

तिचे शब्द ऐकताच मी आनंदानं तिच्या सोबत जायला तयार झाले. आपल्याला जेवायला जायचंय या कल्पनेनं मी हरखून गेले होते. मी लगेच कपडे बदलून झटपट तयार झाले. त्या वयातसुद्धा मला कपडे बदलून तयार व्हायला जास्त वेळ लागत नसे.

आमची अव्वा तशी काही फार बोलकी नव्हती. पण त्या दिवशी ती खूप खूश दिसत होती. माझ्या आजोबांना तिच्याबरोबर अशा प्रकारच्या कार्यक्रमांना यायला मुळीच आवडत नसे. त्यामुळे ती त्यांना म्हणाली, "मी आज इंदिराकडे जेवायला

चालले आहे. मी तुमचं पान वाढून केळीच्या पानाखाली झाकून ठेवलंय. पण वेळेत जेवून घ्या हं!''

मी माझ्या आजोबांना प्रेमानं शिग्गाव काका म्हणत असे. त्यांनी मान हलवली आणि परत वर्तमानपत्र वाचायला सुरवात केली.

आम्ही लगेच घराबाहेर पडून इंदिरा आजीच्या घरी चालतच निघालो.

''आज तिकडे काय आहे?'' मी विचारलं.

''माझी मैत्रीण इंदिरा नुकतीचं वाराणसीहून परत आली आहे, म्हणून तिनं आम्हा मैत्रिणींना जेवायला बोलवलं आहे. तो एक छान सोहळा असतो. त्याला 'काशी समाराधाने' असं म्हणतात.''

''म्हणजे काय गं आजी? आणि जर इंदिरा आजी गावाला जाऊन आली, तर आपण सगळ्यांनी एकत्र जमून सण का साजरा करायचा? आपण नाही का हुबळी किंवा गदगला जाऊन येतो! मग परत आल्यावर कुठे लोकांना जेवायला बोलवतो?''

अव्वानं एक मोठा निःश्वास टाकला. ''अगं, काशीला जाऊन येणं म्हणजे काही हुबळी किंवा गदगला जाऊन येण्याइतकी साधीसुधी गोष्ट नाही. काशी हे पृथ्वीतलावरचं सगळ्यात पवित्र असं तीर्थक्षेत्र आहे. ते गंगा नदीच्या काठी वसलेलं आहे. असं म्हणतात, की या संपूर्ण विश्वाची निर्मिती करणारा विश्वनाथ हा देव काशीत राहतो. तो तिथून सर्वांचं रक्षण करतो, सर्वांना आशीर्वाद देतो. त्यामुळे या जगातलं काशी हे या विश्वनाथाचं सगळ्यात आवडतं ठिकाण आहे. तिथे गंगेमध्ये स्नान करण्यासाठी ऐंशी घाट आहेत. त्या शहरात हजारो संस्कृत पंडित राहतात. मी आज जी साडी नेसले आहे ना, ती बनारसी साडी आहे. आपल्याला जर कुणी लग्नात बनारसी साडी दिली, तर ते शुभ मानण्यात येतं, कारण काशी या तीर्थक्षेत्राच्या ठिकाणी ती बनते.''

हे सगळं मला काही फारसं पटलं नव्हतं.

''हो, गं आजी. पण तरीही त्यांनी सगळ्या लोकांना जेवायला का बोलावलंय?'' मी पुन्हा विचारलं. खरं म्हणजे मला तिकडे जाऊन गोडाधोडाचं जेवायची इच्छा होतीच.

''एखादी व्यक्ती कितीही श्रीमंत असली किंवा तिची काशी विश्वेश्वरावर अगदी गाढ भक्ती असली, तरीसुद्धा काशीला जाणं मुळीच सोपं नसतं, बरं का! तिकडे जाणं आणि येणं खूप कष्टांचं आहे. तो सगळा प्रवास फार खडतर आहे. बऱ्याच ट्रेन्स आणि बसेस बदलून तिकडे जावं लागतं. तिकडचे लोक आपल्यापेक्षा वेगळी भाषा बोलतात. ते हिंदी बोलतात. शिवाय त्या गावात आपले कुणीच नातेवाईक नाहीत. कुठे आणि कसं जायचं ते सांगायला कुणीच नाही. शिवाय तिकडे हिवाळ्यात इतकी कडाक्याची थंडी असते, की आपण साधं पाण्यात पायही बुडवू

शकत नाही. तेच उन्हाळ्यात तिथं इतकं गरम होतं, परिसर इतका तापून निघतो की, पूजा करण्यासाठी अनवाणी चालताना खूप हाल होतात. तुम्ही परक्या प्रांतातून आलेले असल्याचं तिथल्या लोकांच्या लक्षात आलं, तर ते तुम्हाला फसवू शकतात. पूर्वीच्या काळी कितीतरी लोक काशीयात्रेला गेले; पण पुन्हा परत घरी न आल्याची उदाहरणं आहेत, त्यामुळे आपल्या ओळखीतलं कुणी काशीला जाऊन सहीसलामत परत आलं, तर आपण ते मोठंच भाग्य समजतो. त्यामुळं ते लोक काशीयात्रा करून परत आल्याचा आनंद साजरं करण्यासाठी जेवणाचा कार्यक्रम ठेवतात. आपण त्यांना काहीतरी भेटवस्तू पण द्यायची असते.''

''मग तू काय देणार आहेस, अव्वा?'' मी उत्सुकतेनं विचारलं.

अव्वानं तिच्या हातातली पिशवी उघडून माझ्यासमोर धरली. आत एक सुती साडी, फळं आणि गजरे होते.

''आणि मग ते आपल्याला काय देणार?'' मी म्हणाले.

''त्यांनी आपल्यासाठी काशीहून गंडा आणि गंगाजल आणलं असेल. त्या दोन्ही गोष्टी पवित्र मानल्या जातात. तो गंडा तू रोज गळ्यात घालत जा किंवा मनगटावर बांधत जा. म्हणजे देव तुझं रक्षण करेल. सर्व प्रकारच्या संकटांमधून तो तुझी सुटका करेल.''

हे तेवढं बरं होतं. माझी परीक्षा जवळ आली होती. मला सर्व प्रकारच्या संकटांचा सामना करण्यासाठी त्याचा उपयोग नक्की झाला असता.

माझ्या चेहऱ्यावरचं हसू पाहून अव्वा म्हणाली, ''तुला इतक्या लहान वयात काशीचा गंडा घालायला मिळणार आहे. तू खरोखर नशीबवान आहेस.''

''आजी, तो काशीचा गंडा कसा दिसतो गं?''

''अगं तो साधा काळ्या रंगाचा गाठी मारलेला दोरा असतो. काशी नगरामध्ये भैरवनाथ आहे. हा शिवमहादेवाचा निस्सीम भक्त. हाच काशी आणि आसपासच्या परिसराची राखण करतो. कुणी जर काशीला जाऊन तिथल्या कालभैरवाच्या मंदिरात न जाता परत आलं, तर त्याची काशीयात्रा अपूर्ण राहिली, असं मानतात. काशीमध्ये तो गंडासुद्धा त्या कालभैरवाच्या मंदिरापाशीच मिळतो. मग तो गळ्यात घालायचा किंवा मनगटावर बांधायचा. म्हणजे भैरवनाथ त्या व्यक्तीचं रक्षण करतो, त्याच्या प्रवासात अदृश्य स्वरूपात त्याच्याजवळ राहतो आणि त्याला सुखरूप घरी पोहोचवतो. त्यानंतरच तो त्याच्या पुढच्या भक्ताची काळजी घेण्यासाठी परत फिरतो.''

''हं,'' मी विचारात पडले. पण त्याला जर एकापेक्षा जास्त माणसांना त्यांच्या त्यांच्या घरी सोडायला जावं लागलं, तर? माझ्या मनात आलं.

पण मी हा प्रश्न अव्वाला विचारणार, इतक्याच तीच म्हणाली, ''तुला आता नेमका कोणता प्रश्न पडलाय, ते आलं माझ्या लक्षात. पण भैरवनाथाला एका वेळी

अनेक रूपं घेता येतात."

मग मी विचारलं, "गंगेचं पाणी कशासाठी द्यायचं लोकांना? त्याचा काय उपयोग?"

"किती वेडी मुलगी आहेस गं. गंगेच्या पवित्र तीर्थाचे उपयोग आता मी कसे काय समजावून सांगू तुला?" असं म्हणून तिनं माझ्या डोक्यावरून हात फिरवून मला प्रेमानं थोपटलं. गंगेचं पाणी रोज पिण्याची खरं तर सगळ्यांचीच इच्छा असते; पण प्रत्येकाला ते शक्य होत नाही ना. आपण तर दक्षिण भारतात राहत असल्यामुळे ते आपल्याला शक्यच नाही. म्हणून आपण घरी थोडंसं गंगेचं पाणी ठेवतो. कुणी समजा अगदी शेवटच्या घटका मोजत असेल, तर त्याला मुद्दाम चमचाभर गंगेचं पाणी पाजतात म्हणजे तो माणूस स्वर्गात जातो."

"अव्वा, मी म्हणाले. "काशीला जाणं जर इतकं महत्त्वाचं असेल, तर तुझा जर एवढा विश्वास असेल, तर काका आणि तू काशीला का जात नाही? हवं तर मी पण येईन तुमच्याबरोबर."

माझं बोलणं ऐकून अव्वा विचारात पडली. "मी आजवर कधीच कर्नाटकाच्या बाहेर पडलेली नाही. तुला माहीत आहे ना, प्रवासात मी आणि काका बाहेरचं काही खात नाही. काशीला जायचं तर किमान दहा दिवस हवेत. शिवाय आपल्याला तिथली भाषा येत नाही, त्यामुळे चार लोकांच्यासोबतीनं गेलेलं बरं. पण या गावात काशीला जायला तयार होणाऱ्या लोकांचा गट तयार करणार कोण? आमचं आता वय होत चाललंय. आम्ही जर प्रवासात आजारी पडलो, तर उगाच इतरांनाच त्याचा त्रास होईल. त्यामुळे काशीला जाणं माझ्या दृष्टीनं तरी एखाद्या स्वप्नासारखंच आहे. ते स्वप्न पुरं होणं कठीण आहे. पण इंदिरा तिच्या भावंडांबरोबर जाऊन आली, याचा मला खूप आनंद झाला. आता तिच्या घरी जाऊन तिकडच्या गोष्टी ऐकायच्या आहेत मला!"

माझ्या आजीला काशी या तीर्थक्षेत्राविषयी एवढी भक्ती का वाटत असे, ते मला त्या वेळी कळलं नव्हतं.

जरा वेळात आम्ही इंदिरा आजीच्या घरी पोहोचलो. तिथं सगळं समारंभाचं वातावरण होतं. घराच्या फाटकापाशी केळीचे खुंट आणि आंब्याच्या पानांची आरास केलेली होती. सगळीकडे फुलांच्या माळा आणि तोरणं होती. घराच्या दारापुढे अंगणात सुंदर रांगोळी रेखाटलेली होती. माझ्या वर्गातल्या काही मुलीसुद्धा तिथं खेळत होत्या. ते पाहून मी हरखून गेले. माझ्या वर्गशिक्षिका पण तिथं होत्या. त्या सर्वांना सरबत देत होत्या. एका बाजूला गंगाजलाच्या छोट्या छोट्या गडूंची उतरंड रचून ठेवण्यात आली होती. प्रत्येक गडूला काळा गंडा बांधण्यात आला होता. शेजारी एक मोठं केळीचं पान पसरून त्यावर मेवामिठायांनी भरलेली ताटं ठेवण्यात

आली होती; पण तिथं कुणीच जेवायला बसलेलं नव्हतं. मी मनातल्या मनात त्या मिठायांचे प्रकार मोजू लागले.

त्याला लागूनच घरातली मोठी खोली होती. मी आणि अव्वा आत शिरलो. माझी आजी गावातली सर्वांत वयस्कर स्त्री होती. ती सर्वांचीच आवडती होती. त्यामुळे तिला पाहून सगळ्यांना खूप आनंद झाला. अव्वा तिच्या मैत्रिणीला-इंदिरेला म्हणाली, ''तू खरंच नशीबवान आहेस हो. तू काशीला जाऊन गंगास्नान केलंस आणि साक्षात विश्वनाथाचं जवळून दर्शन घेतलंस.''

इंदिरा आजी गोडसं हसली. तिनं आम्हा दोघींना प्रेमानं बसवलं. तिच्याभोवती खूप मंडळी जमा झाली होती. सगळ्यांनाच तिच्या तोंडून काशीयात्रेची हकिगत ऐकायची होती.

कुणीतरी विचारलं, ''तिकडचं अन्नपूर्णा देवीचं मंदिर खूप प्रसिद्ध आहे म्हणे! तुम्ही ते पाहिलंत का?''

''हो, ते फार सुंदर आहे.'' इंदिरा आजी म्हणाली, ''विश्वनाथाच्या मंदिराच्या आधीच अन्नपूर्णेचं मंदिर आहे. शंकर भगवान मंदिरात आपल्या पत्नीसमोर भिक्षापात्र धरून भिक्षा मागतात. अशा प्रकारचं हे एकमेव मंदिर आहे. असं म्हणतात की काही खास दिवसांमध्ये स्वतः शंकर भगवान इथं प्रकट होतात.''

लोक इंदिरा आजीवर प्रश्नांचा भडिमार करत होते. जरा वेळातच मी कंटाळून गेले.

मी हळूच माझ्या आजीला कोपरानं ढोसलं. तिनं माझ्याकडे वळून पाहताच मी कुजबुजत्या स्वरात तिला विचारलं, ''आजी, बाहेर बघ ना किती पानं वाढून ठेवलेली आहेत. पण तिथं कुणीच जेवायला बसलेलं नाहीये. मी जाऊन त्यातलं काहीतरी खाऊ का? मला खूप भूक लागली आहे.''

''अगं, असला काही विचारसुद्धा मनात आणू नको. तो नैवेद्य भैरवनाथासाठी वाढून ठेवलाय बरं. पण त्याला खूप काम असतं ना. शिवाय त्याला काशीला परत जायची घाई आहे. तुला हवं तर तू त्याची प्रार्थना कर.''

पण तिथं तर कुणीच जेवायला बसलेलं दिसत नव्हतं. मग मला आठवलं, भैरवनाथ अदृश्य रूपात असतो. मग मी त्या नैवेद्याच्या ताटांकडे पाहून हात जोडून भैरवनाथाची प्रार्थना करत बसले.

थोड्या वेळानं आम्हाला जेवायला वाढण्यात आलं. जेवण अतिशय रुचकर होतं.

आम्ही परत घरी जायला निघालो.

रस्त्यात आजी म्हणाली, ''इंदिरेनं तीन ओंजळी गंगाजलाचं अर्घ्य उगवत्या सूर्याला दिलं. फार छान झालं. किती सुंदर दृश्य असेल ते. कधीतरी मलाही वाटतं,

आपणही तिकडे जावं, हे असं करावं. पण आपल्या घरच्या बागेतला झरा म्हणजेसुद्धा गंगेचंच रूप आहे, असं मी मानते. मी माझ्या बागेत वाहणाऱ्या झऱ्याची पूजा केली, तर ती गंगेला नक्कीच पोचेल असं माझं मन मला सांगतं.''

आता संध्याकाळ झाली होती. दुरून आमचं घर दिसत होतं. आजोबा व्हरांड्यात येऊन बसले होते. माझे आजोबा म्हणजे काका माझे मित्रच होते. मी पळतच त्यांच्यापाशी जाऊन त्यांना दिवसभराची हकिगत सांगायला बसले.

मी जवळ जाताच ते हसून म्हणाले, ''काय गं, काशीयात्रेला जाऊन आल्यावर काहीतरी सोडायला लागतं त्याविषयी तुला तुझ्या अव्वानं सांगितलं की नाही?''

''काका, तुम्ही कशाविषयी बोलताय?''

''पूर्वीच्या काळी काशीयात्रेला काही दिवस नव्हे, तर काही महिने लागत. आज आपल्याकडे रेल्वे आहे, बसेस आहेत. पण त्या काळी लोकांना जंगल पार करून जावं लागे. वाटेत वन्य पशूंचं भय असे. अनेकांना आपल्या घरी परत पोहोचणंसुद्धा शक्य होत नसे. त्या वेळी काशी यात्रा करणाऱ्या यात्रेकरूंना जिझिया नावाचा कर भरावा लागत होता. पण अकबर राजाने हा कर रद्द केला. पुढे औरंगजेबाने तो परत आकारण्यास सुरवात केली. त्यामुळे काशीयात्रेला जाणं हे कष्टांचं तर होतंच, पण खर्चाचंही होतं. त्यामुळे हे सगळं पार करून एखादी व्यक्ती काशीला पोहोचलीच, तर तिथं जाऊन त्या व्यक्तीला एक जगावेगळा नेम करावा लागायचा. गंगेच्या पात्रात उभं राहून तीन ओंजळी पाण्याचं अर्घ्य सूर्याला देऊन आपल्याला अत्यंत प्रिय असलेल्या एखाद्या गोष्टीचा जन्मभरासाठी त्याग करायचा आणि अशी शपथ सूर्याच्या साक्षाने घ्यायची. गंगेला दिलेला हा शब्द म्हणजे काळ्या दगडावरची रेघ. त्यामुळे ते वचन कधीच मोडाचयं नाही.''

मी काकांचे ते शब्द ऐकून आश्चर्यचकित झाले. काकांनी थांबून एक दीर्घ श्वास घेतला.

''त्या व्यक्तीला काही विशिष्ट नियमांचं पालन करावं लागतं.''

''कोणते नियम?''

''गहू, तांदूळ, दूध, डाळी, तूप आणि गूळ या गोष्टी सोडता येत नाहीत. पण तुम्ही ज्या ठिकाणी राहत असाल, त्या भागात मुबलक पिकणारी एखादी भाजी, एखादं फळ किंवा तुमचं आवडतं एखादं पक्वान्न खाणं तुम्ही कायमचं सोडू शकता. उदाहरणार्थ तुला समजा जिलबी खायला खूप आवडत असेल, तर तू काशीला जाऊन जिलबी कायमची सोडू शकतेस. पण समजा तुला एखादी गोष्ट मुळातच आवडत नसेल, म्हणजे उदाहरणार्थ कार्ल्याची भाजी, तर ती काही तू काशीला जाऊन सोडू शकत नाहीस. थोडक्यात काय, आपल्या आवडत्या गोष्टीचा आपण कायमचा त्याग केला, तर जेव्हा जेव्हा ती गोष्ट आपल्याला दिसते, तेव्हा

तेव्हा आपल्याला काशीची आठवण होते.''

''पण काका, ही गोष्ट खूपच अवघड आहे हो.''

माझ्या आजोबांचं माझ्या बोलण्याकडे लक्षच नव्हतं. ते तसेच पुढे बोलत होते. ''समजा जर पती-पत्नी एकत्र काशीयात्रेत गेले, तर ते दोघंही एकच गोष्ट सोडू शकतात. ते खूप सोपं पडतं, कारण घरी परत गेल्यावर दोघांसाठी वेगळा स्वयंपाक करावा लागत नाही. पण समजा असं झालं, की पती-पत्नी काशीयात्रेला एकत्र न जाता वेगवेगळे गेले आणि त्यांनी तिथे जाऊन वेगवेगळ्या गोष्टी सोडल्या, तर मात्र दोघांनाही एकमेकांनी सोडलेल्या गोष्टी खाणंसुद्धा वर्ज्य असतं.''

तेवढ्यात अव्वासुद्धा व्हारांड्यात येऊन बसली.

''बापरे! हे सगळं फारच गुंतागुंतीचं प्रकरण दिसतंय,'' माझ्या मनात आलं. मी विचारलं, ''काका, आपली आवडती गोष्ट कायमची सोडणं फार अवघड असेल ना?''

''ते प्रत्येक व्यक्तीवर अवलंबून असतं. तुम्ही जर मनापासून एखाद्या गोष्टीचा त्याग करण्याची शपथ घेतली असेल, तर काही काळानंतर तुम्हाला त्या गोष्टीचा मोह पडत नाही. त्या गोष्टीवाचून जगण्याची सवय होऊन जाते.''

''तुम्ही जर काशीला गेलात, तर तुम्ही काय सोडाल?'' मी त्यांना खोडकरपणे विचारलं.

''तुझी ही अव्वा आहे ना, ती मला सगळ्यात जास्त आवडते. म्हणूनच मी कधीही काशीला जायचं नाही, असं ठरवलंय.'' आजोबा हसून म्हणाले. त्यांचे डोळे चमकत होते.

अव्वा खरं तर इतकी म्हातारी होती. पण तरीसुद्धा आजोबांच्या बोलण्यावर ती लाजून हळूच घरात निघून गेली.

मग जरा गंभीर होत ते म्हणाले, ''अगं, काशीला जाणं आपल्या हातात कुठे असतं? सगळं तर त्या काशी विश्वनाथाच्या हाती असतं. त्याची जेव्हा मर्जी होईल, तेव्हा तोच बोलावणं धाडेल.''

असे दिवस, महिने, ऋतू लोटले. आमची अव्वा काशीला कधी गेलीच नाही. ती त्याआधीच देवाघरी गेली. तिची फार पूर्वीपासून भीष्माष्टमीला देह ठेवण्याची इच्छा होती. भीष्माचार्यांनी ज्या दिवशी देह ठेवला, त्याच दिवशी आजीला काळानं ओढून नेलं, असं म्हणतात, की ज्यांना भीष्माष्टमीच्या दिवशी मृत्यू येतो, त्यांच्यासाठी स्वर्गाची दारं आपोआप खुली होतात. त्या वेळी मी पुण्यात होते. अव्वाच्या निधनाची बातमी ऐकून मी हुबळीला पोहोचेपर्यंत ती भिंतीवरच्या तसबिरीत जाऊन बसली होती. मला तिच्या रक्षेच्या कलशाचं तेवढं दर्शन घेता आलं. आजही माझ्या डोळ्यांपुढे हसरी, खेळकर स्वभावाची, कामसू आणि सर्वांच्या मदतीसाठी नेहमी

तत्पर असणारी माझी अव्वा येते.

अव्वाच्या शेवटच्या इच्छेनुसार तिचा कुंकवाचा करंडा माझ्या मावशीनं माझ्या हातात ठेवला. मी तो एका जुन्या पेटीत अगदी जपून ठेवला आहे. अव्वा बऱ्याचदा त्यातलं कुंकू घेऊन लावायची. पण ती गेली तेव्हा आपल्याकडे कुंकवाच्या टिकल्यांची पाकिटं बाजारात मिळू लागली होती. त्यामुळे मी त्या कुंकवाचा फारसा वापर केला नाही.

जसे जसे दिवस लोटले तसा माझा वाचनाचा व्यासंग खूप वाढला. मी बौद्ध धर्माविषयी खूप वाचन केलं. गौतम बुद्धाच्या हृदयात जी अपार करुणा भरलेली होती, त्यानं माझं हृदय हेलावून गेलं. माझ्या मनात खोलवर कुठेतरी ते विचार स्पर्शून गेले. मला नक्की काय झालं, ते नीट सांगता येणार नाही. गौतम बुद्धानं मध्यम मार्ग का स्वीकारला होता, ते त्या वेळी मला समजलं. बौद्धधर्माची प्रतीकं म्हणजे चक्र आणि दोन हरणं. गौतम बुद्धाच्या आयुष्यात सारनाथ या स्थळानं खूप मोठी भूमिका बजावली आहे. बुद्धानं आपल्या आयुष्यातील पहिलं प्रवचन सारनाथ येथे दिलं. वाराणसीपासून केवळ काही किलोमीटर अंतरावर असलेल्या एका उद्यानात त्यांनी हे प्रवचन दिलं. या उद्यानात खूप हरणं होती. मला त्या वेळीच असं कळलं की वारणा आणि अस्सी या नद्या पुढे जाऊन गंगेला मिळतात. त्यावरूनच वाराणसी शहराचं नाव पडलं. फार प्राचीन काळापासून हा परिसर पवित्र आहे, असं मानलं जातं. इसवी सन पूर्व ३२९मध्ये ह्यू एनत्संग हा चीन प्रवासी जेव्हा भारतात आला, तेव्हा त्यानं लिहिलेल्या प्रवासवर्णनांमध्ये वाराणसी शहराचं, तेथील मंदिरांचं, छोट्या छोट्या नद्यांचं, झऱ्यांचं आणि त्या शहराच्या वैभवाचं तपशीलवार वर्णन केलेलं आहे. त्यामुळे मला एकदा तरी काशीला जाऊन येण्याची तीव्र इच्छा झाली होती. पण कामाचं दडपण आणि दैनंदिन गोष्टीमध्ये मी इतकी गुंतले होते, की ते जमतच नव्हतं.

१९९५ सालच्या दिवाळीत मला कुणीतरी एक भेट पाठवली. मी ती उघडून पाहिली. ते एक पुस्तक होतं. पुस्तकाचं शीर्षक होतं- 'बनारस : प्रकाशाचं गाव.' डायना एल. एक. या लेखिकेनं ते लिहिलं होतं. मी ते बाजूला ठेवून दिलं. दिवाळीची गडबड संपली की निवांतपणे ते वाचायचं, असं मी ठरवलं होतं. त्या वर्षी दिवाळीत परंपरागत आरती करायची, असं आम्ही कुटुंबीयांनी ठरवलं होतं. मी माझ्या खोलीत जाऊन माझी जुनी ट्रंक उघडून बसले. मला पूजेसाठी चांदीचं तबक काढायचं होतं. अचानक मला तो कुंकवाचा करंडा दिसला आणि माझ्या अव्वाची तीव्रतेनं आठवण झाली. मी त्या तबकाविषयी पूर्णपणे विसरले. मी हळुवार हातांनी तो करंडा उघडला आणि माझ्यासमोर अव्वा आली. ती करंड्यातून कुंकू घेऊन कसं लावायची, ते आठवलं. ती त्या दिवशी काशी समाराधनेच्या कार्यक्रमासाठी कशी

तयार झाली होती, त्याची मला आठवण झाली. आम्ही दोघी पायी पायी चालत, गप्पागोष्टी करत त्या समारंभात गेलो होतो, ते सगळं डोळ्यांसमोर उभं राहिलं. तिनं तो कुंकवाचा करंडा मला द्यावा, म्हणून मी तिच्यापाशी किती लाडीगोडी लावत असे, तेही मला आठवलं. तिचा काशीयात्रेला जाण्यावर किती गाढ विश्वास होता. पण तिला स्वतःला कधीच काशीला जाण्याची संधी मिळाली नाही. एवढं असूनही तिला त्या गोष्टीचा कधी खेद वाटला नाही. मी स्वतःशीच म्हणाले, "आजकाल काशीला जाणं इतकी काही काठीण गोष्ट राहिलेली नाही. शिवाय डायनानं लिहिलेलं हे पुस्तक माझ्या सोबतीला आहे. मी जाण्यापूर्वी ते वाचलं, की मला ते शहर नीट कळेल. माझ्या आजीसाठी तरी मला काशीला जायलाच हवं..."

"काय गं? आतल्या खोलीत काय ध्यान वगैरे लावून बसली आहेस की काय?" माझी आई बाहेरून विचारत होती. "चल लवकर, बाहेर ये. सगळे इथे वाट बघतायत."

आईच्या हाकांनी मी भानावर आले.

मी घाईनं ते तबक शोधलं आणि हातात तबक आणि तो कुंकवाचा करंडा घेऊन बाहेर आले. मी त्या दोन्ही गोष्टी माझ्या आईच्या हातात ठेवल्या.

"अरे वा, हा तर माझ्या आईचा कुंकवाचा करंडा. तिचा अत्यंत आवडता होता हा. म्हणजे या करंड्याच्या रूपानं जणू काही आईच आपल्यात आज आहे." माझी आई म्हणाली.

दिवाळीचे दिवस संपल्यावर मी ते बनारस शहराबद्दलचं पुस्तक वाचायला घेतलं. ते पुस्तक अप्रतिम सुंदर होतं. खरंतर त्या लेखिकेनं हार्वर्ड विद्यापीठात सादर केलेला तो पीएच.डी.चा प्रबंध होता. ती एक परदेशी स्त्री होती ती. मुद्दाम भारतात येऊन राहिली होती. तिनं इथल्या धर्मक्षेत्रांचा खास अभ्यास केला होता आणि इथे मी काहीही न करता नुसती बसून होते. मला स्वतःचीच लाज वाटली. ते पुस्तक वाचून मला काशीला भेट देण्याची तीव्र इच्छा झाली. मला बालपणी त्या नगराविषयी जी उत्सुकता वाटली होती, त्याची आठवण झाली. शिवाय माझ्या आजीची अपुरी राहिलेली इच्छासुद्धा पूर्ण करायची होती.

१९९६ सालच्या फेब्रुवारी महिन्यात मी कोणालाही बरोबर न घेता एकटीच काशीला गेले. तिथं एका हॉटेलात उतरले. शहराच्या एका टोकाला असलेल्या विश्वनाथ मंदिरात जाऊन मी दर्शन घेतलं. मंदिरात विश्वानाथाची बिल्वपत्रांची पूजा करण्यात येत होती. तिथे दर्शनासाठी आलेल्या लोकांची मोठीच गर्दी उसळली होती. तिथे बंदूकधारी सुरक्षारक्षकांचा पहारा होता. पलीकडच्या बाजूलाच ग्यानवापी मशीद होती. दोहोंच्या मधोमध तारेचं कुंपण होतं. माझ्या मनात या मंदिराची जी प्रतिमा होती, त्यापेक्षा खूपच वेगळं दृश्य होतं ते. ते पाहून माझी थोडी निराशा

झाली. पण देशभरातून विविध वयाचे लोक तिथे दर्शनासाठी आले होते. त्यांची श्रद्धा व भक्ती पाहून मी आश्चर्यानं थक्क झाले.

मंदिरात दर्शन घेऊन मी बाहेर पडले, ती थेट मणिकर्णिका घाटावर गेले. या ठिकाणी अहोरात्र चिता पेटलेल्या असतात. मृतदेहांचं दहन करण्याचं काम सुरूच असतं. आपल्या देशात शिक्षणाचा इतका प्रसार झाला, संस्कृतीमध्ये इतके बदल घडून झाले तरीही काशीला देह ठेवल्यावर स्वर्गप्राप्ती होते, या संकल्पनेत काहीही बदल झाला नाही. त्यानंतर मी आणखीही घाटांवर जाऊन आले. या पवित्र शहरात जागोजागी घाणीचं साम्राज्य पाहून उबग आला. त्यानंतर मदन मोहन मालवीय यांनी एकट्याच्या जिवावर उभ्या केलेल्या बनारस हिंदू विद्यापीठाला मी भेट दिली. तसेच वस्तुसंग्रहालये पाहिली. हिंदुस्थानी शास्त्रीय संगीतातील रागांचं तैलचित्रांच्या माध्यमातून केलेलं मनोहारी चित्रण या संग्रहालयांमध्ये पाहायला मिळालं.

मी पायी चालत अनेक मंदिरांमध्ये जाऊन तिथल्या देवदेवतांचं दर्शन घेतलं. अन्नपूर्णा देवी, भैरवनाथ, संकटमोचन हनुमानाचं प्रसिद्ध मंदिर, असं सगळं पाहिलं. हनुमान मंदिरात भक्तांपेक्षा जास्त संख्येनं माकडं उपस्थित होती. माझ्या आजूबाजूला सर्वत्र काळे गंडे विक्रीला ठेवण्यात आले होते. पण मी मात्र एकसुद्धा खरेदी केला नाही. कारण आता माझा त्यावर विश्वास उरला नव्हता. गंगेचं पाणीसुद्धा लहान-मोठ्या कलशांमध्ये विक्रीसाठी ठेवण्यात आलं होतं. गंगेचं पाणी आजही पवित्र मानण्यात येतं.

त्यानंतर काशीच्या गल्ल्या-बोळ्यांमधून मी पायी भटकंती केली. प्रत्येक क्षणाचा आनंद लुटला. जागोजागी दुकानांमध्ये अतिशय सुंदर बनारसी साड्यांचं प्रदर्शन मांडलेलं होतं. कित्येक साड्या माझ्या नजरेत भरल्या. खरंच, साडी हा सुंदर शोध आहे. एक लांब कापडाचा पट्टा, आणि तो नेसण्याच्या किती विविध पद्धती! ग्रीक, रोमन आणि आपण भारतीयांनी शोधून काढलेल्या! मी अनेकदा परदेश प्रवास करते. तिथं भेटलेल्या अनेक लोकांकडून मला आपल्या भारतीय साडीचं– तिच्या काठपदराचं, तिच्या सौंदर्याचं वर्णन ऐकायला मिळतं. साडी नेसलेल्या स्त्रीच्या व्यक्तिमत्त्वाला एक वेगळाच दिमाख आणि भारदस्तपणा प्राप्त होतो. मी कित्येक लोकांना साडीच्या सौंदर्यानं भारावून गेलेलं पाहिलं आहे.

काशीमध्ये अत्यंत सुंदर आणि आगळ्यावेगळ्या बनारसी साड्या निर्माण होतात. ही वर्षानुवर्षांची परंपरा आहे. काळानुसार त्यात थोडेफार बदल घडून आलेले आहेत; पण आजही तिथे बनणाऱ्या साड्या सुंदरच असतात. मीसुद्धा स्वतःसाठी थोड्या साड्या खरेदी करायचा बेत केला होता. एक फिक्या रंगाची साडी आणि एक अव्वाकडे होती तशी हिरव्यागर्द रंगाची साडी. दुकानातील विक्रेते मला आणि रस्त्यावरच्या इतर लोकांना बोलावत होते. साड्या खरेदी करण्याच्या विचाराने मी

हरखून गेले होते. पण मग मी स्वतःच्या मनाला समजावलं- 'एवढी घाई करायची काय गरज आहे; उद्या आणखी थोड्या साड्या बघून झाल्यावर सावकाश खरेदी करता येईल.' मग मी नुसतंच रस्त्यांमधून फेरफटका मारायचं ठरवलं.

मी चालता-चालता पुन्हा एकदा घाटांकडे गेले. अखेर मी अत्यंत गजबजलेल्या दशाश्वमेध घाटापाशी जाऊन पोहोचले. तिथे बरीच गर्दी जमली होती. आरतीची तयारी सुरू होती. मी आजूबाजूला नजर फिरवली. तिथे बरेच पर्यटक होते. ते केवळ भारतातल्या विविध राज्यांमधूनच नव्हे, तर जगभरातून आलेले होते. ते हसून परिसराचे फोटो काढत होते. तिथली घाण, तिथले गल्ल्या-बोळ, तिथली ती उबग आणणारी गर्दी यांपैकी कशाचाच त्यांना त्रास होताना दिसत नव्हता. तिथे ध्यानस्थ बसलेले साधू होते. काही भक्त गंगास्नानाची तयारी करता होते. ते पाहून मलासुद्धा मोह पडला. 'आपणही गंगेच्या पाण्यात एक डुबकी घ्यायला काय हरकत आहे! आपणही तीन ओंजळी पाण्याचं अर्घ्य देऊन या काशीयात्रेची सांगता केली पाहिजे.'– माझ्या मनात आलं. मग त्या पाण्याकडे निरखून पाहिलं. त्या पाण्यात खूप घाण तरंगत होती. तिथे डुबकी मारायला माझं मन होईना. मला अचानक आठवण झाली. माझा एक जुना मित्र अजय या घाटाच्या जवळपासच कुठेतरी राहत होता. 'गंगेच्या पाण्यात उतरण्यासाठी जवळपास कुठलं कमी गर्दीचं, जरा स्वच्छ ठिकाण आहे का, हे त्याला विचारलं पाहिजे,' मी स्वतःशीच म्हणाले.

मी जवळ असलेल्या पे फोनवरून त्याला फोन केला. मी काशीला येत असल्याचं अजयला आधी कळवलं नव्हतं, याबद्दल तो माझ्यावर चिडला. मग त्यानं मला त्याच ठिकाणी थांबायला सांगितलं. काही मिनिटांतच तो स्कूटरवरून तिथं आला.

"मुळात तुझा मित्र या शहरात राहत असताना तू हॉटेलत जाऊन राहिलीसच कशी? आत्ताच्या आता सामान घेऊन माझ्या घरी चल." तो म्हणाला.

त्याचं मन मोडणं माझ्या जिवावर आलं. मी त्याचं म्हणणं मान्य केलं.

मी सामानसुमान घेऊन त्याच्या हवेलीत येऊन दाखल झाले. त्या हवेलीत तीन कुटुंब राहत होती. हवेली खूपच मोठी होती. प्रत्येक कुटुंबाला स्वतःची स्वतंत्र जागा होती. अजयच्या घराच्या बाजूने गंगेचं विस्तीर्ण पात्र दिसत होतं. रात्री अंधारात दिवे चमकत होते. अत्यंत सुंदर दृश्य होतं ते.

त्याची पत्नी निशी हिनं मला आग्रहानं जेवायला वाढलं. खास बनारसी मिठाई आणि बनारसी पान असा छान बेत केला. त्यानंतर अजय मला हिंदुस्थानी संगीताच्या मैफलीला घेऊन गेला. हे शहर संगीतप्रेमींचं शहर होतं. बिसमिल्ला खान आणि रविशंकर यांच्यासारखे महान वादक याच शहरातले. हे शहर कितीही घाणीनं भरलेलं असलं, तरीसुद्धा ते जिवंत होतं, इथली संस्कृती चैतन्यपूर्ण होती.

मी पहाटे उठून घाटावर गेले. गंगेत डुबकी मारण्याची मनाची तयारी करून गेले. मी आधी पायऱ्यांवर एकटीच जाऊन बसले. नंतर पाण्यात उतरून खांद्यापर्यंत नदीच्या पात्रात शिरले. पाणी खूप थंडगार होतं. माझ्या अंगात हुडहुडी भरली. पण जरा वेळात त्याची सवय झाली.

मी हातांच्या ओंजळीत पाणी घेतलं आणि मला अव्वाची आठवण झाली. माझ्या नजरेसमोर ती उभी राहिली. हिरवीकंच साडी आणि पिवळा ब्लाऊज घालून ती उभी होती. ती प्रेमानं माझ्याकडे पाहत होती. गंगेच्या पाण्याच्या तीन ओंजळींविषयी मला सांगत होती. मला त्या उन्हाळ्यात व्हरांड्यात बसलेल्या माझ्या आजोबांची-काकांची मूर्ती माझ्या डोळ्यांसमोर तरळली. कुणी, कधी काशीला जायचं, हे स्वतः काशीचा विश्वनाथच ठरवतो, असं त्यांनी मला सांगितलं होतं. माझ्या आजी-आजोबांना या काशी शहराविषयी, गंगा नदीविषयी केवढं प्रेम होतं! माझे डोळे पाण्यानं भरून आले. किती तृप्त आणि समाधानी होते माझे आजी-आजोबा. त्यांची ईश्वरावर किती गाढ श्रद्धा होती. असे आजी-आजोबा मला लाभले हे माझं केवढं भाग्य!

"आजकाल काशीला जाणं किती सोपं झालंय," माझ्या मनात आलं. "मी बंगळूरहून विमानानं दिल्लीला आणि तिथून वाराणसीला आले. मी केवळ पाच तासांत इथे येऊन पोहोचले. आता परत गेल्यावर काशी समाराधने नव्हतं, जेवणावळी नव्हत्या. लोकांना काळे गंडे आणि गंगाजळ वाटायचं नव्हतं. या सगळ्या गोष्टींसाठी कुणाकडे वेळही नव्हता आणि कुणाची इच्छाही नव्हती."

मी उगवत्या सूर्याकडे पाहिलं आणि वर्तमानात परत आले. मी हातांत गंगेच्या पाण्याची ओंजळ घेऊन म्हणाले, "हे गंगामाते, आज मी इथे या उगवत्या सूर्याच्या साक्षीने ही पहिली ओंजळ माझ्या आजी-आजोबांच्या वतीने तुला अर्पण करत आहे. त्यांच्या आत्म्याला शांती मिळू दे. ते जिथे कुठे असतील, तिथे सुखात राहू देत."

मला त्यानंतर खूप मोकळं झाल्यासारखं, खूप हलकं वाटलं. माझ्या आजोबांनी मला काहीही सांगितलं नव्हतं. पण तरीसुद्धा काशीयात्रा करण्याची त्यांची इच्छा मी आज पूर्ण केली होती.

त्यानंतर मी आणखी एक ओंजळभर पाणी घेऊन मोठ्यांदा म्हणाले, "हे गंगामाते, या सूर्याच्या साक्षीने तू सातत्याने आमच्या देशाची जीवनधारा बनून राहिली आहेस. तू तुझ्या या काठावर अनेक साम्राज्ये उदयास येताना आणि जमीनदोस्त होताना पाहिली आहेस. मी या देशात जन्माला आल्याबद्दल कृतज्ञ आहे आणि या देशाची नागरिक असल्याचा मला अभिमान वाटतो. तुझा असाच उत्कर्ष होऊ देत; मी या ओंजळभर पाण्याशिवाय तुला दुसरं काय देऊ शकणार?"

पाण्याची तिसरी ओंजळ भरून घेत असताना मला माझ्या आजोबांचे शब्द

आठवले. "तुला जी गोष्ट सर्वांत प्रिय आहे, ती सोड."

"मी कुठल्या गोष्टीचा त्याग करू?" मी विचारात पडले. हे जीवन, विविधरंग, आकार, निसर्ग, संगीत, कलाकृती, वाचन आणि खरेदी हे सर्वच अत्यंत प्रिय होतं. साडी खरेदी ही माझी अतिशय आवडती गोष्ट होती. मला निसर्गाशी मिळत्याजुळत्या रंगाच्या साड्या आवडायच्या. दर वर्षी बदलत चाललेल्या साड्यांच्या विविध डिझाईन्सची मला नेहमीच भुरळ पडायची. "ठरलं तर मग. मला अत्यंत प्रिय असणारी गोष्ट मी सोडली पाहिजे, असं या काशी शहराचंच म्हणणं आहे तर आज इथे, या उगवत्या सूर्याच्या साक्षीनं मी आजपासून मी सर्व प्रकारच्या खरेदीवर पाणी सोडत आहे. अन्न, औषधपाणी, प्रवास, पुस्तके व संगीत याचा अपवाद वगळता, मी इथून पुढे कोणत्याही प्रकारची खरेदी करणार नाही. मी आजपासून हा नेम करत असून, माझ्या जीवनाच्या शेवटापर्यंत मी या गोष्टीचं पालन करेन," असं म्हणून मी ओंजळीतील पाणी गंगा नदीच्या प्रवाहात सोडलं.

दूरवर कुठेतरी माझ्या आजोबांच्या चेहऱ्यावर हसू फुटल्यासारखं मला वाटलं. काही क्षणांनंतर मी पाण्यातून चालत बाहेर आले आणि टॉवेल पांघरून घाटाच्या पायऱ्यांवर जरा वेळ बसले.

मग अजयच्या घरी परत येऊन मी कपडे बदलले आणि अव्वाच्या कुंकवाच्या करंड्यातून चिमूटभर कुंकू घेऊन स्वतःच्या कपाळाला लावलं.

ही गोष्ट वीस वर्षांपूर्वीची आहे.

खरं सांगायचं, तर मी तो नेम केला आणि मला एक नवीन स्वातंत्र्य प्राप्त झालं. आता स्वतःसाठी कशाचाही संचय करण्याची इच्छाच मनातून नाहीशी झाली आहे. वर्षातून एकदा माझ्या काही जवळच्या मैत्रिणी, बहिणी मला त्यांच्या पसंतीच्या साड्या भेट म्हणून देतात. त्या साड्या मी नंतरचे कित्येक दिवस वापरते. पण जसजशी वर्षं गेली, तेव्हा हळूहळू मला त्या भेटी स्वीकारणंही नकोस वाटू लागलं. मला आता कुणीही काही देऊ नका, असं मी आता सर्वांना सांगितलं आहे.

त्या शेवटच्या ओंजळभर पाण्यानं माझं आयुष्य बदलून टाकलं आहे.

◆

५

कॅटल क्लास

गेल्या वर्षीची गोष्ट. मी लंडनच्या हीथ्रो विमानतळावर एका फ्लाईटची वाट बघत थांबले होते. मी परदेशातसुद्धा साडीच नेसणं पसंत करते आणि प्रवास करण्याच्या वेळी सलवार कमीज घालणं मला सोयीचं वाटतं. त्यामुळे मी- एक ज्येष्ठ नागरिक स्त्री-पारंपरिक साडी वगैरे नेसून त्या विमानतळाच्या टर्मिनल गेटपाशी उभी होते.

अजून प्रवाशांना विमानात जाऊन बसण्याची परवानगी नसल्यामुळे मी तिथेच एका खुर्चीवर बसून आजूबाजूच्या परिसराचं निरीक्षण करू लागले. आमची फ्लाईट बंगळुरूला जाणार होती. आजूबाजूला अनेक मंडळी कन्नड भाषेत गप्पागोष्टी करत होती. माझ्या वयाची अनेक जोडपीसुद्धा त्या गर्दीत होती. कुणी आपल्या मुलीच्या किंवा सुनेच्या बाळंतपणासाठी इंग्लंड किंवा अमेरिकेत राहून आता परत निघाले होते, तर कुणी आपल्या मुला-मुलीचं नवीन घर लावून देण्यासाठी तिकडे जाऊन आले होते. काही ब्रिटिश उद्योजक एकमेकांशी भारतामधील व्यापार क्षेत्रातील प्रगतीविषयी चर्चा करत उभे होते. तरुण मुलं-मुली हातात मोबाईल फोन किंवा इतर इलेक्ट्रॉनिक उपकरणांशी खेळण्यात गढून गेली होती. अगदी

छोट्या मुलांची रडारड नाहीतर पळापळ चालू होती.

जरा वेळात प्रवाशांना विमानाकडे जाण्याची सूचना करण्यात आली. त्याबरोबर मी उठून रांगेत जाऊन उभी राहिले. माझ्या पुढची स्त्री आधुनिक दिसत होती. चेहऱ्यावर रंगरंगोटी, अंगात रेशमी इंडोवेस्टर्न अत्याधुनिक पेहराव, हातात भारीपैकी 'गूची' कंपनीची हँडबॅग, पायात उंच टाचांचे बूट... असा सगळा तिचा थाटमाट होता. तिची केशरचनासुद्धा अगदी अद्ययावत, जिथल्या तिथे होती. तिची मैत्रीण तिच्या जवळच उभी होती. तिनं उंची गर्भरेशमी साडी परिधान केली होती. त्याला साजेसे मोत्याचे कानातले, गळ्यात मोत्याची माळ आणि हातात हिऱ्याच्या बांगड्या ...अशी सजलेली होती ती.

आम्ही उभे होतो तिथून थोड्या अंतरावर एक व्हेंडिंग मशिन होतं. तिथे जाऊन प्यायचं पाणी घेऊन यावं का, असा मी विचार करत होते.

अचानक रांगेत माझ्या पुढे उभी असलेली स्त्री मागे वळून माझ्या पारंपरिक अवताराकडे पाहू लागली. तिच्या नजरेत कीव, करुणा अशा भावना तरळून गेल्या की काय, असं मला वाटलं. ती हात पुढे करून म्हणाली, "तुमचा बोर्डिंग पास दाखवता का?"

मी खरं तर माझा बोर्डिंग पास तिच्या हातात ठेवणारही होते; पण मग मनात विचार आला, 'ही तर काही विमान कंपनीची कर्मचारी असल्यासारखी दिसत नाहीये.' मग मी तिला म्हणाले, "का बरं?"

"वेल! अहो ही रांग फक्त बिझिनेस क्लासने प्रवास करणाऱ्यांसाठी आहे," असं घमेंडखोरपणे म्हणून तिनं दुसऱ्या एका रांगेकडे बोट दाखवलं. तिथे इकॉनॉमी क्लासनं प्रवास करणारे प्रवासी उभे होते. "मला वाटतं तुम्ही तिकडे त्या रांगेत जाऊन उभ्या राहा," ती म्हणाली.

"माझ्याकडेही बिझिनेस क्लासचंच तिकीट आहे," असं तिला सांगण्यासाठी मी तोंड उघडलं. पण मग मनात वेगळाच विचार चमकून गेला. माझ्याकडे बिझिनेस क्लासचं तिकीट नसणारच; किंबहुना बिझिनेस क्लासनं प्रवास करण्याची माझी योग्यताच नाही, असं या बाईच्या का बरं मनात आलं असावं, हे मला जाणून घ्यायचं होतं. त्यामुळे मी तिला शांतपणे म्हणाले, "का बरं? मी का त्या रांगेत जाऊन उभी राहू?"

त्यावर एक मोठा निःश्वास टाकून ती म्हणाली, "थांबा, मी तुम्हाला नीट समजावून सांगते. हे पाहा, अहो बिझिनेस क्लासचं तिकीट आणि इकॉनॉमी क्लासचं तिकीट या दोन्हीच्या किमतीत जमीन-अस्मानाचा फरक आहे. बिझिनेस क्लासचं तिकीट इकॉनॉमीच्या तिकिटाच्या साधारण अडीच पट तरी जास्त असतं..."

इतक्यात तिला मध्येच थांबवून तिची मैत्रीण तिला म्हणाली, "अडीच नाही,

तीन पट जास्त असतं.''

"तेच तर!'' ही पहिली स्त्री म्हणाली. "त्यामुळे साहजिकच बिझिनेस क्लासच्या प्रवाशांना बऱ्याच जास्त सोयी सुविधा पुरवण्यात आलेल्या असतात.''

"अच्छा?'' मी मुद्दामच काही कळत नसल्याचा आव आणून म्हणाले. "कुठल्या कुठल्या सोयी असतात?''

ती जराशी वैतागून म्हणाली, "आम्हाला दोन बॅग्ज नेण्याची परवानगी असते, तर तुम्हाला मात्र एकच बॅग नेता येते. शिवाय विमानात शिरण्यासाठी आम्हाला वेगळी रांग असते. कमी गर्दीची रांग. आमच्या सीट्स, आम्हाला पुरवण्यात येणारं जेवण कितीतरी पटींनी जास्त चांगलं असतं. आमच्या सीट्स मागे पाडल्या, की त्यावर आम्ही झोपू शकतो. आम्हाला प्रत्येकाला स्वतंत्र टी.व्ही. स्क्रीन असतो. शिवाय अगदी कमी संख्येनं प्रवासी असूनही चार स्वच्छतागृहं असतात.''

तिची मैत्रीण मध्येच म्हणाली- "आमच्या बॅगांना चेक इन करताना प्राधान्य दिलं जातं. त्यामुळे प्रवास संपल्यावर आमचं सामान आमच्या ताब्यात लवकर मिळतं. शिवाय फ्रीक्वेंट फ्लायर कार्डवर आमचे अधिक माईल्स जमा होतात.''

"बरं, आता तुम्हाला या दोन तिकिटांमधला फरक नीट समजलाय ना? मग जा बरं, त्या इकॉनॉमीच्या रांगेत जाऊन उभ्या राहा.''

"पण मला नाही तिकडे जायचं,'' मी म्हणाले.

त्यावर चेहऱ्यावर वैताग आणून ती पहिली स्त्री आपल्या मैत्रिणीकडे वळून पुटपुटली, "या 'कॅटल क्लास' मधल्या अडाणी लोकांना एखादी गोष्ट पटवून द्यायची, म्हणजे अवघडच असतं. आता स्टाफपैकी कुणी येऊन या बाईंना समज दिल्यावर मगच त्या तिकडच्या रांगेत जाऊन उभ्या राहतील. आपलं काही त्या ऐकणार नाहीत.''

मला त्या स्त्रियांचा राग आला नाही. पण तिच्या तोंडचं ते 'कॅटल क्लास' शब्द मला भूतकाळात घेऊन गेले. त्यांच्या त्या शब्दांचा माझ्या मनावर जणू आघातच झाला. मला अशीच एक जुनी घटना आठवली.

मी एकदा आमच्या बंगळुरूमध्ये अशाच एका भपकेबाज पार्टीला गेले होते. तिथे शहरातल्या बड्या बड्या असामी उपस्थित होत्या. विविध क्षेत्रांतील मान्यवरांनी हजेरी लावली होती. मी तिथे कुणाशीतरी कन्नडमध्ये बोलत उभी असताना एक माणूस तिथे आला आणि एक एक शब्द स्पष्ट व सावकाश उच्चारत इंग्लिशमध्ये स्वतःची ओळख करून देऊ लागला.

मला इंग्लिश नीट कळणार नाही अशा समजुतीनेच तो तसं बोलत होता, हे तर उघडच होतं.

मी हसून म्हणाले, "अहो, माझ्याशी व्यवस्थित इंग्लिशमध्ये बोला तुम्ही.'' मी

हे वाक्यसुद्धा इंग्लिशमध्येच म्हणाले.

ते ऐकून तो जरासा गडबडला. मग सारवासारव करत म्हणाला, ''अहो तुम्ही मगाशी कुणाशीतरी कन्नडमध्ये बोलत होता ना? त्यामुळे मला वाटलं, तुम्हाला इंग्लिश समजणं जरा जड जात असेल.''

''हे पाहा, स्वतःची मातृभाषा अवगत असणं, त्यात उत्तम संभाषण करता येणं, यात गैर काय आहे? खरं तर जर समोरच्या व्यक्तीला कन्नड समजत नसेल, तरच मी इंग्लिशमध्ये बोलते.''

माझ्या मनात हे असे सगळे विचार चालू असताना अचानक रांग पुढे सरकू लागली आणि मी भानावर आले. माझ्या पुढच्या त्या दोन बायकांची आपापसात कुजबूज चालू होती. ''आता त्यांनी तिकिटं तपासायला सुरुवात केली आहे. आता देतील या बाईंना इकॉनॉमीच्या रांगेत पाठवून! आता तर ती रांग किती मोठी झाली आहे पाहा. आपण चांगलं सांगत होतो, तेव्हा आपलं ऐकलं नाही.''

त्या आपापली तिकिटं दाखवून पुढे निघाल्या. पण पुढे जाऊन जरा बाजूला थांबून माझ्या बाबतीत काय घडतं, ते पाहू लागल्या. अटेंडंट माझं तिकीट पाहून म्हणाली, ''आपण गेल्याच आठवड्यात भेटलो होतो, नाही का?''

''हो,'' मी म्हणाले.

ती हसून पुढच्या प्रवाशाकडे वळली.

मी पुढे चालू लागले. तो विषय तिथेच सोडून निघून जायचं, असं मी ठरवलं होतं. पण तो विचार बदलून मी त्या दोघी बायकांपाशी जाऊन म्हणाले, ''मला प्लीज एक गोष्ट सांगा– मला बिझिनेस क्लासचं तिकीट काढायला परवडणार नाही, असं तुम्हाला कशामुळे वाटलं? आणि समजा माझ्याकडे खरंच तसं तिकीट नसतं, तरीही मी कोणत्या रांगेत उभं राहावं, हे मला शिकवण्याचा अधिकार तुम्हाला कुणी दिला? मी तुमच्याकडे मदत मागायला आले होते का?''

त्या दोघी माझ्याकडे नुसत्या बघत राहिल्या.

''आणि तुम्ही कोणते शब्द वापरलेत? कॅटल क्लास? क्लास या शब्दाचा संबंध पैशांशी आहे का? कुणाकडे भरपूर पैसा असला, तर त्या व्यक्तीला आपोआप 'क्लास' असतोच का?'' मला आता त्या बायकांना चार शब्द सुनावल्याशिवाय राहवेना. ''या जगात पैसा मिळवण्याचे पुष्कळ मार्ग आहेत. कदाचित कोणत्याही सुखसोई पैशाने खरेदी करण्याइतक्या तुम्ही श्रीमंत असाल; पण म्हणून काही तुम्हाला 'क्लास' खरेदी करता येणार नाही. मदर तेरेसा यांना मी 'क्लासी' स्त्री म्हणेन. मंजुल भार्गवसारख्या भारतीय वंशाच्या थोर गणितज्ज्ञाला मी 'क्लासी' असं विशेषण लावेन. पण माणसाकडे एकदा पैसा आला, की त्याच्याकडे 'क्लास' आपोआप येतो, हा विचार फारच जुनाट आहे.''

मी एवढं बोलून त्यांची प्रतिक्रिया ऐकण्यासाठी तिथे न थांबता पुढे निघून गेले.

त्यानंतर सुमारे आठ तासांनी मी मुक्कामाच्या ठिकाणी पोहोचले. आमचं ऑफिस चालू असल्यामुळे मी थेट ऑफिसलाच गेले. त्या दिवशी दिवसभर एका पाठोपाठ एक मीटिंग्ज लागलेल्या होत्या. काही तासांनंतर मला जेटलॅगचा आणि प्रवासाचा थकवा जाणवू लागला. आता त्यानंतरची शेवटची मीटिंग प्रोग्रॅम डायरेक्टरनं घेऊन टाकावी, अशी मी सूचना केली.

"सॉरी मॅडम, पण आजच्या दिवसाच्या शेवटच्या मीटिंगसाठी तुम्ही थांबणं गरजेचं आहे. त्या संस्थेच्या मुख्य कार्यकारी अधिकारी (CEO) खास तुम्हाला भेटायला इथं येणार आहेत. गेले काही महिने त्यांनी यासाठी माझा खूपच पाठपुरावा केलेला आहे. खरं तर त्यांच्या संस्थेच्या बाबतीत आपला निर्णय झालेलाच आहे आणि मी तो निर्णय त्या बाईंना कळवलासुद्धा आहे. पण त्यांना वाटतंय, की तुमच्याशी प्रत्यक्ष चर्चा करून काहीतरी वेगळं घडू शकेल. त्या इथे येऊन कुणालाही भेटल्या, तरीसुद्धा झालेल्या निर्णयात काहीच बदल होणार नाही, हे मी त्यांना सांगितलं. पण त्यांचा माझ्या बोलण्यावर विश्वासच बसला नाही. त्यामुळे मॅडम प्लीज एकदा तुम्ही त्यांची भेट घेऊन हे प्रकरण मिटवून टाका ना."

अर्थात आमच्या ऑफिसात हे असं बऱ्याचदा घडायचं. त्यामुळे हे मला काही नवीन नव्हतं. मी जरा नाइलाजानंच थांबले.

कामाच्या गडबडीत त्यानंतरचा वेळ कसा गेला, ते कळलंच नाही. बघता बघता त्या शेवटच्या मीटिंगची वेळ झाली. मी मीटिंगला जायला उठले, तेवढ्यात मला एक तातडीचा फोन आला.

"तुम्ही पुढे होऊन मीटिंगला सुरुवात करा," मी प्रोग्रॅम डायरेक्टरला म्हणाले. "मी एवढा फोन झाला, की येतेच."

त्यानंतर १५ मिनिटांनी मी ऑफिसच्या कॉन्फरन्स रूममध्ये शिरले. समोर पाहते तर त्या लंडन एअरपोर्टवर भेटलेल्या दोन स्त्रिया इथे प्रेझेंटेशन करत होत्या. आश्चर्याची गोष्ट म्हणजे कालचा तो थाटमाट, तो फॅशनेबल पोशाख गायब होऊन त्याची जागा सुती सलवार कमीजने घेतली होती. दुसरीने एक साधीशी खादीची साडी नेसली होती. अगदी आजही समाजसेवा करणाऱ्यांनी हे असलेच कपडे घातले पाहिजेत, ही मानसिकता दिसून येते. म्हणजे लग्नाला जाणाऱ्या बायकांनी जशा भरजरी, गर्भरेशमी साड्या नेसल्याच पाहिजेत, असा आपल्याकडे पायंडा पडलेला आहे, त्याचप्रमाणे समाजसेवेचं काम करणाऱ्यांनी ही अशी शुष्क, नीरस वस्त्रे परिधान करायला हवीत, हीसुद्धा एक प्रथाच आहे. त्या दोघी स्त्रियांचं जेव्हा माझ्याकडे लक्ष गेलं, तेव्हा त्या क्षणभर स्तब्ध झाल्या. काय बोलावं ते त्यांना कळेना. पण त्या धक्क्यातून सावरून त्यांनी माझ्याकडे पाहून मान डोलावली आणि

काहीच न घडल्यासारखं दाखवून प्रेझेंटेशन परत सुरू केलं.

"हं, तर या गावात, या ठिकाणी माझी कॉफी इस्टेट आहे. तिथल्या सगळ्या कामगारांची मुलं जवळच्या सरकारी शाळेत जातात. त्यांतली अनेक मुलं हुशार, बुद्धिमान आहेत; पण शाळेत काहीच सोयीसुविधा नाहीत. शाळेच्या इमारतीला छप्पर नाही, पिण्याचं स्वच्छ पाणी उपलब्ध नाही. विद्यार्थ्यांना बसायला बाक नाहीत, शाळेत शौचालय नाही, वाचनालय नाही. तुम्ही शाळेत जाऊन पाहा, तिथे ती मुलं असतील..."

"पण शिक्षकच नाहीत," मी तिचं वाक्य पूर्ण केलं.

ती माझ्याकडे पाहून मान हलवून किंचित हसून पुढे म्हणाली, "आमची अशी विनंती आहे, की फाउंडेशनने सहृदयपणे या गोष्टीचा विचार करून या शाळेमध्ये मुलांसाठी सोयीसुविधा उपलब्ध करून देण्याचे औदार्य दाखवावे. म्हणजे या गरीब, गरजू मुलांना उत्तम शाळेत शिक्षण घेता येऊ शकेल."

त्यावर उत्तर देण्यासाठी आमच्या प्रोग्रॅम डायरेक्टरनं तोंड उघडलं. पण तिला न बोलण्याची खूण करून मी म्हणाले, "या शाळेत एकंदर किती मुलं आहेत?"

"अंदाजे २५०."

"त्यांतली तुमच्या इस्टेटीत काम करणाऱ्या कामगारांची मुलं किती आहेत?"

"सगळीच आहेत. माझे वडील आमदार होते, त्या वेळी त्यांनी प्रयत्न करून या शाळेसाठी मंजुरी मिळवली," ती अभिमानानं म्हणाली.

"हे पाहा, ज्या गरीब लोकांना कुणीही गॉडफादर किंवा गॉडमदर नसते, अशांनाच आमचं फाउंडेशन मदत करतं. उदाहणार्थ रस्त्यावर झोपणारा बेघर माणूस किंवा रोजंदारी करून स्वतःच्या कुटुंबाचा निर्वाह करणारा गरीब कामगार. या अशा लोकांवर काही संकट आलं, तर ते कुणाच्या तोंडाकडे पाहणार? त्यांच्या मदतीला कोण धावून येणार? या अशा लोकांच्या मुलांना आम्ही मदतीचा हात देतो. पण हे कामगार तुमच्यासाठी काम करतात. तुमच्या इस्टेटीची भरभराट त्यांच्या श्रमांमधूनच होते. त्याची परतफेड म्हणून तुम्ही त्यांना मदत करू शकता. खरं तर त्यांची काळजी घेणं, हे तुमचं कर्तव्य आहे आणि तुम्ही त्यांच्यासाठी जर काही केलंत, तर भविष्यात त्यातून तुमचं, तुमच्या इस्टेटीचं भलं होणार आहे. आमच्या फाउंडेशनचं एक धोरण आहे. आम्ही आर्थिकदृष्ट्या मागास, दुर्बल, अविकसित घटकांना साहाय्य करतो. आम्ही जे उपक्रम राबवतो, त्याचा फायदा थेट या अशा घटकांनाच होतो. कदाचित ही संकल्पना समजून घेणं 'कॅटल क्लास'मधील लोकांच्या आवाक्याबाहेरचं असेल."

दोघी स्त्रियांनी एकमेकींकडे पाहिलं. माझ्या बोलण्यावर नेमकी काय प्रतिक्रिया द्यावी हे न कळल्यानं त्या गोंधळून गेल्या होत्या.

मग मी माझ्या प्रोग्रॅम डायरेक्टरकडे वळून म्हणाले, ''आज मी तुला एक गोष्ट सांगते, बरं का.''

प्रोग्रॅम डायरेक्टरचा चेहरा कसनुसा झाला होता. ती थोडी अस्वस्थ झाली होती. मीटिंगमध्ये महत्त्वाची चर्चा चालू असताना मध्येच ही गोष्ट कुठून आली, असे भाव तिच्या चेहऱ्यावर उमटले होते.

पण मी तरीही गोष्ट सांगण्यास सुरुवात केली. ''जॉर्ज बर्नार्ड शॉ हा त्याच्या काळातला एक मोठा विचारवंत होता. एक दिवस एका ब्रिटिश क्लबमध्ये त्याच्या सन्मानार्थ एक मेजवानी आयोजित करण्यात आली होती. क्लबमध्ये प्रवेश करणाऱ्या प्रत्येक माणसानं सूट व टाय परिधान केलाच पाहिजे, असा क्लबचा नियम होता. बहुधा त्या काळी 'क्लास' या शब्दाच्या व्याख्येत सूटबूटधारी व्यक्ती अभिप्रेत असणार.

''पण बर्नार्ड शॉ मात्र आपल्या स्वभावधर्माला अनुसरून त्याच्या नेहमीच्या साध्या पेहरावातच क्लबच्या दारापाशी जाऊन पोहोचला. तिथल्या रखवालदारानं त्याला दारातच अडवलं.'' त्याच्याकडे आपादमस्तक पाहत तो म्हणाला, ''सर, मी तुम्हाला आत सोडू शकत नाही.''

''का बरं?''

''कारण या क्लबचा पोशाखासंबंधीचा नियम तुम्ही पाळलेला नाही.''

''वेल! पण येथे आजची मेजवानी तर माझ्या सन्मानार्थच आयोजित करण्यात आलेली आहे. आज इथे माझ्या शब्दांना, माझ्या विचारांना महत्त्व आहे; मी कोणते कपडे घातले आहेत, हे काही महत्त्वाचं नाही,'' शॉ म्हणाला. त्याचं बोलणं तर्कसुसंगत होतं.

''सर, ते काहीही जरी असलं, तरी तुमच्या अंगात हे असे कपडे असताना मी काही तुम्हाला आत सोडू शकत नाही.''

शॉ यांनी त्या दरवानाला समजावून सांगण्याचा बराच प्रयत्न केला; पण तो काही ऐकायलाच तयार नव्हता. अखेर नाइलाजानं शॉ घरी परत गेला आणि कपडे बदलून सूट, टाय वगैरे घालून तिथे परत आला.

''जरा वेळानं भाषणाची वेळ आली. प्रेक्षागृह माणसांनी भरून गेलं होतं. शॉ बोलायला उठून उभा राहिला. लोक त्याचं भाषण ऐकायला उत्सुक होते. पण त्यानं काहीही न बोलता आधी अंगातला कोट आणि टाय काढून व्यासपीठावरील खुर्चीत ठेवला. ''आज या ठिकाणी मी काहीही बोलणार नाहीये,'' तो म्हणाला.

श्रोत्यांमध्ये कुजबूज सुरू झाली. त्यांना आश्चर्याचा धक्का बसला होता. श्रोत्यांमध्ये बर्नार्ड शॉच्या ओळखीची काही माणसं बसली होती. त्यांनी त्याला या अशा विचित्र वागण्याचं स्पष्टीकरण मागितलं.

मग शॉनं त्यांना जरा वेळापूर्वी क्लबच्या दरवाज्यापाशी घडलेला प्रसंग सांगितला. ''तर अखेर मी हा कोट, टाय वगैरे घालून परत आल्यावरच मला आत प्रवेश मिळाला. पण खरं सांगू का? माझ्या मनात जी काही विचारप्रक्रिया चालू असते, त्यावर माझ्या अंगातल्या कपड्यांचा काहीही परिणाम होत नाही. परंतु तुम्ही सर्व जण या क्लबचे सदस्य आहात. तुमच्या दृष्टीनं माझ्या मेंदूपेक्षाही माझ्या अंगातल्या कपड्यांना जास्त महत्त्व आहे, असं दिसतंय. तेव्हा आज इथे माझी जागा या कोटाला आणि टायलाच घेऊ दे.''

एवढं बोलून जॉर्ज बर्नार्ड शॉ त्या सभागृहातून निघून गेला.''

मी उठून उभी राहिले. ''ही मीटिंग संपली आहे,'' मी म्हणाले. आम्ही सर्वांनी एकमेकांशी हस्तांदोलन केलं. एकमेकांचा निरोप घेतला. मी तिथून माझ्या कक्षात परत आले.

माझी प्रोग्रॅम डायरेक्टर माझ्या मागोमाग तिथे आली. ''त्या शाळेबद्दल तुम्ही जो निर्णय घेतलात, तो योग्यच होता. पण त्या गोष्टीचं नक्की काय प्रयोजन होतं? आणि नेमकी आत्ताच ती गोष्ट तुम्ही का सांगितली? आणि हो, ते 'कॅटल क्लास' वगैरे काय प्रकरण आहे? मला तर त्यातलं काहीच कळलं नाही.''

तिला असं गोंधळात पडलेलं पाहून मला हसू फुटलं. ''आज त्या मीटिंगच्या वेळी नेमकं काय घडलं ते 'कॅटल क्लास' मध्ये मोडणाऱ्या लोकांनाच समजेल. जाऊ देत. तू नको त्याचा एवढा विचार करू.''

◆

६

अलिखित आयुष्य

ही १९४३ सालातली गोष्ट आहे. महाराष्ट्र आणि कर्नाटक या राज्याच्या सीमा भागात चंदगड नावाचं एक छोटंसं गाव आहे. त्या गावाच्या प्राथमिक आरोग्य केंद्रात माझ्या वडिलांची बदली झाली होती. ते एक तरुण डॉक्टर होते. त्या भागात वर्षातले आठ महिने पाऊस पडायचा. उरलेल्या चार महिन्यांत तिथे फक्त लाकूडतोड होत असे. हे गाव फारसं कुणाला माहीतसुद्धा नव्हतं. गावाभोवती सर्व बाजूंनी घनदाट जंगल होतं. या जंगलात अनेकदा ब्रिटिश अधिकारी शिकारीसाठी यायचे. त्यांच्या सोयीसाठी एक लहानसं आरोग्यकेंद्र या गावात उघडण्यात आलं होतं. पण गावकरी मात्र तिथे सहसा कधी उपचारासाठी येत नसत. ते तिथल्या रानातल्या जडीबुटीची औषधं घेत असत. त्यामुळे या आरोग्यकेंद्रात माझ्या वडिलांशिवाय दुसरं कुणी माणूसही नसायचं.

माझ्या वडिलांची तिथे बदली होऊन जेमतेम आठवडासुद्धा झालेला नव्हता. त्यांना तिथे फारच कंटाळा येऊ लागला होता. पुण्यासारख्या मोठ्या, चैतन्याने भरलेल्या शहरातून उठून ते या मरगळलेल्या गावात येऊन पडले होते. इथे

कोणी ओळखीची माणसं नव्हती. त्यांचा बाहेरच्या जगाशी काहीच संपर्क नव्हता. भिंतीवरचं कॅलेंडर हाच त्यांचा एकुलता एक सोबती होता. कधीतरी क्वचित ते फेरफटका मारण्यासाठी बाहेर पडत. पण मग दुरून वाघाची डरकाळी ऐकू आली की, घाबरून तातडीने आरोग्यकेंद्रात परत येत. रात्रीच्या वेळी बाहेर पाऊल टाकायची त्यांना भीती वाटायची; कारण बाहेर जमिनीवरून साप सरपटत इकडून तिकडे जाताना दिसत.

अशाच एका हिवाळ्यातल्या दिवशी त्यांना केंद्राच्या दारालगत बाहेरच्या बाजूने कुणीतरी दीर्घ श्वास घेत थांबल्याची चाहूल लागली. माझ्या वडिलांनी सगळा धीर गोळा करून खिडकीबाहेर डोकावून पाहिलं. व्हरांड्यात एक वाघीण मस्तपैकी आळोखेपिळोखे देत पहुडली होती. तिच्या कुशीत तिचे बच्चे खेळत होते. माझ्या वडिलांची भीतीने अक्षरशः बोबडी वळली. ते दिवसभर दरवाजा बंद करून आरोग्यकेंद्रातच बसून राहिले. आणखी एकदा त्यांनी आपली घराची खिडकी उघडली तर बाहेरच्या बाजूने छतावरून खाली साप लोंबकळत असलेले त्यांना आढळले- दोर लटकावे तसे.

आपल्या हातून काहीतरी चूक घडली असावी आणि त्या चुकीची शिक्षा म्हणून आपली या ठिकाणी बदली झालेली असावी, असं माझ्या वडिलांना वाटे. पण या परिस्थितीतून स्वतःची सुटका करून घेणं त्यांच्या हातात नव्हतं.

अशीच एक रात्र होती. ते जेवण करून केरोसीनच्या दिव्याच्या उजेडात पुस्तक वाचत बसले होते. बाहेर प्रचंड पाऊस होता.

अचानक दारावर थाप पडली. आता या वेळी कोण बरं असावं?...त्यांच्या मनात आलं.

त्यांनी जिवाचा धडा करून दार उघडलं. बाहेर घोंगडी पांघरलेली आणि हातात काठ्या घेतलेली चार माणसं उभी होती. ती त्यांना मराठीत म्हणाली, "डॉक्टरसाहेब, तुमची बॅग उचला आणि बिगीबिगी चला आमच्याबरोबर.''

त्यांची ती ग्रामीण भाषा माझ्या वडिलांना कशीबशी समजली. ते विरोध करत म्हणाले, "अहो, पण आरोग्य केंद्र बंद झालंय. किती वाजले आहेत, ते तरी बघा!''

पण ती माणसं काहीही ऐकण्याच्या मनःस्थितीत नव्हती. त्यांनी माझ्या वडिलांना धक्काबुक्की, दमदाटी करण्यास सुरुवात केली. बाहेर बैलगाडी उभीच होती. माझे वडील काहीही न बोलता एखाद्या मेंढराप्रमाणे मुकाट्याने हातात बॅग घेऊन त्यांच्यासोबत निघाले. बाहेरच्या मिट्ट अंधारात, पावसाच्या आवाजामुळे त्यांना आपण नक्की कुठे चाललो आहोत हे कळतच नव्हतं. पण आपल्याला कुठेतरी दूरच्या ठिकाणी नेण्यात येत आहे, एवढंच त्यांना कळलं.

सगळा जीव गोळा करून त्यांनी कापऱ्या आवाजात विचारलं, "मला तुम्ही

नक्की कुठे घेऊन निघाला आहात?''

पण उत्तर आलं नाही.

काही तासांनंतर एकदाचं मुक्कामाचं ठिकाण आलं. बैलगाडी थांबली. कंदिलाच्या प्रकाशात कुणीतरी त्यांना हाताला घेऊन निघालं. ते एक शेत होतं. शेतात सर्वत्र भात उगवलं होतं. शेताच्या मधोमध एक झोपडी होती. थोडा वेळ चालल्यावर ती झोपडी आली. माझ्या वडिलांनी आत पाऊल टाकताच अंधारातून एक बायकी आवाज आला, ''या, पेशंट आतल्या खोलीत आहे.''

त्या खेड्यात आल्यापासून पहिल्यांदाच आपल्या वैद्यकीय ज्ञानाचा काहीतरी उपयोग करण्याची माझ्या वडिलांना संधी मिळत होती. समोरचा पेशंट म्हणजे एक सोळा-सतरा वर्षांची तरुण मुलगी होती. तिच्याजवळ एक म्हातारी बाई उभी होती. मुलगी प्रसववेदनांनी व्याकूळ झालेली होती. माझे वडील भीतीने पांढरे पडले. ते उलट फिरून बाहेरच्या खोलीत जाऊन म्हणाले, ''हे बघा मला बाळंतपण कसं करतात त्याची काही नीटशी माहिती नाही. शिवाय मी एक पुरुष आहे. तुम्ही दुसऱ्या कुणालातरी बोलावून घ्या.''

पण त्या घरातलं कुणी त्यांचं काहीच ऐकून घ्यायला तयार नव्हतं. ''हे पाहा डॉक्टरसाहेब, तुमच्यापुढे आमच्या पोरीची सुटका करण्यावाचून दुसरा काहीच पर्याय नाहीये. जे काय करायला लागेल, ते तुम्ही आता करा. शिवाय आम्ही तुमच्या कामाची तुम्हाला भरपूर बिदागी देऊ.'' घरची माणसं त्यांना धमकावत म्हणाली. ''तुम्ही आमच्या पोरीची सुखरूप सुटका करा. तिच्या पोटातलं बाळ जगतंय की मरतंय याच्याशी आम्हाला काहीही देणंघेणं नाही; पण आमच्या पोरीचा जीव वाचला पाहिजे.''

माझे वडील गयावया करत म्हणाले, ''अहो, मला तो तुमचा पैसा नको; पण मला इथून जाऊ द्या.''

त्याबरोबर एक माणूस त्यांचं बखोट पकडून त्यांना अक्षरशः फरपटत परत आतल्या खोलीत घेऊन गेला. त्यानं खोलीचं दार बाहेरून बंद करून घेतलं. माझ्या वडिलांची पाचावर धारण बसली. आता आपल्यासमोर दुसरा काहीही पर्याय नाही, हे त्यांना कळून चुकलं. त्यांनी मेडिकल कॉलेजात असताना आपल्या प्राध्यापकांना बाळंतपण करताना अनेकदा पाहिलं होतं. कित्येकदा त्यांना त्यात मदतही केलेली होती. अखेर त्यांनी पाठ्यपुस्तकांमधून मिळवलेलं आणि त्या बाळंतपणात मदत करण्याच्या अनुभवातून प्राप्त केलेलं ज्ञान डोक्यात घोळवायला सुरुवात केली.

खोलीत टेबल नव्हतं. तिथे उभी असलेली म्हातारी बाई मूक-बधिर होती. तिला खाणाखुणा करून तिच्या मदतीनं त्यांनी खोलीतली धान्याची पोती आणि इतर सामान वापरून एक तात्पुरतं टेबल बनवलं. मग त्यांनी आपली बॅग उघडून त्यातून

एक प्लॅस्टिक काढून धान्यांनी भरलेल्या पोत्यांच्या ढिगावर नीट अंथरलं.

त्यांनी त्या मुलीला आधार देऊन त्यावर झोपवलं. आणि त्या म्हातारीला पाणी गरम करण्यास सांगितलं. त्यांना त्यांची हत्यारं उकळून शुद्ध करावी लागणार होती. त्या मुलीला एक प्रसववेदना आली व ती जरा वेळात ओसरली. ती मुलगी घामानं निथळली होती. पण डॉक्टर तर तिच्यापेक्षाही जास्त घामेजले होते. ती मुलगी मोठमोठ्यानं डोळ्यांमध्ये अश्रू आणून त्यांना म्हणाली, "तुम्ही मला वाचवू नका. मला नाही जगायचं."

"अगं, पण तू कोण आहेस?"

मी इथल्या एका बड्या जमीनदाराची मुलगी आहे. ती हलक्या आवाजात कुजबुजत म्हणाली. माझ्या वडिलांना कोसळणाऱ्या पावसाच्या आवाजात तिचं बोलणं धड ऐकूसुद्धा येत नव्हतं. "आमच्या गावात शाळा नसल्यामुळे माझ्या आई -वडिलांनी मला एका दूरच्या खेड्यात शाळा शिकायला ठेवलं होतं. तिथे माझी माझ्या शाळेतल्या एका मुलाशी ओळख झाली. लवकरच आमचं प्रेम जुळलं. सुरुवातीला आपल्याला दिवस गेले आहेत हे काही माझ्या लक्षात आलं नाही. मला जेव्हा ते समजलं तेव्हा मी या बाळाच्या बापाच्या ते कानावर घातलं. पण ते ऐकताच तो पळून गेला. काही दिवसांतच मला दिवस गेले असल्याचं माझ्या आई-वडिलांच्या लक्षात आलं. पण तोपर्यंत फार उशीर झाला होता. मग त्यांनी मला इथे या भयाण जागी पाठवून दिलं. त्यांना या गोष्टीचा बाहेर कुठे गवगवा झालेला नको होता.

इतक्यात पुन्हा एकदा तिला कळ आली. तिचा चेहरा वेदनेने कळवळला.

जरा वेळात कळ ओसरल्यावर ती म्हणाली, "डॉक्टरसाहेब, एकदा माझं हे बाळ जन्माला आलं की, माझ्या घरचे लोक त्याला मारून टाकतील, हे नक्की. ते मलासुद्धा मारहाण करतील, यात शंकाच नाही." तिनं अचानक माझ्या वडिलांचा हात घट्ट पकडला. तिच्या डोळ्यांतून घळाघळा अश्रू वाहत होते. "डॉक्टर, तुम्ही या बाळाचा जीव वाचवण्याचा मुळीच प्रयत्न करू नका. माझाही जीव वाचवू नका. तुम्ही इथून जा. मला मरू द्या. मला दुसरं काही नको."

त्यावर काय बोलावं, ते माझ्या वडिलांना कळेना. अगदी हळुवार आवाजात तिला म्हणाले, "हे बघ, मी एक डॉक्टर आहे. माझ्या प्रयत्नांनी जर पेशंटचा जीव वाचत असेल, तर तो वाचवणं हे माझं कर्तव्य आहे. तू मला माझ्या कर्तव्यापासून थांबवू नको."

त्यावर ती मुलगी गप्प बसली.

तिचं बाळंतपण मुळीच सोपं नव्हतं. तिला कळांवर कळा येत होत्या. कितीतरी वेळ गेला होता, पण सुटका काही होत नव्हती. पण अखेर त्या म्हाताऱ्या स्त्रीच्या

मदतीनं माझ्या वडिलांनी ते बाळंतपण व्यवस्थित केलं. ती तरुण मुलगी श्रमांनी क्लांत होऊन पडली होती. तिनं निराश होऊन डोळे मिटून घेतले होते. तिनं त्या नवजात बाळाकडे पाहिलंसुद्धा नाही. ती फक्त एवढंच म्हणाली, "मुलगा आहे की मुलगी?"

एकीकडे त्या बाळाला तपासत माझे वडील म्हणाले, "मुलगी."

"अरे देवा! मुलगी झाली का?" ती तरुणी रडत म्हणाली. म्हणजे तिचं आयुष्यही माझ्यासारखंच असणार. घरच्या पुरुषांच्या दडपणाखाली जगणंच माझ्यासारखं हिच्या नशिबी येणार. आणि हिला तर वडीलसुद्धा नाहीत." ती हमसाहमशी रडू लागली.

पण माझे वडील त्या बाळाला तपासत होते. त्यांनी तिचं ते आक्रंदन नीट ऐकलंसुद्धा नाही.

काहीतरी वेगळं घडतंय हे त्या तरुणीच्या लक्षात आलं. ती म्हणाली, "डॉक्टर, माझं बाळ रडत नाहीये. का रडत नाहीये?" पण माझ्या वडिलांनी तिला काही उत्तर दिलं नाही. मग ती तरुणी म्हणाली, "जर का ही मुलगी जगली नाही, तर एका अर्थी ते बरंच होईल. निदान या शापित आयुष्यापासून तिची सुटका तर होईल."

माझ्या वडिलांनी त्या बाळाचे दोन्ही पाय घट्ट पकडून तिला उलटं उचलून धरून अलगद चापट्या मारल्या. क्षणार्धात तिनं टाहो फोडला. तिच्या आवाजानं सगळी खोली भरून गेली. बाहेरच्या माणसांच्या कानावर ते रडणं पडताच ते आत डोकावून माझ्या वडिलांना म्हणाले, "डॉक्टर चला, तुमचं सामान आवरा. आम्ही आता तुम्हाला घरी सोडतो."

माझ्या वडिलांनी आपल्या पेशंटला साफ करून पांघरूण घातलं. आणि आपली हत्यारं गोळा करून बॅगेत भरली. ती म्हातारी त्या खोलीतला पसारा आवरून साफसफाई करू लागली. माझे वडील कुजबुजत्या स्वरात त्या तरुणीला म्हणाले, "हे बघ, तू तुझ्या मनाचा कौल घे आणि तुला जर वाटलं, तर तू इथून तुझ्या बाळाला घेऊन लवकरात लवकर पळ काढ. तू इथून पुण्याला जा. तिथे पुणे नर्सिंग स्कूलमध्ये जा. तिथे गोखले नावाचा एक कारकून आहे, त्याची गाठ घे. आर.एच. यांनी तुला पाठवल्याचं त्याला सांग. तो तुला नर्सिंग कॉलेजात प्रवेश मिळवून देईल. काही दिवसांत तू एक प्रशिक्षित नर्स होशील. तू स्वतंत्र आयुष्य जगू शकशील. तू स्वतःची काळजी घेऊ शकशील. तू तुझ्या या मुलीला अभिमानाने वाढव, तिला लहानाची मोठी कर. तिला इथं टाकून जाण्याचा विचारसुद्धा करू नकोस. नाहीतर तुझ्या आयुष्याची जशी परवड झाली, तशीच तिच्या आयुष्याचीसुद्धा होईल. मी तुला हे अगदी मनापासून सांगतोय."

"अहो डॉक्टर, पण मी पुण्याला जाणार तरी कशी? ते नक्की कुठे आहे, ते सुद्धा मला माहीत नाहीये."

"तू असं कर, इथून नीघ आणि जवळच असलेल्या बेळगावला जा. तिथून बस पकडून पुण्याला जा."

माझे वडील तिचा निरोप घेऊन बॅग उचलून खोलीबाहेर पडले.

तिथे एका म्हाताऱ्या माणसाने त्यांच्या हातात शंभर रुपये ठेवले. "डॉक्टर, त्या पोरीचं बाळंतपण करण्याची ही फी घ्या. आणि एक गोष्ट लक्षात ठेवा, आज इथे जे काही घडलं त्याविषयी एक अवाक्षरही तोंडातून काढायचं नाही. तुम्ही जर याबद्दल कुणाला काही सांगितलंत, तर तुमचं डोकं तुमच्या धडापासून वेगळं करण्यात येईल, हे तेवढं लक्षात ठेवा."

माझ्या वडिलांनी मान हलवली. अचानक त्यांना मनातून कुठेतरी शांत वाटू लागलं होतं. ते म्हणाले, "माफ करा. पण मला वाटतं, माझी कात्री आत विसरली आहे. मला उद्या दवाखान्यात त्याची गरज पडेल. मी ती लगेच घेऊन येतो."

ते मागे फिरून खोलीचं दार उघडून आत गेले. आत ती तरुणी आपल्या झोपलेल्या मुलीकडे बघत बसली होती. त्या म्हातारीची आपल्याकडे पाठ आहे असं बघून संधी साधून माझ्या वडिलांनी मुठीतले ते शंभर रुपये त्या तरुणीच्या हातात ठेवले. ते म्हणाले, "हे बघ, आता तरी माझ्याकडे हे एवढेच आहेत. हे घे आणि मी तुला जे काही सांगितलं तसं कर."

"डॉक्टर पण तुमचं नाव काय?" ती म्हणाली.

"मी डॉक्टर आर. एच. कुलकर्णी. पण सगळे मला नुसतं आर.एच. म्हणून ओळखतात. बाळा, तू धैर्याने आल्या प्रसंगाला सामोरी जा. मी आता निघतो. तुला माझे आशीर्वाद आहेत."

माझे वडील त्या खोलीतून आणि त्या घरातून बाहेर पडले. परतीचा प्रवासही सोपा नव्हताच. खाचखळग्यांतून प्रवास करत अखेरीस ते पहाटेच्या सुमाराला घरी पोहोचले. ते अतिशय दमले होते. बिछान्यावर पडता क्षणीच त्यांना झोप लागली. दुसऱ्या दिवशी सकाळी जाग येताच त्यांना त्या खेड्यात राहायला आल्यावरच्या आपल्या पहिल्यावहिल्या पेशंटची आणि पहिल्या कमाईची आठवण झाली. एक डॉक्टर म्हणून आपलं ज्ञान किती तुटपुंजं आहे, याची त्यांना जाणीव झाली. स्त्रीरोगशास्त्राचा आपण पुढे अभ्यास केलाच पाहिजे, असा विचार त्यांच्या मनात घोळू लागला. परंतु सध्या तरी त्यासाठी हातात पुरेसा पैसा नव्हता. मग त्यांनी हे स्वप्न पुढे ढकललं.

काही महिन्यांनी त्यांचं लग्न झालं. एक उत्तम स्त्रीरोगतज्ज्ञ होण्याचं आपलं स्वप्न असल्याचं त्यांनी आपल्या पत्नीला सांगितलं.

बघता बघता दिवस महिने भराभरा लोटले. त्यांच्या महाराष्ट्रात व कर्नाटकात या गावाहून त्या गावाला अनेकदा बदल्या झाल्या. त्यांना चार मुलंसुद्धा झाली. माझे वडील जेव्हा बेचाळीस वर्षांचे झाले, तोपर्यंत त्या पती-पत्नीनी काटकसर करून पुरेसे पैसे साठवले होते. आता पुढील शिक्षण घेणं शक्य होतं. मग माझ्या वडिलांनी त्यांचं अपुरं राहिलेलं स्वप्न पूर्ण करण्याचं ठरवलं. त्यांनी आपलं कुटुंब हुबळीलाच ठेवलं आणि स्वतः चेन्नईमधील एगमोअर कॉलेजात पुढील शिक्षणासाठी प्रवेश घेतला. एक उत्तम प्रसूतिरोगतज्ज्ञ होण्याचं आपलं स्वप्न त्यांनी पूर्ण केलं. त्या काळात पुरुष प्रसूतिरोगतज्ज्ञ फारच कमी होते.

त्यानंतर त्यांनी हुबळीला परत जाऊन कर्नाटक मेडिकल कॉलेजात प्राध्यापकाची नोकरी धरली. त्यांच्या मनात गरिबांविषयी कळवळा होता. स्त्रिया आणि मुलींच्या आरोग्याची त्यांना सतत काळजी असे. त्यांच्या मृदू आणि प्रेमळ स्वभावामुळे ते अल्पावधीतच लोकप्रिय झाले. एक निष्णात डॉक्टर आणि एक उत्तम शिक्षक म्हणून त्यांची ख्याती होती. स्त्रिया व मुलींविषयी त्यांच्या ज्या भावना होत्या, त्यामुळे आपल्या स्वतःच्या मुलींना त्यांनी अत्यंत पुरोगामी पद्धतीनं वाढवलं. त्यांनी आम्हाला पाहिजे असलेल्या क्षेत्रात शिक्षण घेण्याची मुभा दिली. त्या काळात ही गोष्ट तशी विरळच होती.

माझ्या वडिलांचा देवावर विशेषतः मूर्तिपूजेवर किंवा धार्मिक उपचारांवर मुळीच विश्वास नव्हता. ते म्हणायचे, "देव मंदिरात, मशिदीत किंवा चर्चमध्ये राहत नाही. मला माझ्या रुग्णांमध्येच देव दिसतो. जेव्हा एखाद्या स्त्रीचा बाळंपणात मृत्यू होतो, तेव्हा त्या डॉक्टरनं फक्त आपला एक पेशंट गमावलेला असतो. पण त्या स्त्रीच्या बाळाचं काय? त्याला तर त्याचं संपूर्ण जीवन आईविना काढावं लागतं. आणि मला सांगा, या जगात आईची जागा कुणीतरी घेऊ शकतं का?"

निवृत्त झाल्यावरसुद्धा माझ्या वडिलांचं शिक्षणाबद्दलचं प्रेम तसंच होतं. ते निवृत्तीनंतरही त्यांच्या क्षेत्रात सक्रिय होते.

एक दिवस ते मेडिकल कॉन्फरन्ससाठी दुसऱ्या एका शहरात गेले. तिथे त्यांना तिशीच्या घरातली एक स्त्री भेटली. ग्रामीण भागात काम करताना तिला आलेल्या अनुभवांवर आधारित काही केसेस ती त्या कॉन्फरन्समध्ये मांडत होती. माझ्या वडिलांना तिच्या कामाचं कौतुक वाटलं. तिचं प्रेझेंटेशन झाल्यावर ते मुद्दाम तिच्या कामाची प्रशंसा करण्यासाठी तिच्यापाशी गेले. "डॉक्टर, तुमचं हे काम फारच चांगलं आहे बरं का. मला तुमचं काम फार आवडलं." ते तिला म्हणाले.

"थँक यू," ती म्हणाली.

इतक्यात त्यांना कुणीतरी हाक मारली.

"आर.एच. तुम्ही आमच्याबरोबर जेवायला येताय ना? आम्ही थांबलोय

तुमच्यासाठी. तुम्ही तिकडे काय करताय?''

त्यावर ती तरुण डॉक्टर त्यांना म्हणाली, ''डॉक्टर तुमचं नाव काय?''

''मी डॉक्टर डॉ. आर.एच. कुलकर्णी. सगळे मला आर.एच.च म्हणतात.''

ती त्यावर क्षणभर विचारात पडली. मग म्हणाली, ''तुम्ही १९४३ मध्ये चंदगडला होता का?''

''हो,'' माझे वडील म्हणाले.

''डॉक्टर, मी इथून चाळीस किलोमीटर दूर असलेल्या एका खेड्यात राहते. आत्ता तुम्ही माझ्याबरोबर माझ्या घरी येता का? मी तुमचा फार वेळ घेणार नाही.''

ती तिच्या घरी येण्याचं निमंत्रण देईल, हे माझ्या वडिलांच्या ध्यानीमनीसुद्धा नव्हतं. 'ही आपल्याला स्वतःच्या घरी का बोलावते आहे?' त्यांच्या मनात आलं.

''डॉक्टर, मी पुन्हा कधीतरी तुमच्याकडे नक्की येईन,'' ते म्हणाले. त्यांना तिथून निघायचं होतं. पण त्या तरुण डॉक्टरनं त्यांना खूप आग्रह करण्यास सुरुवात केली. ''डॉक्टर, तुम्ही माझ्या घरी चलाच. असं समजा की तुमच्या भेटीची आस घेऊन तुमची गेली कित्येक वर्षं कुणीतरी वाट पाहत आहे.''

तिच्या बोलण्यानं माझे वडील अधिकच बुचकळ्यात पडले. पण तरीही त्यांनी तिच्याबरोबर तिच्या घरी जाण्यास नकार दिला. पण तिनं काही त्यांचा पिच्छा सोडला नाही. तिच्या नजरेत काहीतरी वेगळंच होतं. याचना होती, कारुण्य होतं. थोडं नैराश्यसुद्धा तरळत होतं. अखेर त्यांनी आपला हट्ट सोडला. ते तिच्याबरोबर तिच्या खेड्यात जायला निघाले.

वाटेत त्यांच्या एकमेकांशी गप्पा रंगल्या. तिच्या मनात तिच्या कामाविषयी बऱ्याच नवीन नवीन कल्पना होत्या. तिनं त्यांना उत्साहानं तिच्या कामाविषयी, तिच्या संशोधनाविषयी सांगितलं. ती तळमळीनं बोलत होती. काही वेळात ते तिच्या घराजवळ जाऊन पोहोचले. जवळ जाताच माझ्या वडिलांच्या एक गोष्ट लक्षात आली- ते नुसतं घर नव्हतं, तर तिथेच एक रुग्णालयसुद्धा होतं. ते दोघं चालत घरात शिरले. घराच्या दिवाणखान्यात पन्नाशी उलटलेली एक स्त्री थांबली होती.

ती तरुणी तिला म्हणाली, ''मा, हे कोण आले आहेत आपल्याकडे बघ. तू गेली कित्येक वर्षं ज्यांची वाट बघत होतीस, तेच हे डॉक्टर आर.एच.कुलकर्णी.''

आपल्या मुलीच्या तोंडचे शब्द ऐकताच त्या स्त्रीनं पुढे होऊन माझ्या वडिलांच्या पायावर डोकं ठेवलं. तिच्या डोळ्यांतून घळाघळा अश्रू वाहत होते. माझ्या वडिलांची पावलं भिजत होती. माझ्या वडिलांना ते सगळंच फार विचित्र वाटलं. नक्की कोण होत्या त्या स्त्रिया? माझ्या वडिलांना काय करावं, तेच समजेना. त्यांनी पुढे होऊन त्या स्त्रीला उठवलं.

''डॉक्टर, तुम्हाला मी आठवत नसेन. पण मी मात्र तुम्हाला जन्मात कधीच

विसरू शकणार नाही. तुम्ही माझं बाळंतपण केलं होतं. तुमच्या आयुष्यातलं पहिलं बाळंतपण होतं ते.''

अजूनही माझ्या वडिलांनी तिला ओळखलंच नव्हतं.

''खूप वर्षांपूर्वी तुम्ही महाराष्ट्र आणि कर्नाटकच्या सीमा भागात असणाऱ्या एका खेडेगावात राहत होता. एकदा रात्रीची वेळ होती. प्रचंड पाऊस पडत होता. त्या वेळी तुम्ही एका तरुण मुलीची प्रसूती केली होती. ती मुलगी मीच होते. त्या बाळंतिणीच्या खोलीत त्या वेळी साधं टेबलसुद्धा नव्हतं. धान्यानं भरलेली पोती एकावर एक रचून तुम्ही त्याचं तात्पुरतं टेबल तयार केलं होतं. माझ्या प्रसूतीला कित्येक तास लागले होते. अखेर मी एका मुलीला जन्म दिला.''

तिचे शब्द ऐकताच क्षणार्धात माझ्या वडिलांना गतकाळातला तो प्रसंग जसाच्या तसा आठवला. ''हो! आत्ता सगळं आठवतंय मला!'' ते म्हणाले. ''ती मध्यरात्रीची वेळ होती. तुमच्या बाळाला घेऊन तेथून ताबडतोब निघून पुण्याला जाण्याचा मी तुम्हाला सल्ला दिला होता. त्या वेळी मीही तुमच्याइतकाच घाबरलो होतो.''

''माझ्या घरच्यांनी त्या वेळी तुमची फी म्हणून तुम्हाला १०० रुपये दिले होते. त्या काळी ती खूप मोठी रक्कम होती. तरीही ते सर्व पैसे तुम्ही मला देऊन टाकलेत.''

''हो. त्या वेळी मला दरमहा ७५ रुपये पगार होता.'' माझे वडील स्मितहास्य करत म्हणाले.

''मला तुम्ही तुमचं आडनाव सांगितलंत. पण बाहेर कोसळत असलेल्या पावसाच्या आवाजात ते मला नीट ऐकू आलं नाही. पण मी तुमचा सल्ला मानला, तिथून बाळाला घेऊन निसटले आणि पुण्याला आले. त्या गोखले नावाच्या गृहस्थांना भेटले. त्यांच्या मदतीनं मी नर्सिंगला प्रवेश घेऊन नर्स झाले. माझ्या मुलीला एकटीच्या जिवावर लहानाचं मोठं करणं फार फार कठीण गेलं मला. पण ते मी केलं. मी ज्या भयाण अनुभवातून गेले होते, त्यानंतर मी ठरवलं होतं, आपल्या मुलीला खूप शिकवायचं, डॉक्टर करायचं, प्रसूतितज्ज्ञ करायचं. नशिबानं तिनंसुद्धा माझं ते स्वप्न पूर्ण केलं. आज ती एक यशस्वी डॉक्टर आहे. तिचे पतीसुद्धा डॉक्टर आहेत. त्यांनी या गावात येऊन स्वतःची प्रॅक्टिस सुरू केली. एके काळी मी कित्येक महिने तुमचा कसून शोध घेतला; पण तुमचा पत्ता मिळाला नाही. १९५६ मध्ये स्टेट डिपार्टमेंटची पुनर्रचना झाल्यानंतर तुम्ही कर्नाटकात गेलात, असं आमच्या कानावर आलं. दरम्यानच्या काळात मिस्टर गोखलेसुद्धा निवर्तले. त्यामुळे तुम्हाला शोधून काढण्याचे सगळे मार्गच खुंटले. पण मी नेहमी देवाकडे प्रार्थना करत असे. त्याने एकदा तरी तुमची आणि माझी भेट घडवून आणावी, तुम्ही

मला योग्य वेळी जो मार्ग दाखवलात त्याबद्दल तुमचे आभार मानण्याची मला एक संधी मिळावी, अशी माझी तीव्र इच्छा होती.''

आपण एखाद्या हिंदी चित्रपटाची कथाच प्रत्यक्ष जगतो आहोत की काय, असं माझ्या वडिलांना वाटलं. हे आयुष्य किती गूढरम्य आहे, सत्य हे कल्पितापेक्षाही विलक्षण आहे, असं त्यांना वाटलं. त्याच्या एका छोट्याशा कृतीमुळे, आणि चार दयाळू शब्दांमुळे एका मुलीचं संपूर्ण आयुष्य बदलून गेलं होतं.

तिनं माझ्या वडिलांसमोर हात जोडले. ''डॉक्टर, तुमचं आमच्यावर फार मोठं ऋण आहे. इथलं हे नर्सिंग होम जेव्हा माझ्या मुलीनं सुरू केलं, तेव्हा त्याचं उद्घाटन तुमच्या हस्ते व्हावं, अशी तिची फार इच्छा होती. पण त्या वेळी तुमचा पत्ता न मिळाल्यामुळे आम्ही फार निराश झालो होतो. त्या गोष्टीलाही आता बरेच दिवस लोटले. आता हे नर्सिंग होम उत्तम चाललं आहे.''

माझ्या वडिलांनी डोळ्यांत उभं राहिलेलं पाणी रुमालानं टिपलं. त्यांनी त्या नर्सिंगहोमचं नाव कुठे दिसतं का, ते पाहण्यासाठी आजूबाजूला नजर टाकली. उजव्या बाजूला एक पाटी होती. त्यावर अक्षरं कोरलेली होती- 'आर. एच. डायग्नॉस्टिक्स.'

◆

७

घरासारखं दुसरं ठिकाण नाही

इन्फोसिस फाउंडेशनने आजवर बांधकामाशी संबंधित अनेक उपक्रम हाती घेतले. उदाहरणार्थ गरीब रुग्ण आणि त्यांच्या नातेवाइकांना उतरण्यासाठी धर्मशाळा, कानाकोपऱ्यातील ठिकाणी राहत असलेल्या लोकांच्या मुलांसाठी शाळा, पूरग्रस्तांसाठी नैसर्गिक आपत्तीमुळे बेघर झालेल्यांसाठी घरे, शाळेतील विद्यार्थी-विद्यार्थिनींसाठी स्वच्छतागृहे, तसंच आपल्या देशातील नागरिकांना स्वच्छतेची सवय लागावी यासाठी स्त्री व पुरुषांच्या वापरासाठी सार्वजनिक स्वच्छतागृहे, असे अनेक उपक्रम इन्फोसिस फाउंडेशनने यशस्वीरीत्या पूर्ण केले आहेत.

फाउंडेशनच्या स्थापनेच्या दिवसापासूनच माझी अशी इच्छा होती, की ते पूर्णपणे स्वतंत्र असावं, फाउंडेशनच्या ऑफिससाठी स्वतंत्र इमारत असावी. परंतु सुरुवातीच्या काही वर्षांत सगळे उपक्रम पार पाडल्यावर वर्षअखेरीस फाउंडेशनच्या खात्यात कसेबसे ५००० रुपये शिल्लक राहिलेले असत. आम्हाला दर वर्षी आमच्या सामाजिक कार्यासाठी निधी उपलब्ध होत असूनसुद्धा ही परिस्थिती होती. समाजातील गरीब आणि गरजू घटकांना मदत करणं, हे आमचं मुख्य उद्दिष्ट असल्यामुळे फाउंडेशनसाठी स्वतंत्र ऑफिस बांधण्याचा

विषय सतत मागे पडत होता. आम्हाला उपलब्ध असणाऱ्या निधीतील काही रकमेची फिक्स्ड डिपॉझिटमध्ये गुंतवणूक करून आम्ही व्याज मिळवत होतो. आमच्याकडील उपलब्ध रकमेचा विनियोगसुद्धा अत्यंत काळजीपूर्वक करत होतो. त्यामुळे काही वर्षांनंतर आमच्याकडे पुरेशी गंगाजळी उपलब्ध झाली.

एक दिवस बंगळुरू शहरातील जयनगर या उपनगरात एक जमिनीचा तुकडा विक्रीसाठी काढण्यात आल्याची बातमी माझ्या कानावर आली. आम्ही केलेल्या फिक्स्ड डिपॉझिट्सच्या गुंतवणुकीतून येणाऱ्या व्याजाची रक्कम आम्ही शिलकीत टाकली होती. त्यातून आम्हाला कसाबसा तो जमिनीचा तुकडा खरेदी करणं शक्य होणार होतं. त्या जमिनीवर एक जुनीपुराणी इमारत होती. पण ती इन्फोसिस फाउंडेशनच्या ऑफिससाठी सोयीची नव्हती. म्हणजे मागेपुढे कधी ना कधीतरी ती इमारत पाडून तिथं आम्हाला नवीन ऑफिस बांधावं तर लागणारच होतं. पण ते बांधण्यासाठी आत्तातरी आमच्याकडे पैसे नव्हते. मग आम्ही ऑफिसचं बांधकाम करण्याचा विचार पुढे ढकलला आणि ती जमीन व ती इमारत तशीच ठेवली.

त्यानंतर पुढच्या वर्षाअखेरीस आमच्या शिलकीत पुरे ५००० रुपयेसुद्धा नव्हते. गेली काही वर्षे आम्ही डिपॉझिटच्या व्याजातून मिळालेली रक्कम ऑफिसच्या बांधकामासाठी बाजूला ठेवत होतो. पण नुसत्या बांधकामाचा खर्चसुद्धा इतका भरमसाट होता, की अजून काही काळतरी इन्फोसिसचं स्वतःचं ऑफिस असावं, हे आमचं स्वप्नच राहणार होतं.

अशी कित्येक वर्षं गेली. अखेर २००२ मध्ये इन्फोसिस फाउंडेशनकडे ऑफिसचं बांधकाम करण्यासाठी पुरेसे पैसे जमा झाले. मला खूप आनंद झाला. अखेर माझं स्वप्न प्रत्यक्षात येणार होतं. मी त्या दृष्टीनं पावलं उचलण्यास सुरुवात केली. एका आर्किटेक्टला मी आमच्या ऑफिसच्या इमारतीचा आराखडा बनवायला सांगितलं.

काही दिवसांनंतर मला मध्यपूर्वेतील एका कंपनीनं त्यांच्या महिला संघटनेमध्ये भाषणाचं निमंत्रण दिलं. त्याच सुमाराला मला दुबई आणि कुवेतमध्येही एक दोन ठिकाणी भाषणाची निमंत्रणं होतीच. त्यामुळे त्याचबरोबर मी याही निमंत्रणाचा स्वीकार केला. त्या भागातले सगळे कार्यक्रम एकाच खेपेत उरकले म्हणजे तेवढीच प्रवासखर्चातही बचत होईल, असा त्यामागे विचार होता.

काही दिवसांनंतर मी निघाले. या एका दौऱ्यात अनेक कार्यक्रम, भेटीगाठी, भाषणं असं भरगच्च वेळापत्रक होतं. काही ठिकाणच्या कार्यक्रमांना त्या परिसरातील भारतीय समाजातील बडी प्रस्थं उपस्थित राहणार होती. त्या दौऱ्यात मी अनेक लोकांना भेटले. आपली मातृभूमी सोडून कुठल्यातरी परक्या देशात जाऊन स्थायिक व्हायचं, पण तरीही आपली संस्कृती, श्रद्धा यांचं जतन करायचं, अनेक संकटांचा सामना करत परक्या मातीत पाय रोवून उभं राहायचं, हे सगळं काही सोपं नव्हतं.

तिकडे भेटलेले लोक आम्ही करत असलेल्या कामाविषयीसुद्धा अगदी भरभरून बोलायचे. त्यातल्या काही गोष्टी खऱ्या असत, तर काही उगीचच चढवून वाढवून सांगितलेल्या असत.

अखेर माझ्या दौऱ्याचा शेवटचा दिवस आला. माझं भाषण झालं. त्यानंतर प्रश्नोत्तरं, चर्चा असा कार्यक्रम रंगला. कार्यक्रम संपत आल्यावर मी माझ्या हॉटेलात परत जायला निघाले.

मी बाहेर पडत असताना मला काही स्त्रिया भेटल्या. त्या म्हणाल्या, "मॅडम, तुम्हाला इथे काही खरेदी करायची आहे का? इथे खरेदी करणं हा एक फार सुंदर अनुभव असतो. इथे सोनं, मोती खरेदी करता येतील."

त्यावर मी म्हणाले, "नाही, नाही. मला खरेदीला जायचं नाहीये, पण इथे जर काही प्रेक्षणीय स्थळ असेल, तर तिकडे जायला मला नक्की आवडेल."

त्यावर त्या स्त्रिया जरा विचारात पडल्या. मग मान हलवून म्हणाल्या, "नाही. इथे बघण्यासारखं काहीच नाही." त्या माझा निरोप घेऊन निघाल्या.

इतक्यात वेगळ्याच दोन स्त्रिया माझ्यापाशी आल्या. त्यातली एक अगदी हळू आवाजात म्हणाली, "मॅडम, आमचा एक आश्रम आहे. तिकडे यायला तुम्हाला आवडेल का?"

"तुमच्या या आश्रमात नक्की काय आहे?" मी म्हणाले.

"आमची अशी इच्छा आहे, की तुम्ही स्वतःच आमच्याबरोबर आश्रमात येऊन काय ते पाहावं. आम्ही वेगवेगळ्या क्षेत्रांत काम करतो. त्यातल्या नक्की कुठल्या कामात तुम्हाला रस वाटेल, ते आत्ताच सांगता येणार नाही."

त्यांचे शब्द ऐकताच माझी उत्सुकता जागृत झाली. त्या स्त्रियांचं बोलणं हळुवार होतं. त्यांच्या बोलण्यात मार्दव होतं. मी मान हलवून होकार दिला. "मला थोडा वेळ देता का? मी लगेच तुमच्याबरोबर तिकडे येते," मी म्हणाले.

मग मी कार्यक्रमाच्या संयोजकांचे आभार मानून त्या स्त्रियांसोबत तिथून निघाले. जरा वेळात गर्दीच्या वस्तीतील एका लहानशा घरापाशी आम्ही येऊन पोहोचलो. वरकरणी मला ते एका आऊट हाऊससारखंच दिसलं. आम्ही आत शिरलो, तर समोर पाच स्त्रिया होत्या. त्या सगळ्या रात्री झोपण्याचे कपडे घालूनच बसल्या होत्या. त्यातल्या काहींचे डोळे सुजलेले होते, तर काहींच्या चेहऱ्यावर, गालांवर लालभडक वण होते. त्याचं नक्की काहीतरी बिनसलं होतं, त्या सुखात नव्हत्या, हे तर नक्कीच.

काही क्षणांतच आम्ही सगळ्याच त्या खोलीत बसलो.

"मी कोणत्या भाषेत बोलू?" मला तिकडे घेऊन आलेल्या स्त्रियांना मी विचारलं.

“हिंदीत बोला. तसं थोडंफार इंग्लिशसुद्धा बोलायला हरकत नाही.”

मग त्या स्त्रियांनी मला त्यांनी नावं सांगितली आणि त्या भारतातील कोणत्या राज्यातून आल्या होत्या, तेही सांगितलं. त्यांच्यातील एक तामिळनाडूची होती, दोन आंध्र प्रदेशातून आल्या होत्या, तर एक केरळातून आली होती.

मी सुरुवातीला त्यांच्याशी थोड्या हवापाण्याच्या गप्पा मारल्या. त्यानंतर त्यांच्यातील नाझनीम नावाच्या स्त्रीनं मला तिची कहाणी सांगायला सुरुवात केली. “मॅडम एक वर्षापूर्वी मी करीमनगर जिल्ह्यातील एका गावात मोलकरीण म्हणून काम करत होते. मला तीन मुली आहेत. तिघीही आता लग्नाच्या वयाच्या झाल्या आहेत. मला एक एजंट भेटला. त्यानं मला असं सांगितलं, की मी भारतात जे काम करते तशाच आणि तेवढ्याच कामाचे मला मध्यपूर्वेतील देशात कितीतरी जास्त पैसे मिळू शकतील. शिवाय मला वर्षातून एकदा भारतात येण्यासाठी पंधरा दिवसांची पगारी रजा आणि विमानाचं भाडंसुद्धा मिळेल. मी मनात हिशोब केला. तसं झालं असतं, तर तीन वर्षांतच माझ्याकडे तीनही मुलींचं लग्न करून देण्याइतके पैसे जमले असते. मला याहून दुसरं काहीच नको होतं. माझ्या कुटुंबापुढचे सगळे आर्थिक प्रश्न त्यामुळे सुटले असते. माझा नवरा भाजीवाला आहे. त्यानं माझ्या अनुपस्थितीत माझ्या मुलींची नीट काळजी घेण्याचं मला वचन दिलं. मी परदेशी कामासाठी जावं म्हणून त्यानंच मला प्रोत्साहन दिलं. फक्त मी घरच्यांशी नियमितपणे संपर्कात राहिलं पाहिजे, एवढीच त्याची अट होती. मी थोडेसे पैसे साठवलेले होते. शिवाय जवळचे सोन्याचे दागिने विकून मी आणखी पैसे उभे केले. पासपोर्ट, व्हिसा, प्रवासखर्च, एजंटचं कमिशन याची त्यातून कशीबशी सोय झाली.

जुन्या आठवणींना उजाळा देता देता तिचे डोळे भरून आले. “घरच्यांचा निरोप घेण्याची वेळ येताच मला भीती वाटू लागली. मोठ्या जड अंतःकरणानं मी तिथून निघाले. मी आजवर कधी करीमनगरहून हैदराबादलासुद्धा गेले नव्हते. आणि आता एकदम परदेशात, अनोळखी लोकांमध्ये मी जाणार होते. तिथे आपल्याला सगळं कसं काय जमणार... आपण आपल्या कुटुंबापासून दूर, एकटीनं कसं काय राहायचं... अशा विचारांनी माझी छाती दडपून गेली.

“पण मग त्या एजंटनं समजूत घातली. तो म्हणाला, ‘तू ज्या घरी कामासाठी चालली आहेस, तिथले लोक कनवाळू आहेत. शिवाय त्यांचा आणि तुझा धर्मसुद्धा एक आहे. तिथं रुळायला तुला जास्त वेळ लागणार नाही. माझं आणि त्यांचं बोलणं झालं आहे. ते तुला अगदी घरच्यासारखं वागवतील. शिवाय तुला तिथं राहून काम करायला नाही आवडलं, तर एक वर्षानं तू इकडे परत ये आणि मग जाऊ नको.’

त्याचं बोलणं ऐकून माझ्या जरा जिवात जीव आला. त्यानंतर आयुष्यात प्रथमच हिंमत गोळा करून मी एकटी हैदराबादला आले. विमानप्रवासात मला

माझ्याचसारख्या आणखी काही बायका भेटल्या. काही तरुण तर काही म्हाताऱ्या होत्या. आपण एकट्या नाही, या कल्पनेनं मला जरा बरं वाटलं. एकदा मुक्कामाच्या ठिकाणी पोहोचल्यावर आम्ही बाहेर पडताच आम्हाला प्रत्येकीला एक बुरखा देण्यात आला. तो घालून आम्ही एका बसमध्ये बसलो. तिथे फार गरम होत होतं. जसं काही शेकोटीत बसल्यासारखं वाटत होतं. इतकं गरम असूनसुद्धा बस एअरकंडिशंड नव्हती. खरंतर भारतात मी राहते तो करीमनगरचा भागसुद्धा उष्णच आहे. पण या गरमीची भारतातील गरमीशी तुलनासुद्धा होऊ शकणार नाही. त्या एजंटनं आम्हाला जे काही वर्णन सांगितलं होतं, त्यावरून आम्हाला न्यायला एखादी सुंदर, लक्झरी बस येईल, असं आमच्यापैकी प्रत्येकीलाच वाटलं होतं. पण मग आम्ही त्या गोष्टीवर फार विचार न करता ती सोडून दिली. आमच्यापैकी काही जणींना तर असंही वाटत होतं, की भारतात जसा उकाडा प्रमाणाबाहेर वाढला, की पाऊस येतो, तसा जरा वेळात पाऊस येईल.

"एक तासाच्या बसच्या प्रवासानंतर आम्हाला बसमधून उतरवण्यात आलं. मग तिथून प्रत्येकीला वेगवेगळ्या घरी कामासाठी नेण्यात आलं. मला ज्या घरी नेण्यात आलं होतं तिथल्या हाऊस मॅनेजरनं सर्वांत प्रथम माझा पासपोर्ट काढून घेतला. ते घर खूप सुंदर होतं. एअरकंडिशन्ड होतं. मग त्या मॅनेजरनं मला लगेच हातात झाडू आणि सफाईची साधनं देऊन मला न कळणाऱ्या भाषेत भराभरा काहीतरी सूचना दिल्या. नशिबानं त्या घरी भारतातून आलेली संतोष नावाची आणखी एक हाऊसकीपर होती. तिनं मला त्या सर्व सूचना नीट समजावून सांगितल्या. "तू आता लगेच कामाला सुरुवात कर. हे संपूर्ण घर झाडून-पुसून स्वच्छ कर. धुळीचा एक कणही कुठे दिसता कामा नये. मॅडमना धूळ अजिबात सहन होत नाही. तुला ९ वाजता नाश्ता, ३ वाजता दुपारचं जेवण आणि १० वाजता रात्रीचं जेवण मिळेल. घराबाहेर कधीही पडायचं झालं, तर बुरखा घालावा लागेल.''

"त्यानंतर मी माझं सामान बाहेर काढून अंघोळ करून स्वच्छ तयार होऊन परत संतोषकडे गेले. सफाईसाठी दिलेलं सामानसुमान उंची होतं. शिवाय काही विजेवर चालणारी उपकरणंसुद्धा होती. ती कशी वापरायची ते संतोषनं मला शिकवलं.

"पुढच्या काही दिवसांत मला घरच्या मालकांची किंवा मालकिणीची भेटही घेता आली नाही. मालकीण तर सारखी परदेश प्रवासाला जायची, नाहीतर घरात वरच्या मजल्यावर असायची. माझा संबंध फक्त हाऊस मॅनेजरशी यायचा.

"हळूहळू संतोषची आणि माझी नीट ओळख झाली. एक दिवस दुपारी कामातून जराशी सवड मिळताच ती मला म्हणाली, "तू भारतातून इकडे का

आलीस? हे ठिकाण काही कामासाठी तितकंसं चांगलं नाही. इथे जरासुद्धा विश्रांती न घेता सकाळ उजाडल्यापासून रात्रीपर्यंत ढोर मेहनत करावी लागते. कधीकधी आपली काहीही चूक नसताना त्या मॅनेजरची बोलणी खावी लागतात. आपण खरंतर घरकाम करण्यासाठी इकडे आलोय ना? पण कित्येकदा ते सोडून इतर कितीतरी कामं करावी लागतात. माझंच बघ. मी स्वयंपाकघरात मदत करते, सगळ्या लहान मुलांना अंघोळ घालते, सगळ्यांच्या कपड्यांना इस्त्री करते, भांडी घासते. आता घराची साफसफाई करायला त्यांनी तुला आणलं असलं, तरी तुला काही फक्त तेवढंच काम नसेल. ते तुला आणखी कितीतरी कामं देतील. कधी स्वयंपाकी आला नाही, तर जेवण बनवावं लागेल. शिवाय पडेल ते काम करावं लागेल.''

"ठीक आहे ना! चांगला पगार तर मिळेल ना? मग काम पडलं, तर पडू दे,'' मी अगदी मनापासून म्हणाले.

"अगं, मलाही अगदी असंच वाटत होतं,'' संतोष म्हणाली. तिच्या चेहऱ्यावर उदासी पसरली होती. 'पण इथे आपल्या हातात कुणी एक रुपयासुद्धा देत नाही. कधीतरी मॅनेजर पैसे बँकेच्या खात्यात जमा केल्याचं सांगतो, नाहीतर कधीतरी भारतात आपल्या कुटुंबाला पाठवले आहेत, असंही सांगतो. मला इकडे येऊन एक वर्ष झालं; पण माझ्या हातात माझा पगार एकदाही देण्यात आलेला नाही.'

"पण एजंट तर म्हणाला...''

"तुझ्या एजंटनं तुला नेमकं काय सांगितलं, किंवा तो कोण होता याचा आता काहीही संबंध नाही. सगळे एजंट इथून तिथून सारखेच. त्या सर्वांनी खोटं सांगून, थापा मारून, भुरळ पाडून आपल्याला या परक्या देशात आणून सोडलं आहे. एकदा आपण इथे येऊन अडकलो, की इथून परत भारतात जाणं महा कर्मकठीण आहे, याची त्यांना पूर्ण कल्पना आहे. आपण इथे एकट्या आहोत, हे आपल्या एजंटना माहीत आहे. या देशात एखाद्या पुरुषाच्या सोबतीशिवाय स्त्रीला घराबाहेरसुद्धा पडता येत नाही. शिवाय आपले पासपोर्ट्स मालकांनी काढून घेतले आहेत. त्यामुळे इथून कुठेही निघून जाणं अशक्यच आहे.''

या देशात पाऊल ठेवल्यापासून पहिल्यांदाच मी इतकी घाबरले. आता आपण काय करायचं, तेच मला समजत नव्हतं. मी संतोषला म्हणाले, "तू एक वर्षापासून इथं आहेस ना? मग तू आता परत जाणार, का हे काम सोडून नवीन काम धरणार?''

"आपल्या मालकाच्या परवानगीशिवाय आपण परतही जाऊ शकत नाही आणि दुसरं कामही धरू शकत नाही. बरेचसे मालक हे असलं काही करायची परवानगीच देत नाहीत. त्यामुळे मी परत जायचा विचार करते आहे. पण मला परतीच्या तिकिटाचे पैसे जमवायला हवेत आणि माझा पासपोर्ट हवा.''

'तू तुझ्या घरच्यांशी बोलली आहेस का?'

'हो. मी त्यांना पत्रं लिहून ती माझ्या एजंटकडे देते. पण ती त्यांच्यापर्यंत पोहोचतात की नाही, देव जाणे. मला माझ्या घरच्यांकडून एकदाही उत्तर आलेलं नाही. माझा एजंट मला माझ्या कुटुंबीयांविषयी जे काही सांगेल, तेवढंच मला कळतं. माझ्या घरच्यांनी मला फोन करायचा प्रयत्न केला होता; पण या घरच्या नियमांप्रमाणे मला कुणाचे फोन घेता येत नाहीत. घरच्या लँडलाईनवर नोकरमाणसांचे खासगी फोन आलेले मॅडमना चालत नाहीत. शिवाय भारतातून इकडे फोन करणं माझ्या घरच्यांसाठी किती कठीण आहे, याची मला कल्पना आहे आणि माझी दुःखं त्यांच्यापाशी मला नाही बोलून दाखवावीशी वाटत. दर सहा महिन्यांनी त्यांना एक मोठी रक्कम पाठवण्यात येते, एवढंच मला माहीत आहे. पण एकदा माझ्या तिकिटाची व्यवस्था झाली, की मला लगेच परत जायचंय.''

संतोषच्या कुटुंबाला पैसे पाठवण्यात येत होते हे ऐकून माझ्या मनाला थोडा दिलासा मिळाला. ''पण काय गं, त्यांनी खरंतर दर महिन्याला पैसे पाठवायला हवेत ना?'' मी म्हणाले.

''ते एजंट्स आपल्यापेक्षा फार हुशार आहेत. ते किमान सहा महिन्यांचे पैसे त्यांच्यापाशीच ठेवून घेतात. समजा मी भारतात परत गेले आणि पुन्हा इकडे आलेच नाही, तर ते पैसे एजंट स्वतःच हडप करून टाकेल. त्यामुळे निदान ते पैसे वसूल करण्यासाठी तरी लोक परत येतात. हे दुष्टचक्र कधी थांबतच नाही. आपल्यासारख्या परिस्थितीतल्या लोकांच्या दृष्टीने सहा महिन्यांचा पगार, ही काही लहानसहान रक्कम नाही.

''मग तू घरी परत कधी जायचा विचार करते आहेस?''

''ते मालकांवरच अवलंबून आहे. ते कधीकधी १५ महिने झाल्यावर किंवा कधीतरी दोन वर्षं झाल्यावर कामगारांना सुट्टीवर घरी पाठवतात. मला ते कधी पाठवतील, कोण जाणे! मला आता त्यांची भाषा कळते. पण मला काही समजलंय, हे मी त्यांना कळू देत नाही. मला एक गोष्ट समजली आहे. मॅडम पावसाळ्यात भारतात केरळला जाणार आहेत. मी पण केरळचीच आहे, तिथली भाषा मला येते म्हणून मी त्यांच्याबरोबर जावं, त्यांची मुलं सांभाळावीत, अशी त्यांची इच्छा आहे. त्या वेळी मी त्यांच्याकडे काही दिवसांसाठी घरी जाण्याची परवानगी मागून पाहीन. त्यांनी जर मला जाऊ दिलं, तर मी परतच येणार नाही. आता तर मी अशा स्थितीला येऊन पोचले आहे, की सहा महिन्यांच्या पगारावर पाणी सोडावं लागलं, तरी बेहत्तर, पण इकडे परत यायचं नाही, असं मी ठरवलंय,'' संतोष ठामपणे म्हणाली.

''मला तर त्या रात्री झोपच लागली नाही. माझ्या एजंटनं मला फसवलं तर नसेल ना? माझ्या घरच्यांना खरोखर किती पैसे मिळतील? पण माझ्यासमोर दुसरा

काहीही पर्याय नसल्यामुळे मी खाली मान घालून मुकाट्यानं पडेल ते काम करत राहायचं, असं ठरवलं.

पहिले काही आठवडे सगळं ठीक होतं. आम्हा नोकरांना शिळं अन्न देण्यात येत असे. पण ते चांगलं असायचं. माझी त्याबद्दल काही तक्रार नव्हती. कामही ठीक होतं. काही दिवसांनंतर मला बरंच जास्तीचं काम देण्यात येऊ लागलं. मॅडम सुटीला भारतात जाण्याचे दिवस जसे जवळ आले, तशी माझी कामं फारच वाढली. त्यांच्यासोबत संतोषही भारतात जाणार होती. ती परत येणार नाही, हे मला माहीत होतं. त्यामुळे मी माझ्या घरच्यांना पत्रं लिहून ती तिच्याकडे दिली. भारतात जाऊन ती पत्रं पोस्टात टाकण्याची मी तिला विनंती केली.

"संतोष आणि मालक व त्यांचे कुटुंबीय भारतात निघून गेल्यावर संतोषच्या वाटणीचं काम मॅनेजरनं माझ्यावर टाकलं. ते घर प्रचंड मोठं होतं. घरात येणं जाणंही खूप होतं. घरी एकंदर चौदा लहान मुलं होती. त्यांच्या मित्र-मैत्रिणींचीसुद्धा घरी वर्दळ होती. मला अक्षरशः पिंजऱ्यात कैद असलेल्या पक्ष्यासारखं वाटत असे. माझं काम दुपटीपेक्षा जास्त वाढलं होतं. माझी ताकद कमी पडत होती. त्यामुळे हाऊस मॅनेजरची चिडचिड होत होती. ती माझं काहीच ऐकून घ्यायला तयार नसायची. ती हातातली छडी उगारून मला म्हणायची, "कामाबद्दल काहीही तक्रार करायची नाही. तुला त्याचा मोबदला मिळतोय. मला एक अक्षरही ऐकायचं नाहीये.''

"दिवसभर काम करून करून थकवा असह्य झाला की मी घटकाभर विश्रांती घेण्यासाठी बसत असे. पण मी अशी बसलेली दिसले, की हाऊस मॅनेजर छडीने मला मारहाण करायची. असे वळ संतोषच्या हातावर मी पाहिले होते. त्यांचा अर्थ मला आत्ता समजला. मला माझ्या स्वतःच्या घरी कधीच कुणी मारलं नव्हतं. आम्ही गरीब असलो तरी आम्ही एकमेकांचा आदर करत होतो.

"जिवाबाहेर काम करण्याचा आणि एकटेपणाचा माझ्या प्रकृतीवर परिणाम झाला. माझ्या हातून कामही नीट होईना. मला माझ्या घरच्यांची, मुलाबाळांची, मैत्रिणींची आठवण येऊ लागली. एक एक दिवस जात होता. मी खूप दुःखी होते.''

मी तिचं बोलणं मध्येच थांबवून म्हणाले, "पण मग संतोषही गेल्यावर तू तुझं मन कुणाकडे मोकळं करत होतीस?''

"कुणीच नव्हतं मन मोकळं करायला,'' नाझनीम म्हणाली. घराबाहेर बाग होती. एक माळी बागकाम करण्यासाठी यायचा. पण या देशाच्या नियमांनुसार मला पुरुषाशी बोलायला बंदी होती. मला घराबाहेर जाता यायचं नाही, कारण माझ्याकडे फक्त तीन नाईट ड्रेसच होते. मला रात्रंदिवस फक्त तेच घालावे लागत. मी भारतातून येताना जे कपडे घेऊन आले होते, ते इकडे घालण्याची मला परवानगी नव्हती.

मला घरच्या मालकिणीसोबत खरेदीसाठी बाहेर पडू दिलं जाई, तेव्हासुद्धा मला बुरखा घालूनच जावं लागायचं. मला कुणी मैत्रीण नव्हती, माझी कुणाशी साधी तोंडओळखसुद्धा नव्हती.

काही दिवसांनी मॅडम भारतातून परत आल्या. त्या खूप संतापलेल्या होत्या. त्या हाऊस मॅनेजरला म्हणाल्या, 'या भारतातून आलेल्या बायकांवर जरा कडी नजर ठेवत जा. त्या संतोषला मी घरी जाऊ दिलं, तर ती परत आलीच नाही. तिनं मला फसवलं. त्यामुळे आता या बाईला मी इतक्यात भारतात जाऊ देणारच नाही.'

मालकिणीचे ते शब्द ऐकून मी पार खचून गेले. मी एकटीच आडोशाला बसून खूप रडले. मला माझ्या घरची माणसं पुन्हा कधी भेटतील की नाही, या विचारानं मला खूप हताश वाटत होतं.

एक दिवस सकाळच्या वेळी मॅडम आणि हाऊस मॅनेजर यांच्यात चालू असलेलं संभाषण माझ्या कानावर पडलं. "तू काही म्हणालीस तरी या भारतातल्या बायका घरकाम फारच छान करतात," मॅडम मॅनेजरला सांगत होत्या. "त्या मुकाट्याने काम करतात, कधी उलट उत्तर देत नाहीत आणि कामाबद्दल फारशी तक्रारसुद्धा करत नाहीत."

त्यावर हाऊस मॅनेजरने काहीतरी उत्तर दिलं. पण ते मला नीट कळलं नाही.

"आणखी दोन बायकांना कामावर ठेवा," मॅडम म्हणाल्या.

"जे भोग माझ्या वाट्याला आले आहेत, ते इतर कुणाच्या वाट्याला येऊ नयेत असं मला एकीकडे वाटत होतं, तर दुसऱ्या बाजूला मला या कामाचा ताणसुद्धा असह्य होत चालला होता. त्यामुळे आणखी कुणीतरी इथे आलं, तर आपला भार तेवढाच हलका होईल, असंही मला वाटत होतं.

"त्यानंतर काही आठवड्यांनी मला खूप ताप आला. मी अक्षरशः तापाने फणफणले होते."

"मग तू डॉक्टरकडे गेलीस की नाही?" तिला मी मध्येच थांबवून विचारलं. मला विचारल्याशिवाय राहवेना.

"नाही. मॅनेजरनं मला क्रोसिन दिलं. आम्हाला काहीही झालं, तरी कधीच डॉक्टरकडे नेलं जात नसे. त्यामागे काय कारण होतं, देव जाणे! मला अंगात ताप असतानासुद्धा काम करावं लागत होतं. दुसऱ्या दिवशी माझा ताप इतका वाढला, की मी आता यातून काही तग धरू शकणार नाही, असं मला वाटलं. मी हाऊस मॅनेजरकडे जाऊन म्हणाले, "मला जवळच्या डॉक्टरकडे किंवा हॉस्पिटलमध्ये घेऊन जाता का?"

पण ती निर्विकारपणे म्हणाली, "आज घरात खूप पाहुणे आहेत. मला अजिबात वेळ नाहीये."

ते ऐकून माझा धीर सुटला. डोळ्यांत पाणी आणून मी म्हणाले, "मला खूप वेदना होत आहेत. डोकं ठणकतंय."

त्यावर काहीही न बोलता तिनं स्वयंपाकघरात गॅस पेटवून त्यावर एक चमचा धरून सणसणीत तापवला आणि तो माझ्या मनगटावर दाबून धरून मला डाग दिला.

मी कळवळून ओरडू लागताच तिने मला गप्प केलं. "हे बघ, आरडाओरडा करून काहीही उपयोग होणार नाही. इथे कुणीही तुझ्या मदतीला येणार नाही. तू इथे नोकर आहेस. नोकरासारखं वाग. आता जा आणि कामाला लाग," ती ओरडून म्हणाली.

"मी उभ्या उभ्या थरथरू लागले. आता मरेपर्यंत हे असलंच जिणं आपल्या नशिबात आहे की काय, असं मला वाटू लागलं.

पुढचे काही दिवस कसे गेले, हे मला आता नीटसं आठवत नाही, पण शेवटी एकदाचा तो ताप उतरला. माझ्या दुखण्याला जरासा उतार पडला. पण माझं मन दगडासारखं मृतप्राय झालं होतं. मला दिवस उजाडला की अंथरुणातून बाहेर पडावंसंच वाटत नसे. पण माझ्यापुढे दुसरा काही मार्गच नव्हता. मी एखाद्या यांत्रिक बाहुलीसारखी जगत होते. जेव्हा कधी मोकळा वेळ मिळायचा, तेव्हा माझ्या मनात फक्त घरी परत जाण्याचे विचार येत.

"एक दिवस मात्र जरा वेगळा उजाडला. त्या वेळी घरात कुणी नव्हतं. तेव्हा माळी मारुती यानं मला कपभर चहा मागितला. मी बुरखा घालून बागेत त्याला चहा द्यायला गेले.

तो बसून चहा पिऊ लागताच मी म्हणाले, "मला माझ्या घरी परत जायचंय. तुम्ही मला मदत कराल का? माझ्या ओळखीचं इथं कुणीच नाहीये आणि या घरात नोकरांना कशी वागणूक मिळते, ते तर तुम्ही पाहताच आहात. माझं इकडे जरी काही बरंवाईट झालं, तरी माझ्या घरच्यांना त्याचा पत्ताही लागणार नाही. तुम्ही मला भावासारखे आहात. मला मदत कराल का?"

"हे बघा, तुम्ही इथून पळून जायचा विचारही करू नका," तो म्हणाला. तो घाबरलेला दिसत होता. तुम्हाला इथे पोलिसांनी पकडून पुन्हा इथल्या घरच्यांच्या ताब्यात दिलं, तर मग तुमचे जे काही हाल होतील, त्याला काही मर्यादाच नसेल. पण मी माझ्या ओळखीच्या काही लोकांपाशी याबद्दल बोलून बघतो आणि तुम्हाला काय ते कळवतो."

मी त्याच्या पाया पडले. जणू काही या कनवाळू माणसाच्या रूपानं अल्लाच माझ्या मदतीला धावून आला होता.

त्यानंतर जवळजवळ एक महिना लोटला. अशीच एकदा एकट्यानं बोलण्याची

संधी मिळताच मारुती माझ्याकडे आला. तो ईदचा सण होता, त्यामुळे घरची सगळी मंडळी संध्याकाळची बाहेर गेली होती. ''मला एका भारतीय सणाच्या निमित्ताने भरलेल्या मेळाव्यात दोन बायका भेटल्या. त्या खूप कनवाळू वाटल्या. कदाचित त्या तुम्हाला मदत करू शकतील,'' तो म्हणाला.

''तुमचे मी कसे आभार मानू, तेच मला समजत नाहीये,'' मी म्हणाले.

''या बायका तुम्हाला कशा काय भेटल्या?''

''इथे एक भारतीय लग्न समारंभ होता. त्या लग्नाला एक मोठे साहेब जाणार होते. मला त्यांच्यासाठी फुलं घेऊन पाठवण्यात आलं होतं. मी त्या लग्न सोहोळ्याच्या ठिकाणी फुलं घेऊन गेलो, तर मला दारात थांबायला सांगण्यात आलं. त्या वेळी कुणीतरी बोलत असताना मला या दोन बायकांबद्दल सांगितलं. मी पुरुष असल्यामुळे इथं मला बाहेर कुठेही जाण्याची मुभा आहे. त्यामुळे मी त्या बायकांना आधी त्या लग्नसमारंभात तर भेटलोच, पण नंतरसुद्धा त्यांची गाठ घेतली. मी त्यांना तुमच्याबद्दल, तुम्ही इथे कसे हाल सोसत राहत आहात, त्याबद्दल सांगितलं. त्यांनी मला तुमच्यासाठी एक निरोप दिला आहे. इथलं काम सोडून पळ काढणं हे अत्यंत धोकादायक आहे. पण तरीही तुम्हाला तो धोका पत्करून परत जायचं असेल, तर तुम्ही त्यांना जाऊन भेटा. त्या तुमच्यासाठी लागेल तो धोका पत्करून तुम्हाला तुमच्या घरी पाठवण्यासाठी लागेल ते प्रयत्न करायला तयार आहेत. मी स्वतः तुम्हाला त्यांच्याकडे घेऊन जाईन. तुम्ही जेव्हा काही खरेदी करण्यासाठी बाहेर पडाल, तेव्हाच आपण हा बेत करू, म्हणजे पळून जाणं सोपं जाईल.''

''मी होकार दिला. त्यानंतर योग्य संधीची वाट बघायची, असं आम्ही ठरवलं.''

''दरम्यान एक दिवस मारुतीने मला एक नकाशा दिला आणि घरातून पळ काढल्यावर ज्या ठिकाणी जाऊन पोहोचायचं, त्याचा तपशीलवार पत्ता दिला. मी तो पत्ता अतिशय नीट पाठ करून ठेवला. म्हणजे संधी मिळताच पळ काढल्यावर तिथे जाऊन पोहोचायला काही अडचण येऊ नये. मारुतीनं आत्तापर्यंतच माझ्यासाठी इतकं केलं होतं, की इथून पुढे आपल्या भानगडीत त्याला मुळीच गुंतवायचं नाही, असं मी ठरवलं. कारण एखाद्या व्यक्तीला पळून जाण्यासाठी मदत करण्याच्या गुन्ह्यासाठी या देशात महाभयंकर शिक्षा आहे.

''त्यानंतर काही आठवड्यांनी मॅडमनं मला काही कामासाठी बाहेर पाठवलं. हीच संधी होती.

''मी बुरखा घालून, सामानाची यादी घेऊन बाजारात गेले. सगळं सामान खरेदी करून ड्रायव्हरकडे दिलं आणि मला प्रसाधनगृहात जायचं असल्याचा बहाणा करून त्याला तिथेच थांबायला सांगितलं. ड्रायव्हर नजरेआड होताच मी तिथून पळ काढला. मी गायब झाल्याचं त्या ड्रायव्हरच्या लक्षात यायला थोडा तरी वेळ

लागणारच होता. शिवाय रस्त्यावरची प्रत्येक स्त्री बुरखा घालूनच चालत असल्यामुळे गर्दीत मला शोधणं आणखी कठीण जाणार होतं. मी तशीच भराभरा चालत सुटले. माझी छाती धडधडत होती. मी मधूनच पळत होते आणि मधूनच चालत होते. सुमारे अर्ध्या तासाच्या आत मी माझ्या इच्छित ठिकाणी येऊन पोचले, केवळ नेसत्या वस्त्रांनिशी!''

नाझनीमची कहाणी संपली. ती अक्षरशः खुर्चीत कोसळल्यासारखी बसली. भूतकाळाची उजळणी करताना ती थकून गेली होती.

त्या दोन स्त्रिया माझ्याकडे वळून म्हणाल्या, ''ही दोन दिवसांपूर्वीच इकडे आली आहे.''

संपूर्ण खोलीत शांतता पसरली. ''कुणालाही कधीही या अशा यातनांमधून जावं लागू नये,'' मी मनाशी विचार केला.

त्यानंतर केरळहून आलेली ग्रेसी तिची कहाणी सांगायला उठून उभी राहिली. ती दिसायला सुंदर होती. तिची भाषाही उत्तम होती. तिलासुद्धा लहान मुलांची शिकवणी घेण्याचं काम असल्याचं सांगून एका एजंटनं फसवलं होतं. पण तिची कहाणी खूपच निराळी होती.

ग्रेसी स्वतः अनाथ होती. सरकारतर्फे चालवण्यात येत असलेल्या एका अनाथालयातच ती वाढली. पुढे ती एका कॉन्व्हेंटच्या शाळेत शिक्षिका झाली. तिथे तिला तसा बरा पगार होता. पण एक लहानसं का होईना, स्वतःचं घर असावं, असं तिचं स्वप्न होतं. ते मात्र त्या पगारात पूर्ण होण्याची शक्यता नव्हती. काही दिवसांतच ग्रेसीची एका तरुणाशी मैत्री झाली. तिला तो आवडू लागला, पण त्याला धड नोकरी धंदा नव्हता. कायमस्वरूपी उत्पन्नाचं साधन नव्हतं. शिवाय दोघांकडेही वडिलोपार्जित काहीच मालमत्ता नव्हती. त्यामुळे ग्रेसीने परदेशी जाऊन खासगी शिकवणी करून पैसे साठवावेत, असं त्या दोघांनी मिळूनच ठरवलं. म्हणजे नंतर स्वतःचं घर घेऊन त्या दोघांना संसार थाटता आला असता.

इकडे आल्यावर ती नोकरीसाठी ज्या घरात येऊन दाखल झाली, तिथल्या घराच्या मालकाला चार बायका आणि एकंदर सोळा मुलं होती. ग्रेसीला ते पाहून धक्का बसला. ते घर प्रचंड मोठं होतं. त्या सोळा मुलांपैकी शिकण्याच्या वयाची केवळ दहाच मुलं होती. काही मुलगे आणि काही मुली. ग्रेसी त्यांना इंग्लिश, गणित, इतिहास, कला, हस्तव्यवसाय आणि बोलण्या-वागण्याच्या चालीरीती असे विषय शिकवू लागली. त्यानंतरची काही वर्षं बरी गेली. त्या घरात तिला नीट वागणूक मिळत होती. तिला सहा महिन्यांचा पगार एकदम एकरकमी मिळत होता. तिचे मालक तिला वर्षातून एकदा पगारी रजा देऊन भारतातसुद्धा पाठवत होते. त्या सगळ्या मुलांना तिचा खूप लळा लागला होता. नाझनीमला जशी वागणूक मिळाली

होती, तशी ग्रेसीला कधीच मिळाली नाही.

अशी काही वर्षं लोटली. मुलं वयात आली. घरात या मुलांच्या मित्रमंडळींचं आणि चुलत भावंडांच येणं-जाणं सुरू झालं. काही दिवसांतच दिसायला सुंदर असलेली ग्रेसी त्या मुलांच्या नजरेत भरली. आपल्याशी इथे कुणीही सहजपणे गैरवर्तणूक करू शकेल, हे तिच्या लक्षात आलं. मग तिला या घरात राहताना, तिथे वावरताना खूप अवघडल्यासारखं वाटू लागलं. ती एक दिवस त्या घरमालकाच्या चार बायकांपैकी एकीला जाऊन भेटली. तिने आपल्याला वाटणारी भीती त्या बाईला बोलून दाखवताच ती बाई तिरस्काराने म्हणाली, "खरं आहे हे ग्रेसी. तू इतकी सुंदर आहेस, की कोणत्याही पुरुषाला तुझा मोह पडेल. उद्या जर माझ्याच पतीला तुझा मोह पडला, तरीही मला त्याचं नवल वाटणार नाही."

त्या दिवसापासून ग्रेसी भीतीच्या छायेत जगू लागली. तिने त्या मुलांपैकी वयानं मोठ्या झालेल्या मुलांना शिकवण्याची टाळाटाळ सुरू केली. त्या मुलांना आता अभ्यासात आपल्या मदतीची गरज नसल्याचं तिने एक दिवस मालकाला सांगितलं. पण तिचं बोलणं कुणीच मनावर घेतलं नाही.

"हे बघ, तुला इथे मुलांना शिकवण्याच्या कामावर नेमलं आहे. तुला आम्ही त्याचेच पैसे देतो. त्यामुळे याविषयी आणखी काही बोलायची गरज नाही," असं म्हणून मालकानं तिला परत पाठवलं.

एक दिवस त्या मुलांपैकी एकाचा मित्र तिच्या खोलीत घुसला आणि त्यानं जबरदस्तीनं तिचा मुका घेण्याचा प्रयत्न केला. नशिबानं तिनं त्याला दूर ढकलून खोलीबाहेर घालवून दिलं. पण घडलेल्या घटनेचा कुणापाशी उच्चार मात्र केला नाही.

दुसऱ्या दिवशी घरातल्या मुलांपैकी अब्दुल नावाचा मुलगा खूप चिडलेला होता. ग्रेसीनं त्याचं कारण विचारताच तो म्हणाला, "माझा एक मित्र खूप संतापलेला आहे. तो माझ्या घरी पाऊलसुद्धा ठेवायला तयार नाही. मी त्याला त्याबद्दल विचारल्यावर त्यानं तुझं नाव घेतलं. तो म्हणाला, तुझ्यामुळे तो इकडे येत नाहीये. तू मला सांग, तुमच्यात नक्की काय घडलंय?"

खरंतर आपल्या सोळा वर्षांच्या विद्यार्थ्याला काय घडलं होतं, ते सांगणं ग्रेसीसाठी खूप कठीण होतं. पण तिनं मनाचा हिय्या करून त्याला घडलेली हकिगत सांगितली.

त्यावर अब्दुलनं जे काही उत्तर दिलं, ते ऐकून ग्रेसीला जबरदस्त धक्का बसला. अब्दुल हसून म्हणाला, "तू इतकी सुंदर आहेस, की तुला पाहून माझ्या मित्राचा तोल सुटला, तर त्याला कसा काय दोष देऊ मी? ती स्वयंपाकीण फातिमा आहे ना, तिच्यासारखी तू कुरूप असतीस तर कुणी तुझ्याकडे ढुंकूनसुद्धा पाहिलं नसतं."

"अब्दुल, मी तुझी शिक्षिका आहे," ग्रेसी ठामपणे म्हणाली. पण मनातून ती खूप घाबरली होती. तिचं शरीर थरथरत होतं. "तुझी माझ्याशी असं बोलण्याची हिंमत तरी कशी झाली?" ती म्हणाली.

"हे बघ मी आता काही लहान मुलगा नाहीये. मी मोठा आहे. मी स्त्रियांकडे आता वेगळ्या दृष्टीनं बघतो," असं म्हणून तो तिथून निघून गेला.

"त्या क्षणी मला अशी जाणीव झाली, की ते घर म्हणजे माझ्यासाठी एक जिवंत बाँब होता," ग्रेसी आपली कहाणी पुढे सांगू लागली. "मी माझ्या देशात, भाड्याच्या घरात राहत असताना यापेक्षा कितीतरी सुखी होते. मला इथं या घरात केवढ्या दडपणाखाली जगावं लागत होतं. माझ्या बाबतीत काहीही घडलं असतं, तरी या घराचा मालक किंवा त्याच्या बायकांनी मला वाचवण्यासाठी काहीही केलं नसतं. नशिबानं माझा पासपोर्ट माझ्याकडेच होता. माझ्याकडे पैसे अजिबात नव्हते. पण या दोन कनवाळू स्त्रियांशी माझी ओळख झाली आणि माझ्या संकटात त्या मला मदत करतील, हे मला समजलं."

"पण तुझी आणि यांची ओळख कशी आणि कुठे झाली?" मी उत्सुकतेनं विचारलं.

"ते केवळ नशिबानंच घडून आलं," ग्रेसी म्हणाली, "गेल्या वर्षी डिसेंबर महिन्यात मी एका ख्रिसमस पार्टीसाठी गेले होते. तिथेच माझी आणि त्यांची भेट झाली आणि त्या करत असलेल्या कामाविषयी मला समजलं. मला संधी मिळताच मी माझं सगळं सामानसुमान मालकांकडेच ठेवून तिथून पळ काढला आणि सरळ इथे आले," ती जमिनीकडे पाहत म्हणाली.

मी त्यावर काहीच बोलू शकले नाही. आपलं जग आज या कोणत्या स्थितीला येऊन पोहोचलेलं आहे? जगातल्या अर्ध्या अधिक लोकांना जगताना सुरक्षितसुद्धा वाटत नाही, या विचारानं मला खंत वाटली.

त्यानंतर तमिळनाडूमधून आलेली रोजा आणि आंध्र प्रदेशची नीना या दोघींनाही साश्रू नयनांनी मला त्यांच्या करुण कहाण्या सांगितल्या. त्या दोघींचे अनुभव तर याहूनही विदारक होते. दोघींच्या कहाण्याजरी वेगवेगळ्या असल्या तरी त्या दोघींवर त्यांच्या मालकांनीच बलात्कार केला होता.

ते सगळं ऐकताना माझे स्वतःचेच डोळे कितीतरी वेळा भरून आले. काय भयंकर आयुष्य या स्त्रियांच्या वाट्याला आलं होतं. या अशा अनुभवातून गेलेल्या व्यक्तीनं सगळं विसरून, स्वतःला सावरून पुढे जगायचं तरी कसं? मला स्वतःला नुसत्या त्या कहाण्या ऐकल्यानंतर सावरायला कितीतरी वेळ लागला.

माझ्या शेजारी बसलेल्या त्या दोन कनवाळू स्त्रियांकडे मी वळून पाहिलं. या दुःखी, अभागी स्त्रियांना भारतात पाठवण्यासाठी त्या स्त्रिया काय करतात, ते मला

जाणून घ्यायचं होतं.

त्यातली एक स्त्री म्हणाली, "एकदा अशा स्त्रिया आमच्या आश्रयाला आल्या की आम्ही भारतीय दूतावासात जाऊन त्यांच्यासाठी नवीन पासपोर्ट्स बनवून घेतो. ती गोष्ट तशी कठीणच असते. कधी तरी त्या कामात बरीच दिरंगाई होते. आमच्यापुढे खूपच अडचणी असतात. पण आमच्या पुढची सर्वांत मोठी समस्या अशी, की आम्ही कायद्यानं आमच्या या शेल्टरमध्ये अशा स्त्रियांना काही विशिष्ट मुदतीहून अधिक काळ ठेवून घेऊ शकत नाही. त्यामुळे आम्हाला लवकरात लवकर त्यांच्यासाठी परतीचं तिकीट काढावं लागतं. आणि जर लगेचचं तिकीट हवं असेल, तर ते फार महाग असतं."

"या तिकिटाचा खर्च कोण करतं?" मी म्हणाले.

"आम्ही सर्वांकडे मदत मागतो. इथे लहानसहान नोकऱ्या करणारी खूप माणसं आहेत. पण त्यांच्या स्वतःच्याच भरपूर आर्थिक अडचणी असतात. ज्यांच्याकडे पैसा आहे, ते लोकसुद्धा दीर्घ काळपर्यंत आम्हाला मदत करत नाहीत. त्याऐवजी सोनंनाणं विकत घेणं, मित्रमंडळींना जमवून पार्ट्या करणं, अशा गोष्टींमध्ये त्यांना जास्त रस असतो. श्रीमंतांच्या मते, हे तर सदाचंच रडगाणं आहे. त्यामुळे एखाद-दुसऱ्या स्त्रीच्या बाबतीत ते मदतीचा हात पुढे करतात. पण आमच्या या शेल्टरमध्ये दर महिन्याला किमान पाच तरी संकटग्रस्त स्त्रिया दाखल होतातच. त्यामुळे कधी ना कधीतरी देणगीदार पैशांची मदत थांबवतात. कधीकधी काही लोक नाव उघड न करण्याच्या अटीवर इथल्या स्त्रियांसाठी विमानाचं तिकीट काढून देतात. एक ना एक दिवस आपण पकडलो गेलो तर काय होईल, ही भीती देणगी देणाऱ्यांच्या मनातही असतेच. या स्त्रियांनी पैशाच्या लोभापायी इकडे येण्याचा चुकीचा मार्ग निवडला आहे, असं या लोकांचं म्हणणं असतं. त्या स्त्रियांनी येण्याआधी एजंटची, एजन्सीची नीट चौकशी केली असती, तर हे घडलंच नसतं, असं त्यांना वाटतं. काही वर्षांपूर्वी आम्ही जेव्हा हे शेल्टर चालू केलं, तेव्हा आम्ही स्वतःचे पैसे त्यात घातले. पण आम्हीसुद्धा श्रीमंत नाही आहोत. त्यामुळे हे काम असं किती काळ चालू ठेवता येईल, याचीच आम्हाला भीती वाटते."

हा विचार तर फारच निराशाजनक होता. कठीण परिस्थितीत सापडलेल्या हतबल स्त्रियांसाठी हे शेल्टर हा एकमेव आशेचा किरण होता. हेच नाहीसं झालं, तर या स्त्रिया कुठे जातील?

मी घड्याळाकडे पाहिलं. मला आणखी एकांची भेट घ्यायची होती. मी त्यांना वेळ दिलेला होता. मी जड अंतःकरणाने त्या सर्व स्त्रियांचा निरोप घेऊन बाहेर पडले.

मी कारने परत निघाले. कार विस्तीर्ण, सुंदर रस्त्यावरून धावत होती. आजूबाजूला देखणे, प्रशस्त बंगले होते. रस्त्यावर महागड्या गाड्या चालल्या

होत्या; पण माझं मन कशातच नव्हतं. माझ्या डोळ्यांसमोर त्या अभागी स्त्रिया आणि त्यांचा दारुण भूतकाळ येत होता. अचानक माझा विचार बदलला.

"यू टर्न घेऊन परत तिकडे चला," मी ड्राव्हरला म्हणाले.

मी त्या शेल्टरमध्ये परत जाऊन त्या दोन दयाळू स्त्रियांना भेटले. मी त्यांना म्हणाले, "अशा संकटग्रस्त स्त्रियांच्या परतीच्या तिकिटाच्या खर्चाची जबाबदारी उचलण्यास इन्फोसिस फाउंडेशन तयार आहे. मग त्या स्त्रियांना त्यांच्या घरी शहरात, गावात, खेड्यात कुठेही परत जायचं असो, आम्ही तो संपूर्ण खर्च उचलू. फक्त त्या स्त्रियांची कहाणी खरी आहे ना, त्यांना मदतीची खरोखरच गरज आहे ना, याची खात्री शेल्टरने केली पाहिजे. त्या स्त्रियांचा पासपोर्ट मिळवून देऊन त्यांना परतीच्या विमानात बसवून देण्याची जबाबदारी मात्र तुम्ही घ्या."

माझं बोलणं ऐकून त्या स्त्रियांच्या चेहऱ्यावर हसू उमललं. त्या तयार झाल्या.

मीही त्यांच्याकडे पाहून हसले. मला खूप हलकं वाटत होतं. मनावरचं मोठं ओझं दूर झाल्यासारखं वाटत होतं.

"तुम्ही या सर्व स्त्रियांना सांगा, भारतात बदल घडून येत आहे," मी म्हणाले. "पूर्वी भारतात लोक अत्यंत कमी पगारावर नोकरी करून गुजराण करत होते; पण आता ते दिवस मागे पडले. शहरात जेव्हा पती आणि पत्नी दोघंही नोकरीसाठी बाहेर पडतात, तेव्हा त्यांना त्यांच्या घराची, मुलांची काळजी घेण्यासाठी चांगल्या हाऊसकीपरची गरज भासते आणि अशी घराची उत्तम तऱ्हेचे देखभाल करणारी बाई त्यांना मिळाली नाही तर अनेक स्त्रियांवर नोकरी सोडून घरी बसण्याची वेळ येते. आजही भारतात प्रामाणिकपणे काम करणाऱ्यांना खूप महत्त्व आहे. आता परदेशात जाण्याऐवजी अनेक लोक भारतातच नोकरी, व्यवसाय करणं पसंत करू लागले आहेत."

"हे सगळं ऐकून आमच्याकडे दाखल होणाऱ्या बायकांना फारच आनंद होईल," त्यांच्यातली एक स्त्री म्हणाली. "तुमच्या फाउंडेशनला आणि तुम्हाला ईश्वराचे कृपाछत्र सतत लाभू दे. तुम्ही आमच्यासाठी जे काही केलंत त्याचं मोल शब्दांत सांगताच येणार नाही."

दुसऱ्या दिवशी मी विमानानं परत निघाले. माझ्या मनात विचारांचं वादळ उठलं होतं. आपण भारतासारख्या देशात राहतो, हे आपलं केवढं मोठं भाग्य आहे, असंच माझ्या मनात येत होतं. आपला देश श्रीमंत नसेल किंवा सर्वोत्तम नसेलही; पण आपल्याला केवढं स्वातंत्र्य आहे. आपण मनाला येईल तेव्हा नोकरी सोडू शकतो, दुसरी धरू शकतो. हवं तेव्हा, हव्या त्या गावाला जाऊन स्थायिक होऊ शकतो. कुठेच थारा मिळाला नाही, तरी आपण आपल्या घरी परत येऊ शकतो. आपले कुटुंबीय आपल्याला नेहमीच जवळ करतात. आपण हा देश सोडून बाहेर पडेपर्यंत

आपल्याला हे लक्षातही येत नाही, की आपण किती नशीबवान आहोत.

माझ्या नेहमीच्या सवयीनुसार मी प्रत्येक स्त्रीचा प्रवासखर्च साधारणपणे किती होईल याचा मनातल्या मनात हिशोब करू लागले. त्या स्त्रियांच्या सांगण्यानुसार त्यांच्याकडे भारतात परत जाऊ इच्छिणाऱ्या दर वर्षी किमान २० ते २५ स्त्रिया दाखल होत. "दर वर्षी या इतक्या स्त्रियांच्या खर्चाची जबाबदारी फाउंडेशनने शिरावर घेतल्यावर ऑफिसच्या इमारतीसाठी साठवलेले पैसे पुढच्या पाच वर्षांतच संपुष्टात येतील," माझ्या मनात आलं आणि मला थोडं दुःख झालं.

पण माझ्यापुढे दोन पर्याय होते– एक तर ऑफिसची इमारत बांधायची किंवा या स्त्रियांच्या मदतीला धावून जायचं. अर्थात माझा निर्णय काय असेल, हे वेगळं सांगण्याची गरजच नव्हती. मी आणि माझी सदसद्विवेकबुद्धी सध्याच्या भाड्याच्या तीन खोल्यांच्या ऑफिसात पुढची पाच वर्षं काम करायला अगदी आनंदाने तयार होतो.

ही गोष्ट पंधरा वर्षांपूर्वीची आहे. अखेर गेल्या वर्षी आम्ही आमच्या भाड्याच्या ऑफिसच्या जागेतून हललो आणि फाउंडेशनच्या स्वतःच्या ऑफिसात आलो. मी आमच्या ऑफिसच्या इमारतीचं नाव ठेवलं 'नेरालू' द शेल्टर.

◆

८

खरा राजदूत

मला मुळातच कथाकथनाची खूप आवड आहे. त्यामुळेच मी चित्रपटांच्या प्रेमात पडले, तर त्यात नवल ते काय?

आम्ही लहान असताना जे बॉलिवूडचे चित्रपट यायचे, ते आताच्या चित्रपटांपेक्षा फारच वेगळे असत. तो ब्लॅक अँड व्हाईट सिनेमाचा जमाना होता. पुढे ईस्टरमनकलर सिनेमे आले. कधीकधी तर संपूर्ण सिनेमा कृष्णधवल आणि केवळ गाणीच काय ती रंगीत, असाही प्रयोग करण्यात आला. सरतेशेवटी संपूर्ण सिनेमा रंगीत झाला.

मीनाकुमारीचे शोकान्त चित्रपट बघताना मला हमखास रडू यायचं. मधुबाला आणि आशा पारेखवर चित्रित झालेली काही नितान्त सुंदर गाणी माझ्या हृदयावर कायमची कोरून राहिली आहेत. साधना आणि वहिदा रहमान यांचं साधं, सुंदर रूप विसरू म्हटलं तरी विसरता येत नाही. संजीव कुमार, राजेश खन्ना यांच्या अभिनयाचा आमच्या पिढीवर जो पगडा होता, तो कायमस्वरूपी राहील.

बॉलिवूड चित्रपटांमध्ये तंत्रज्ञानाच्या बाबतीत फार झपाट्याने प्रगती होत गेली. पूर्वीच्या निरागस, साध्या प्रेमकथांची जागा धाडसी आणि पुढारलेल्या प्रेमकथांनी घेतली. पूर्वीच्या शास्त्रोक्त

नृत्यांवर आधारित सादरीकरणाऐवजी आता सामूहिक कवायती पडद्यावर दिसू लागल्या.

त्या काळी सिनेमा बघायला जाणं काही चांगलं समजत नसत. शिवाय मी ज्या खेड्यात वाढले, तिथे तर सिनेमा बघणं म्हणजे चैनीची गोष्ट होती. आमच्या शिग्गाव या लहानशा गावात मुळी एकसुद्धा चित्रपटगृह नव्हतं. त्या काळी गावात वीजच नव्हती. पण उन्हाळ्याच्या सुट्टीत आमच्या गावात फिरतं थिएटर यायचं. मोठा तंबू उभारण्यात येऊन त्यात भल्या मोठ्या पडद्यावर चित्रपट बघायला मिळायचा. जणू आमच्या गावातल्या सिनेशौकिनांवर देवानं ही मोठी कृपाच केली होती. आम्ही लहान मुलांनी सिनेमा बघण्याचा खूपच हट्ट केला, तर घरातलं कुणीतरी मोठं माणूस आम्हाला सिनेमाला घेऊन जायचं. पण कोणता सिनेमा मुलांनी बघायचा, हे घरातली वडीलधारी मंडळीच ठरवत. आम्हाला फक्त धार्मिक, देवादिकांचे सिनेमे बघायला मिळत. श्रीकृष्णतुलाभरम्, रामवनवास, गिरिजा कल्याण असे सिनेमे तेव्हा पाहिल्याचं आठवतं. पण कधीतरी या नियमाला अपवाद म्हणून आम्हाला खास लहान मुलांसाठी बनवण्यात आलेल्या सिनेमाला पाठवण्यात यायचं. अर्थात तेव्हाही कुणीतरी मोठी व्यक्ती आमच्यासोबत असायची. त्यानंतर आम्ही शाळेतल्या मित्र मैत्रिणींना त्या सिनेमाविषयी सांगायचो. सिनेमा बघायला जाणं म्हणजे मोठी पर्वणीच असायची. त्या दिवशी मी आणि माझी मामे, मावसभावंडं लवकर जेवून घेत असू. म्हणजे सिनेमा बघताना जेवणाचा खोळंबा व्हायला नको. सिनेमा पाहून परत आल्यावर पुढचे कित्येक दिवस आमच्या तोंडी फक्त तोच विषय असायचा. पण एकूण वर्षातून सिनेमा पाहण्याचे प्रसंग फारच कमी येत.

पण तो काळ मागे लोटला. बालपण संपलं. मी गावातून हुबळी या छोट्याशा शहरात शिकायला आले. तिथे पुष्कळ चित्रपटगृहे होती. पण तरीसुद्धा सिनेमाला जाणं वाईटच समजलं जात असे. वयात आलेल्या तरुण मुलींनी प्रेमाबिमाचे सिनेमे, ती तसली दृश्यं मुळीच बघायची नाहीत, असं घरच्या वडीलधाऱ्यांचं मत होतं. मी माझ्या मैत्रिणींबरोबर सिनेमाला गेले की मजेत सगळं काही बघत असे. पण जर बरोबर मावशी, आत्या किंवा घरातलं कुणी वडीलधारं माणूस आलं असेल, तर मात्र मला 'भलतीसलती' दृश्य पडद्यावर आली, की ती संपेपर्यंत डोळे मिटून बसावं लागे.

हुबळीमध्ये राहायला लागून काही महिने लोटल्यावर मात्र मी जरा धीट झाले. प्रत्येक वेळी परीक्षेचा शेवटचा पेपर संपला की आम्ही घरी मस्तपैकी लोणकढी ठेवून द्यायचो. आम्ही 'दशावतार' किंवा अशाच कुठल्यातरी धार्मिक सिनेमाला जात असल्याचा बहाणा करून त्या काळच्या गाजलेल्या रोमँटिक हिरोचा राजेंद्रकुमारचा एखादा सिनेमा पाहायला जायचो. आम्हा सर्व मैत्रिणींना कुठला ना कुठलातरी सिनेमाचा हिरो मनोमन खूप आवडलेला असायचा; पण त्याविषयी एकमेकींना

सांगायची लाज वाटे.

मी जेव्हा कॉलेजात जाऊ लागले, तेव्हा माझा धीटपणा एकदम वाढला. मी माझ्या आई-वडिलांना सरळ सांगून टाकलं, "मी इथून पुढे एकसुद्धा धार्मिक सिनेमा पाहणार नाही हं. जन्मभर पुरतील इतके धार्मिक सिनेमे पाहून झाले आहेत माझे! आता मला राजेश खन्नाचे सिनेमे पाहायचे आहेत.

मी एकत्र कुटुंबात राहत होते. त्यामुळे मला सुपरस्टार राजेश खन्नाचे चित्रपट पाहण्याची इतकी तीव्र इच्छा असून मी ती इतकी उघड उघड व्यक्त केल्याचं पाहून आमच्या घरच्या वडीलधाऱ्यांना तर धक्काच बसला. मला वाटतं घरची मोठी मंडळी मनातून जरा धास्तावलीसुद्धा असतील. राजेश खन्ना दिसायला उमदा, देखणा होता. तरुण मुली वाहवत जाऊन काहीही करू शकतील असं त्याचं रूप होतं.

त्यामुळे त्या दिवसापासून माझ्या आत्यानं माझ्या अभ्यासावर बारीक नजर ठेवायला सुरुवात केली. मला एखाद्या परीक्षेत जरा जरी कमी मार्क्स मिळाले, तरी माझ्यावर हमखास टीका व्हायची, "बरोबरच आहे! मार्क्स कमी मिळाले, तर काही नवल नाही! ते तसले फालतू सिनेमे पाहायचे, आणि मग अभ्यासात लक्ष लागत नाही."

मला किंवा माझ्या चुलत भांवडांना कधी परीक्षेत कमी मार्क्स पडले, की त्या बिचाऱ्या राजेश खन्नाचा घरी उद्धार होत असे. त्याला जर ही गोष्ट कळली असती तर!

पुढे मी पदव्युत्तर शिक्षणासाठी बंगळुरूला आले. हा तर माझ्यासाठी स्वर्गच होता. बंगळूरमधील 'मॅजेस्टिक' भागात किमान तीस चित्रपटगृहे होती. संगम, अलंकार, केंपेगौडा, मॅजेस्टिक अशी रस्त्याच्या दोन्ही बाजूला ती होती. मी बऱ्याचदा लागोपाठ दोन सिनेमे पाहून येत असे.

त्यानंतर मी पुण्याला जाऊन नोकरी करणाऱ्या स्त्रियांच्या होस्टेलवर राहू लागले. मग तर तिथे मला सिनेमे पाहण्यावाचून कोण थांबवणार? त्या काळात माझं सिनेमांचं प्रेम वाढतच गेलं. ते इतक्या टोकाला गेलं, की एकीकडे सिनेमातली गाणी सुरू असल्याशिवाय मला अभ्यासच सुचत नसे. माझ्याबरोबरच्या मुली माझ्या या सिनेमाच्या वेडावरून माझी खूप चेष्टा करत.

एक दिवस आम्ही बऱ्याच मैत्रिणी एकाच्या घरी जमलो होतो. तिथे एक मैत्रीण मला म्हणाली, "सिनेमे करमणूक म्हणून पाहायला छान असतात, हे जरी खरं असलं, तर ते रोजच्या रोज गोड खाण्यासारखंच आहे. तुम्ही जर रोजच गोड खात सुटलात, तर ते तब्येतीला तर चांगलं नसतंच. पण एक ना एक दिवस त्याचासुद्धा कंटाळा येतोच."

"अजिबात नाही," मी म्हणाले. "आपण रोज एक निराळा गोड पदार्थ खाऊ शकतो त्यामुळे गोड खायचा कंटाळा आला, असं कधीच होत नाही आणि सिनेमांचंसुद्धा अगदी असंच आहे."

"हे बघ, हे सगळं म्हणायला फार सोपं आहे. पण ते प्रत्यक्षात करणं मुळीच सोपं नाही. तू मला सांग, तू तरी रोज एक वेगळा सिनेमा पाहायला तयार होशील का?" त्यावर मी म्हणाले, 'हो'; होईन की, का नाही?'' मी हे सहजगत्या करू शकेन. असा मला ठाम विश्वास होता.

ते ऐकून माझ्या मैत्रिणींना अगदी हर्षवायू झाला. त्याही इरेस पेटल्या. "ठीक आहे तर. तू जर ३६५ दिवसांत ३६५ सिनेमे पाहून दाखवलेस तर आम्ही तुला १०० रुपये बक्षीस देऊ. शिवाय तुला 'मिस सिनेमा' असा किताबसुद्धा देऊ." त्या म्हणाल्या.

मीही उत्साहाने 'हो' म्हणाले, असा माझा चित्रमयी दुनियेतील प्रवास सुरू झाला.

पुणे शहर सिनेमा पाहू इच्छिणाऱ्यांसाठी एक अद्भुत नगरी होती. त्या काळी निलायम थिएटरमध्ये राज कपूरचे सिनेमे लागत होते. रोज वेगळा सिनेमा. तिथे मी राज कपूरचे अथपासून इतीपर्यंत सगळेच्या सगळे सिनेमे पाहिले. त्यानंतर मी सुप्रसिद्ध दिग्दर्शक – अभिनेता गुरुदत्त याचे सर्व सिनेमे लक्ष्मीनारायण थिएटरला पाहिले. मला कंटाळा येण्याचा तर काही प्रश्नच नव्हता. ते संपतात की नाही, तोच प्रभात फिल्म कंपनीचा चित्रपट महोत्सव सुरू झाला. नटराज थिएटरमध्ये मी प्रभात कंपनीचे एकूण एक सिनेमे त्या महोत्सवात पाहिले. कुंकू, शेजारी आणि रामशास्त्री आणि इतर अनेक चित्रपट मी पाहिले. कधीतरी हिंदी किंवा मराठी सिनेमे सगळे पाहून झालेले असायचे. मग मी राहुल टॉकीजमध्ये ७० एम.एम. भव्य पडद्यावर कित्येक इंग्लिश चित्रपट पाहिले. गॉन विथ द विंड, टू सर विथ लव्ह, कम सप्टेंबर, द टेन कमांडमेंट्स असे चित्रपट, चार्ली चॅप्लिन आणि लॉरेल-हार्डीचे चित्रपट-काही मूकपट असे अनेक चित्रपट मी तेव्हा पाहिले. कधीतरी डेक्कन सिनेमागृहात कन्नड चित्रपटही लागायचे.

बघता बघता वर्ष संपलं. मी ३६५ सिनेमे पाहण्याचं माझं उद्दिष्ट पूर्ण केलं. एव्हाना मी चित्रपटांच्या विषयात चांगलीच तज्ज्ञ बनले होते. माझ्या मैत्रिणींनी कोणत्याही सिनेमाचं नाव घेतलं, की तो कसा आहे, हे मी सांगू शकत असे. एखादा सिनेमा लोकप्रिय होण्यासाठी काय काय गोष्टी लागतात, हेही मला कळू लागलं होतं. एखाद्या सिनेमाची कथा उत्कृष्ट बांधीव असावी, उत्तम संगीत, चपखल संवाद, उत्तम अभिनय, सुयोग्य वेशभूषा, अप्रतिम दिग्दर्शन आणि तितकेच उत्तम संपादन या सगळ्या उत्कृष्ट सिनेमासाठी लागणाऱ्या मूलभूत गोष्टी असतात. पण या

सगळ्याच्या जोडीला नशिबाचा भागसुद्धा असावाच लागतो. त्या नशिबाच्या बाबतीत आजतागायत कुणीच काही तर्क करू शकलेलं नाही. काही अतिशय उत्तम भट्टी जमलेले सिनेमेसुद्धा बॉक्स ऑफिसवर सणसणीत आपटल्याची उदाहरणं आहेत. म्हणजे सिनेमा नक्की शंभर टक्के यशस्वी होण्यासाठी काहीही फॉर्म्युला उपलब्ध नाही; पण एक गोष्ट मात्र खरी. फार जास्त नाटकीपणा, आरडाओरडा आणि अवास्तव वाटणारी कथा असेल, तर तो सिनेमा यशस्वी होऊ शकत नाही.

माझ्या या सिनेमाच्या प्रेमापायी मी आता पुढची पातळी गाठली होती. सिने अभिनेत्यांच्या अभिनयाची समीक्षा, दिग्दर्शकांच्या कौशल्याची समीक्षा करत करत मी काही दिवसांतच 'मूव्ही पंडित' बनले.

आता कामाचा व्याप वाढल्यामुळे मला पूर्वीसारखे सिनेमे बघायला जमत नाही. पण तरीसुद्धा जमेल तेव्हा थिएटरमध्ये जाऊन सिनेमा बघणंच मी पसंत करते. मला घरी सिनेमा पाहायला अजिबात आवडत नाही.

माझी आणखी एक आवड आहे. मला देशोदेशी भ्रमंती करायला आवडते. शिवाय जिथे सर्वसामान्यतः पर्यटकांची गर्दी नसते, अशा कानाकोपऱ्यातली ठिकाणं शोधून मला तिथे मुद्दाम जायला आवडतं. काही वर्षांपूर्वी मी माझ्या भ्रमंतीच्या यादीत इराण, पोलंड, क्यूबा, बहामाज, उझबेकिस्तान, आईसलँड अशा देशांची नोंद केली. जिथे फार जास्त पर्यटकांची गर्दी नसते, अशा ठिकाणांना भेटी द्यायला जाण्यात एक फायदा असतो. तिथे हॉटेलचं बुकिंग चटकन मिळतं. शिवाय अशा ठिकाणी समजा आयत्या वेळी जाण्याचा बेत केला, तरीसुद्धा विमानाची तिकिटं मिळायला अडचण येत नाही. तिथे पोहोचल्यावर आपल्याला इच्छा होईल तिथं चालत सुटलं, तरी चालतं. पण तरीसुद्धा वर उल्लेख केलेल्या या चार ठिकाणांपैकी बहामाज हे नितांत रमणीय होतं.

मी इतरही देशांमध्ये पुष्कळ फिरले. तिथला बाजार, भाज्या, फळे, रीतिरिवाज, फॅशन या सर्वांशीच माझा परिचय झाला. मला कुठल्याही देशात गेल्यावर तिथल्या 'फार्मर्स मार्केट' (शेतकरी बाजार) मध्ये जायला नेहमीच आवडतं. तिथे आजूबाजूच्या गावांमधून लोक आपापली घरगुती उत्पादनं, फराळाचे पदार्थ घेऊन विकायला येतात. ते मी मुद्दाम विकत घेऊन त्यांची चव चाखते.

मी जेव्हा इराणला गेले तेव्हा जुन्या काळचा पर्शिया हा देश पाहताना मी हरखून गेले. उत्तर कर्नाटकात जी कन्नड भाषा बोलली जाते, त्यात कमीत कमी पार्शियन भाषेतील ५००० शब्द आहेत. इराण देशाचं प्राचीन आदिलशाही घराण्याशी फार जवळचं नातं आहे. त्या काळी लष्काराची आणि राजदरबाराची अधिकृत भाषा पार्शियन हीच होती. त्यामुळेच भारतातसुद्धा त्या राजवटीमध्ये स्थानिक भाषेने अनेक पार्शियन शब्द आत्मसात केले. शिवाय त्या वेळच्या स्थापत्यकलेवरसुद्धा पार्शियन

संस्कृतीचा प्रभाव दिसून येतो. कर्नाटकातील विजापूर आणि बिदर या भागात पार्शियन शिल्पकलेचे असंख्य नमुने आजही पाहायला मिळतात.

पूर्वीच्या काळी कोणत्याही राजवटीचा व्यापार हा एक अविभाज्य भाग होता. व्यापारातून राजाकडे भरपूर महसूल गोळा होत असे. त्या काळीसुद्धा व्यापाऱ्यांचे मोठमोठे उद्योगसमूह अस्तित्वात होते. त्यामुळेच चीनमधून बराच माल भारतात येई. तसेच भारतातूनसुद्धा पुष्कळ माल पाश्चात्त्य बाजारपेठेत विक्रीसाठी रवाना होत असे. या देवाण-घेवाणीबरोबर आपोआपच अन्नपदार्थ, नृत्य, नाट्य आणि वस्त्र अशा माध्यमांतून संस्कृतींची देवाण-घेवाण होऊ लागली.

मी इराणमधील शिराझ नावाच्या शहरातील स्थानिक बाजारपेठेत गेले होते. इराणी संस्कृती नीट समजून घेणं, तेथील व्यापार-उद्योगाची माहिती घेणं, हा माझा उद्देश होता. बाजारात एका छोट्या स्टॉलपाशी एक माणूस छोटे छोटे नान बनवत होता. शेजारी काही लोक रांगेत उभे होते. ती नान बनवण्याची प्रक्रिया फारच छान होती. काही मिनिटांतच गरमागरम नान तयार झाले आणि तो लोकांना ते वाढू लागला. इराणमध्ये घरी पाहुणे आल्यावर भारतासारखं इथल्या गृहिणींना लगबगीने स्वयंपाकघरात जाऊन पोळ्यांची कणीक मळायला घ्यावी लागत नाही. घरचा पुरुष जवळच्या दुकानात जाऊन गरम गरम ताज्या बनवलेल्या नानची चळत घेऊन येतो.

तिथले ते गरमागरम नान पाहून मलासुद्धा भूक लागली. त्या माणसाकडे जाऊन मी इंग्लिशमध्ये माझ्यासाठी दोन नानची ऑर्डर दिली.

त्या माणसाला नीटसं इंग्लिश येत नव्हतं. पण त्याला माझं बोलणं समजलं. जरा वेळानं त्यानं दोन गरमागरम नान कागदात गुंडाळून माझ्या हातात दिले. मी नेसलेल्या साडीकडे आणि माझ्या कपाळावरच्या कुंकवाकडे तो माणूस निरखून पाहत होता. मी नानची किंमत विचारलीच नव्हती. पण मी अंदाजानं जरा मोठ्या रकमेची नोट त्याच्यासमोर धरली. तो राहिलेले पैसे परत देईल, असा विचार केला.

अचानक तो म्हणाला, "अमिताभ बच्चन?"

त्यावर काय बोलावं ते न सुचून मी गप्प उभी राहिले.

त्यानं आपल्या हिंदी चित्रपटाच्या नायकांची नावं घेतल्यावर त्याला काय सुचवायचं होतं, ते मला समजलं. मी पुन्हा इंग्लिशमध्ये म्हणाले, "हो. या सर्वांचा जो देश आहे, तिथूनच मी आले आहे."

त्यावर तो हसून म्हणाला, "नो मनी."

त्याने माझ्याकडून पैसे घ्यावेत, म्हणून मी बराच आग्रह केला. पण तो पैसे घ्यायला मुळीच तयार नव्हता. तो म्हणाला, "इंडिया बॉलिवूड व्हेरी नाईस. गुड डान्स, गुड ड्रेस, गुड म्युझिक. इराणियन लाईक."

त्याला काय म्हणायचं होतं, ते मला लगेच कळलं. इराणी लोकांना बॉलिवूड

आवडतं. त्यांना बॉलिवूडचे हिरो आवडतात. त्या हिरोंच्या देशातूनच मी आलेली असल्यामुळे त्याला माझ्याकडून पैसे घ्यायचे नव्हते. ते नान त्याने मला भेट म्हणून दिले होते. त्याला वाटलं, आपल्या ज्या हिरोंवर इतकं प्रेम आहे, त्यांच्याच देशातून आलेल्या या व्यक्तीला काहीतरी भेट द्यावी.

"सलाम," तो माणूस रांगेत माझ्या मागे उभ्या असलेल्या व्यक्तीला म्हणाला. माझी विचारांची तंद्री भंग पावली.

मी ते नान काळजीपूर्वक हातात धरून माझ्या हॉटेलवर परत आले. खोलीत आल्यावर मी टी.व्ही. लावला आणि मला आश्चर्याचा सुखद धक्का बसला. टि.व्ही.वर 'कभी खुशी कभी गम' हा चित्रपट चालू होता. अमिताभ बच्चन जया भादुरीशी पर्शियन भाषेत बोलत होता. बॉलिवूड चित्रपट इराणमध्ये किती लोकप्रिय आहेत, हे त्या वेळी मला खरं कळलं. आपल्या हिंदी गाण्यांमधले शब्द त्या इराणी लोकांना समजत नसतील; पण त्यांना कथानक, सुंदर पेहेराव, तालबद्ध संगीत, भव्य दिव्य सेट्स आणि प्रमुख भूमिका करणाऱ्या अभिनेत्यांचा अभिनय हे सगळं नक्कीच आवडत असेल.

त्यानंतर मी क्यूबा या देशाची राजधानी हवाना येथे गेले. हे शहर पाश्चात्त्य संस्कृतीपासून दूर आहे. संपूर्ण जगापासून वेगळं, एकटंच आहे. इथली स्थानिक भाषा स्पॅनिश आहे. मला त्या भाषेतला 'धन्यवाद' हा एकच शब्द येत होता. आश्चर्याची गोष्ट अशी, की त्या शहरात कुणीच भारतीय पर्यटक नव्हते. हवा उबदार होती. बाजारपेठेत छोटी छोटी दुकानं होती. सर्वत्र मोठाली छपरं असल्यामुळे उन्हाचा त्रास जाणवत नव्हता. तिथे दुकानं, फळे, ज्यूस, हस्तकलेच्या वस्तू आणि खाद्य पदार्थांनी खचाखच भरलेली होती.

मी नारळाच्या पाण्याचा ग्लास हातात घेऊन सर्वत्र हिंडत होते. माझ्याबरोबर माझी बहीण होती. तिला एका दुकानात एक पिशवी दिसली. त्या पिशवीत लेदर आणि लाकडापासून बनवलेल्या सुंदर वस्तू होत्या. घासाघीस ही आम्हा भारतीयांच्या नसानसात भरलेली असते. त्यामुळे तिने लगेच त्याच्या किमतीविषयी घासाघीस करण्यास सुरुवात केली. विक्रेत्या स्त्रीने खाणाखुणा करून पंधरा पेसोज् (तेथील चलन) किंमत सांगितली. शेजारी एक तरुण माणूस हे सगळं उत्सुकतेनं बघत उभा होता. माझ्या बहिणीला त्या वस्तूंची खरी किंमत काय असेल, त्याची काहीही कल्पना नव्हती. पण तिनं खुणेनं दहा 'पेसोज्' देण्याची तयारी दाखविली विक्रेता अकरा 'पेसोज्'ला वस्तू विकण्यास तयार झाली. पण माझ्या बहिणीला ते मंजूर नव्हतं. अखेर ती विक्रेती हसून स्पॅनिशमध्ये काहीतरी बोलली आणि तो व्यवहार पूर्ण झाला. तिच्या बोलण्यातले मला फक्त दोन शब्द कळले आमीर खान आणि माधुरी दीक्षित.

आम्ही ते सामान घेऊन तिथून निघाल्यावर तो तरुण पुढे आला आणि मोडक्या इंग्लिशमध्ये म्हणाला, "ती बाई केवळ दहा 'पेसोज्'मध्ये हे सामान तुम्हाला द्यायला तयार का झाली माहिती आहे का?"

मी नाही म्हणाले.

त्यावर तो म्हणाला, "अहो, ती आमीर खान आणि माधुरी दीक्षित यांची फॅन आहे. तुम्ही तुमच्या देशात परत गेल्यावर त्या दोघांना असं सांगा, की त्यांचे हवाना आणि संपूर्ण क्यूबामध्ये बरेच फॅन्स आहेत, असं तिचं म्हणणं आहे."

त्याचं बोलणं ऐकून मला खूप आश्चर्य वाटलं. मी त्या तरुणाला म्हणाले, "तुम्ही जरा तिला विचारता का, हे सिनेमे तिनं कुठे पाहिले?"

त्यानं तसं विचारताच ती बाई हसून त्या तरुणाला काहीतरी म्हणाली.

तो माझ्याकडे वळून म्हणाला, "ती म्हणाली, ती त्यांचे सिनेमे डी.व्ही.डी.वर बघते."

त्यावर मी त्याला विचारलं, "त्या डी.व्ही.डी. पायरेटेड (बेकायदेशीरपणे कॉपी केलेल्या) असतात का?"

त्यावर तो म्हणाला, "ते काही मला माहीत नाही. मी तिला विचारू का?"

पण मग मी तो विषय तिथेच सोडून द्यायचं ठरवलं, कारण मला आणि त्या स्त्रीला एकमेकींची भाषा कळत नव्हती. मला माझ्या शेवटच्या प्रश्नाचं समाधानकारक उत्तर जरी मिळालं नसलं, तरी आपलं बॉलिवूड देशोदेशी जाऊन पोहोचलेलं आहे, हे तरी स्पष्ट झालंच. शिवाय आम्हाला त्यामुळे ५ पेसो' सवलतही मिळाली.

मी अनेकदा मुंबईला जात असते. अशा एका मुंबईच्या फेरीत माझी एका तरुण अभिनेता दिग्दर्शकाशी भेट झाली. त्याच्याबरोबर चित्रपटांविषयांच्या गप्पा खूप रंगल्या.

"बॉलिवूडचा संबंध केवळ चित्रपटसृष्टीशी नाहीये," मी म्हणाले. "समजा कुणीतरी नीतिमूल्यांविषयी भाषण केलं, तर समोर जमलेल्या गर्दीतल्या फारतर एखाद्या श्रोत्यावर त्याचा सकारात्मक परिणाम घडून येऊ शकतो. जर या विषयावर कुणी लेखन केलं, तर ते वाचून जरा आणखी थोड्या लोकांचं मतपरिवर्तन घडून येऊ शकतं. पण एखाद्या जबरदस्त चित्रपटाच्या माध्यमातून कुणी तो मुद्दा मांडला, तर त्यामुळे घडून येणारा परिणाम खूप व्यापक असतो, त्यामुळे या माध्यमातून सकारात्मक संदेश लोकांपर्यंत पोहोचवण्याची नैतिक जबाबदारी अभिनेत्यांच्या शिरावर येऊन पडते."

त्या अभिनेता-दिग्दर्शकाला माझं म्हणणं पटलं. माझ्या या साहसी पर्यटनाच्या छंदातून एकदा मी उझबेकिस्तानमधील पाचव्या क्रमाकांचं शहर असलेल्या बुखारा येथे जाऊन पोहोचले. मी संध्याकाळच्या वेळी फेरफटका मारण्यासाठी बाहेर पडले

असताना दुरून कुठून तरी ओळखीचे सूर कानावर आले. 'तुझमें रब दिखता है, यारा मैं क्या करू?' हे गाणं मी लगेच ओळखलं. 'रब ने बना दी जोडी' या चित्रपटातील ते गाणं नक्की कुठून ऐकू येत आहे, याचा शोध घेण्यासाठी माझी पावलं त्या सुरांचा मागोवा घेत निघाली.

काही क्षणांतच मी एका तळ्याकाठी असलेल्या एका रेस्टॉरंटपाशी येऊन पोहोचले. लयार्ब हाऊस असं त्याचं नाव होतं. मी दारातून आत शिरत असताना रखवालदारानं मला अडवलं.

"आज अजिबात जागा शिल्लक नाही", तो म्हणाला.

"अहो, पण आत जे गाणं सुरू आहे, ते माझं आहे. मी त्याच देशातून आले आहे," एखाद्या सहा वर्षांच्या मुलीच्या उत्साहानं आणि अभिमानानं मी म्हणाले.

त्यावर त्या दरवानानं हसून मला आत प्रवेश दिला. मी मुख्य हॉलमध्ये प्रवेश केला. कुणीतरी गायक हे गाणं म्हणत होता. मी तातडीनं त्याच्याजवळ जाऊन त्याचं गाणं मन लावून ऐकत उभी राहिले. एव्हाना आधीचं गाणं संपून तो 'आशिकी २' या चित्रपटातलं 'तुम ही हो' हे गाणं म्हणत होता. त्याचं ते गाणं संपताच मी पुढे होऊन घाईनं म्हणाले, "मी इंडियातून आले आहे. हे गाणं आमच्या देशातलं आहे."

"हिंदुस्थान?" तो म्हणाला.

मी होकार दिला.

"नमस्ते," तो हसून म्हणाला आणि माझं बोलणं कळलं आहे असं दाखवत त्यानं जोरजोरात मान हलवली.

मग मी इकडे तिकडे नजर फिरवली. तिथे आणखी बरेच लोक बसले होते.

मी आणि तो गायक एकमेकांशी बोलण्याचा प्रयत्न करू लागलो. तो उझबेक भाषेत बोलत होता आणि मी आठवतील तेवढे पर्शियन शब्द वापरून त्याच्याशी बोलण्याचा प्रयत्न करत होते. पण आम्हाला एकमेकांचं काहीही बोलणं समजेना.

मग तो हसला आणि त्याने बुलंद आवाजात गाण्यास सुरुवात केली. में शायर तो नहीं... हे गाणं बहुधा तिथं खूपच लोकप्रिय असावं. कारण तत्काळ लोकांनी टाळ्यांचा कडकडाट केला.

खरंतर हे काही फार मोठं यश संपादन करणं नव्हतं. अंतरिक्षाचा प्रवास नव्हता की क्रीडा क्षेत्रात मिळवलेला विजय नव्हता. पण जगाच्या कुठल्या तरी कोपऱ्यात गेल्यावर भेटलेली सामान्य माणसं माझ्या भारतातलं गाणं ऐकत होती, माझ्या देशाच्या संस्कृतीच्या एका छोट्याशा हिश्श्याची ओळख करून देत होती. माझं संपूर्ण अंग त्या जाणिवेनं रोमांचित झालं. सर्वांत महत्त्वाचं म्हणजे माझा ऊर अभिमानानं भरून आला. मी खरंच एका खास, आगळ्यावेगळ्या, एकमेवाद्वितीय

अशा देशाची नागरिक होते.

इंग्लंडसारख्या देशातील लोकांनासुद्धा बॉलिवूडमधील नृत्यं फार आवडतात. भारतीय रेस्टॉरंट्स तिथे लोकप्रिय आहेत. त्यांच्यात बऱ्याचदा बॉलिवूडची संकल्पना वापरण्यात आलेली असते. आईसलँडमधील रेकेविक या राजधानीच्या ठिकाणी गांधी नावाचं रेस्टॉरंट आहे. स्वित्झर्लंडमधील इंटरलाकन या गावात कै. यश चोप्रा यांचा पुतळा आहे, त्याचप्रमाणे आल्प्स पर्वतातील माऊंट टिटलिस या शिखरावर शाहरूख खान आणि काजोल यांची पोस्टर्स आहेत.

हॉलिवूडमधील काही रेस्टॉरंट्समध्ये बॉलिवूडवर आधारित नावे असलेले पदार्थ मिळतात. एका मिल्कबारमध्ये पिगी चॉप्स नावाचं एक पेय मिळतं (बॉलिवूड अभिनेत्री प्रियांका चोप्रा हिला या नावानं ओळखलं जातं) केळी, बदाम, कॅरेमेल सॉस, व्हॅनिला आईस्क्रीम आणि जिन्संग नावाच्या एका औषधी वनस्पतीचा अर्क अशा घटकांपासून हे पेय बनवण्यात येतं. त्याचप्रमाणे 'मल्लिका शेक' नावाचंही पेय येथे मिळतं. ब्ल्यू बेरी, ब्लॅकबेरी, रास्पबेरी आणि स्ट्रॉबेरी अशा फळांच्या मिश्रणावर चॉकलेट सॉस ओतून त्यापासून ते बनवण्यात येतं.

तरुण मुलींची या नायिकांसारखे कपडे घालण्याची इच्छा असते. माझ्या मैत्रिणीचं आधुनिक फॅशनच्या कपड्यांचं बुटिक आहे. तिथे अनुष्का शर्मानं 'बँड बाजा बारात' चित्रपटात घातलेला ड्रेस किंवा 'हम आपके हैं कौन' या चित्रपटात माधुरी दीक्षितने घातलेल्या ड्रेससारखा ड्रेस मागायला अनेक मुली येतात.

मी उझबेकिस्तानला जाण्याआधी आईसलँडला गेले होते. माझा जन्म दक्षिण भारतात झालेला असल्यामुळे वर्षातील कोणत्याही ऋतूत स्वेटर घालण्याची मला अजिबात सवय नाही. त्यामुळे तिथे एकावर एक असे पाच कपड्यांचे थर मी कसे काय घालू शकणार? मला वाटलं आईसलँडला जाण्याची इच्छा असणारी अशी मी एकमेव असेन. इतक्या बर्फाळ प्रदेशात आपल्याला एकही भारतीय पर्यटक भेटणार नाही, अशी माझी जवळ खात्रीच होती.

मी अखेर त्या देशात जाऊन पोहोचले. तिथून मी एक कंडक्टेड टूर घेणार होते. तिथे स्थानिक गाईडनं माझं स्वागत केलं. मला त्याचं बोलणं, त्याचे उच्चार नीट समजतसुद्धा नव्हते. 'गेरूआ' ह्या गाण्याचं चित्रीकरण जिथे झालं, ते ठिकाण तुम्हाला पाहायचंय का?'' तो म्हणाला.

पण मला त्याच्या बोलण्यातलं एक अक्षरसुद्धा समजलं नाही. मी त्याच्याकडे नुसती बघत राहिले. मग त्यालाच अवघडल्यासारखं झालं. मग त्यानं आपल्या पाठीला लटकलेल्या बॅगेतून ''दिलवाले ...'' सिनेमाची डीव्हीडी काढून काजोल आणि शाहरूख खानचं चित्र मला दाखवलं.

''हो! हो!'' मी मोठ्यांदा म्हणाले. माझ्या डोक्यात प्रकाश पडला. मी तो

सिनेमा पाहिला होता. त्यातलं त्या गाण्याचं चित्रीकरण नेमकं कुठे केलं असावं, हा प्रश्न तेव्हाच मला पडला होता.

आम्ही ब्लॅक सँडबीचच्या दिशेनं निघाल्यावर त्यानं आम्हा प्रवाशांना त्या गाण्याचा व्हिडिओ दाखवला. वाळूचे दगड आणि पाण्यात तरंगणारे हिमनग पाहून मी मंत्रमुग्ध झाले. आम्ही नंतरचा कितीतरी वेळ त्या ठिकाणी घालवला.

''आम्हाला सगळ्यांनाच हे गाणं खूप आवडतं. या गाण्यामुळे आईसलँड तुमच्या देशात खूप लोकप्रिय झालं आहे. त्यामुळे आमच्या देशातील पर्यटनाला त्याचा फायदाच होणार आहे,'' तो म्हणाला.

आम्ही संध्याकाळी हॉटेलात परत निघाल्यावर माझ्या शेजारचा स्पॅनिश माणूस म्हणाला.

''हे मात्र खरं आहे. तुमच्या 'बॉलिवूड'मुळे आमच्या देशाचासुद्धा खूप फायदा झाला आहे. 'जिंदगी ना मिलेगी दोबारा' या सिनेमातील 'सिनोरिता' या गाण्यामुळे आमचाही देश लोकप्रिय झाला. शिवाय आमच्या देशातला टोमॅटो फेस्टिवलसुद्धा सगळ्यांना माहीत झाला.''

मी होकारार्थी मान हलवली. ''त्या सिनेमामुळे खरंच भारतीय पर्यटकांची स्पेनकडे पावलं वळली. बार्सेलोना आणि माद्रिद या शहरांचं आपल्याला आकर्षण वाटू लागलं. 'ला टोमॅटिनो' फेस्टिव्हलविषयी उत्सुकता वाढली. स्पेनच्या पर्यटनात इतकी मोलाची भर घातल्याबद्दल कुणीतरी दिग्दर्शक झोया अख्तर हिला खरं तर पुरस्कारच द्यायला हवा.

मी निवांत टेकून बसले. माझ्यासमोर कृष्णधवल चित्रपटांपासून रंगीत चित्रपटांपर्यंतचा बॉलिवूडचा मोठा प्रवास उभा राहिला. बॉलिवूड राज कपूरपासून रणबीर कपूरपर्यंत आणि आमच्या खेड्यात केवळ तीन महिन्यांसाठी येऊन दाखल होणाऱ्या टूरिंग टॉकीजपासून आज मूव्ही ऑन डिमांडपर्यंत येऊन पोहोचलं आहे.

पूर्वी चित्रपट उद्योगामधील एक लहान भाग असणारं बॉलिवूड आता या उद्योगाचा सगळ्यात महत्त्वाचा भागीदार बनलं आहे. खरं तर आपल्या देशाच्या आगळ्यावेगळ्या राजदूताची भूमिकाच आज बॉलिवूड निभावत आहे.

◆

९

रसीला आणि पोहोण्याचा तलाव

हरिकथा हा कर्नाटक राज्यातील एक प्राचीन कलाप्रकार आहे. यात कथाकथनकार (याला 'दास' असं म्हणतात) आणि त्याचे सहकलाकार एका गावातून दुसऱ्या गावात भ्रमंती करतात आणि हिंदू पुराणातील कथा साभिनय सादर करतात. असेच ते आमच्या गावाला, म्हणजे शिग्गावलाही येत असत. सर्व प्रेक्षक उत्सुकतेने गावच्या मंदिराच्या सभामंडपात गोळा होत. हा संपूर्ण कार्यक्रम इतका रंगायचा, की तो पहाटेपर्यंत चालायचा. नृत्यनाट्याच्या साहाय्याने तंबोऱ्याच्या तालावर या कथा सादर केल्या जायच्या. कथाकथनकार आणि त्याच्या सहकलाकारांच्या अभिनयसामर्थ्यावर या कथेला रंग भरत जायचा.

असंच एकदा मी माझ्या मावस भावंडांबरोबर गोपिका वस्त्रहरणाची हरिकथा ऐकायला गेले होते. हरिकथा सादर करणाऱ्यांमध्ये गोपीचंद नावाचा माणूस प्रमुख कथाकथनकार होता. हा भागवत पुराणातील कथा सादर करून प्रेक्षकांना अक्षरशः खिळवून ठेवतो, अशी त्याची ख्याती होती. त्या कथांमधून कृष्णाचा खोडकरपणा, त्याच्या मातेचं त्याच्यावरचं प्रेम आणि गोपिकांची त्याच्यावर असलेली भक्ती हे सगळं

व्यक्त होई.

त्या दिवशी गोपीचंदाने त्याच्या आख्यानाला सुरुवात केली – "प्रेक्षकहो, आता सगळ्यांनी डोळे मिटा. आता वृंदावनातील एक उबदार दिवस आहे बरं का. चला, आपण सगळे जण यमुना नदीच्या तीरावर फेरफटका मारायला जाऊ या. यमुनेचं पाणी थंडगार आहे. नदीच्या पात्रात कमळं उमललेली आहेत. नदीचा प्रवाह संथपणे पुढे सरकतो आहे. आपण इथे येऊन पोहोचलो आहोत. आता जरा सभोवार नजर टाकून पाहा बरं. त्या पहा सुंदर सुंदर गोपिका कशा ठुमकत चालल्या आहेत. त्यांच्या वस्त्राचे रंग कोणकोणते आहेत बरं?"

"लाल आणि हिरवा", एक तरुण मुलगी मोठ्यांदा म्हणाली.

"पिवळा आणि नारिंगी", दुसरी म्हणाली. आता नदीकाठी असलेल्या त्या भल्यामोठ्या हिरव्यागार सुंदर झाडाकडे पाहा," गोपीचंद म्हणाला. गोपिकांनी आपल्या अंगावरची वस्त्रं त्या झाडाच्या फांद्यांवर उतरवून ठेवलेली असून, पोहोण्याच्या पाण्यात स्नानासाठी शिरल्या आणि हसत खेळत जलक्रीडा करू लागल्या. आता आपण कृष्णाला शोधू यात. कुठं असेल बरं तो? तुम्हाला काय वाटतं?"

"तो त्या कदंबाच्या वृक्षामागे आहे," प्रेक्षकांमधून कुणीतरी ओरडलं.

"तो यशोदेच्या जवळ आहे," आणखी एक आवाज आला.

गोपीचंद पुढे म्हणाला, "चला, आता आपण सगळे कृष्णापाशी जाऊ या. तो बघा, तो तिकडे एका झाडाच्या उंच फांदीवर बसलेला दिसतोय. काय करतोय बरं तो? काही नाही; नुसता टिवल्याबावल्या करत बसलाय."

"तो कृष्ण ना इतका खट्याळ आणि खोडकर आहे," गोपीचंदाच्या सहकलाकारांमधली एक तरुण मुलगी म्हणाली. "पण तरीही मला तो आवडतो. त्याच्या खोड्यांचं मला हसू येतं. पण माझी आई त्याच्यावर चिडते, कारण तो आमच्या घरचं लोणी पळवतो.

मग इतरही सहकलाकार आपापली भूमिका सादर करू लागले आणि हरिकथेत रंग भरत गेला.

दुसरी एक अभिनेत्री म्हणाली, "माझ्या सासूबाईंनी मला सक्त ताकीद दिली आहे- त्या कृष्णाशी मुळीच बोलायचं नाही. कारण त्यानं मागील दारानं आमच्या घरात शिरून घरातलं सगळं दूध पिऊन टाकलं."

आणखी एका गोपिकेचा आवाज आला – "मी कधीही घागर घेऊन पाण्याला निघाले, की तो खडा मारून माझी घागर फोडतो. माझ्या पतीला त्याचा खूप राग येतो."

"आपण सगळ्यांनी मिळून त्याला चांगला धडा शिकवू या," सगळ्या

गोपिका एकदम म्हणाल्या.

"मग काय....कृष्ण झाडावर बसून हे सगळं ऐकतच होता," गोपीचंद कथा सांगू लागला. "त्यानं सगळ्या गोपिकांची वस्त्रं पळवली आणि झाडाच्या ढोलीत लपवून ठेवली. गोपिकांचं स्नान झाल्यावर त्या झाडापाशी येऊन आपली वस्त्रं शोधू पाहतात तर काय? त्यांची वस्त्रं कुठेच दिसेनात. मग या अशा अपुऱ्या वस्त्रांत, ओलेत्यानं घरी कसं जायचं, हा प्रश्न त्यांना पडला. आपली वस्त्रं कुणी बरं पळवली, असं त्या एकमेकींना विचारू लागल्या. इतक्यात ते ओळखीचे सुमधुर सूर कानी आले. ते सूर तर त्या झाडावरूनच येत होते. गोपिकांनी मान वर करून पाहिलं. कृष्ण एका एका हातात गोपिकांची वस्त्रं धरून तो दुसऱ्या हातानं पावा वाजवत होता. आणि त्याचे डोळे मिटलेले होते. आता आलं लक्षात! त्या गोपिका कृष्णाच्या खोड्यांविषयी जेव्हा एकमेकींकडे तक्रार करत होत्या, तेव्हा कृष्णाानं ते नक्कीच ऐकलं असणार. गोपिकांना धडा शिकवण्यासाठीच त्यानं त्यांची वस्त्रं पळवली असणार. आता काही सहजासहजी तो ती परत देणार नाही. मग काय बरं करायचं? मग त्या सर्व गोपिकांनी त्याचा धावा करायला सुरुवात केली. काय बरं म्हणाल्या असतील त्या गोपिका कृष्णाला?"

त्यावर प्रेक्षकातील एक मुलगी ओरडून म्हणाली, "कृष्णा, माझी साडी परत दे ना."

त्यावर दुसरी म्हणाली, "आणि माझीसुद्धा दे. ती माझी आवडती साडी आहे."

प्रेक्षकांमधील मुलीबाळींचे डोळे अजूनही मिटलेलेच होते. त्या लागोपाठ साड्यांची वर्णनं सांगत होत्या.

"आणि ती लाल काठा-पदराची काळी साडी माझी आहे."

"देवा, माझी हिरव्या आणि केशरी रंगाची साडी मला परत दे."

मुलींचा तो प्रतिसाद ऐकून गोपीचंदाला आनंद झाला. "छान, छान. आता सर्वांनाच कृष्ण दिसला.

अशा प्रकारे कृष्ण, गोपिका आणि सहभागी होणारे प्रेक्षक यांच्यातील हा संवाद नंतरही बराच वेळ चालू होता. अखेर गोपिका कृष्णाला शरण आल्या. "कृष्णदेवा, तू दयाळू आहेस, कृपाळू आहेस. आमचं मन, आमचं हृदय जाणतोस. आमच्या साड्या आम्हाला परत दे. नाहीतर हे असं ओलेल्या वस्त्रांनी आम्हाला आमच्या घराकडे परत जावं लागेल. आता आमची लाज तूच राख."

कृष्णानं हसत गोपींची वस्त्रं त्यांना परत दिली. गोपींनी ती परिधान केली. मग कृष्णसुद्धा झाडावरून खाली उतरला आणि त्या सर्वांची रासक्रीडा सुरू झाली."

सुमधुर वाद्यमेळामध्ये नृत्य सुरू झालं. आम्ही भान हरपून पाहत होतो. रात्र कशी सरली ते कळलंच नाही.

मी लहान असताना माझी कल्पनाशक्ती अफाट होती. ते यमुनानदीचं पात्र, त्यात उमलेली ती गुलाबी रंगाची कमळं, विविधरंगी वस्त्रं ल्यायलेल्या आनंदानं सळसळणाऱ्या गोपिका, भगवान कृष्ण, त्याचा तो खोडकर, मिस्कील पण त्याच वेळी कृपाळू भासणारा चेहरा, त्याच्या बासरीतून ऐकू येणारं कर्णमधुर संगीत... मी अक्षरशः ती कथा मंत्रमुग्ध होऊन ऐकत राहिले.

त्यानंतर कितीतरी वर्षं लोटली. मी वृंदावनला गेले. तिथे मला जे दृश्य पाहायला मिळालं, त्यानं माझी घोर निराशा झाली. यमुना नदीचं पाणी अतिशय अस्वच्छ होतं. नदी म्हणावी इतकं मोठं पात्र नव्हतंच. एक झराच वाहत आहे, असं वाटत होतं. खरं तर वृंदावनाचा आता पूर्ण कायापालट झाला आहे. त्याला बाजारू रूप आलं आहे.

तिथे बरेच पुरोहित लगबग करत होते. ते सर्व जण आलेल्या भाविकांना एका वृक्षाकडे पाठवत होते. त्या वृक्षाच्या बुंध्याला बरीच कापडं गुंडाळलेली दिसत होती. ''भगवान कृष्णांनी याच झाडावर बसून गोपिकांची वस्त्रं त्यांना परत दिली होती,'' असं ते पुरोहित जमलेल्या भाविकांना सांगत होते.

त्यानंतर बरेचसे भक्त त्या झाडापुढे नतमस्तक झाले. त्यांतल्या काहींनी बरोबर आणलेलं वस्त्र त्या झाडाच्या बुंध्याला बांधलं.

मी बालपणी ऐकलेल्या कथेशी हे सगळं दृश्य मुळीच मिळतंजुळतं नव्हतं. मी डोळे मिटून घेतले आणि त्या दृश्याकडे पाठ फिरवून परत निघाले. बालपणी मी मनात जे कल्पनाचित्र रेखाटलेलं होतं, ते मला खराब करायचं नव्हतं.

मग माझ्या मनात आणखी एक विचार चमकून गेला. आजच्या आधुनिक काळात जर ही कथा कुणी ऐकली, तर त्याला स्त्रीचं शोषण, छळ वगैरे म्हटलं जाईल. जुन्या काळी या संकल्पना अस्तित्वात नव्हत्या. तेव्हा ईश्वर हा सर्वत्र संचार करणारा एक जिवलग किंवा सखा आहे, असं लोक मानत. ईश्वराशी आपण कधीही, कुठेही संवाद साधू शकतो, अशी सगळ्यांची श्रद्धा होती. या अशा स्वरूपाच्या कथांमधून ईश्वराची मानवी बाजू पुढे आणण्याचा प्रयत्न केलेला दिसतो. परंतु त्याचबरोबर त्याच्यावर असलेली श्रद्धा, भक्ती जरासुद्धा कमी होत नाही. कृष्णाच्या कथांमध्ये जो खोडकर, खट्याळ बाळकृष्ण रंगवलेला असतो, तो जेमतेम सात आठ वर्षांचा असेल. तो आपल्या भक्तांसोबत क्रीडा करतो. त्यात असतो तो फक्त निरागसपणा आणि भक्तांवरचं प्रेम आणि म्हणूनच त्याच्यावर भक्ती करणाऱ्या गोपिकासुद्धा त्या खेळात सहभागी होऊन अखेरीस त्या ईश्वराला संपूर्णपणे शरण जातात. त्यातून त्यांची समर्पण वृत्ती आणि भक्तीच दिसते. अखेरीस तो भक्तांच्या इच्छा पूर्ण करतो, त्यांना जे हवं ते त्यांना देतो.

त्यानंतर काही दशकं लोटली. मी दोन गोड, गोंडस नातींची आजी झाले-त्यांची नावं आहेत कृष्णा आणि अनुष्का. माझ्या नाती जशा थोड्या मोठ्या झाल्या, तशा मी त्यांना माझ्या स्वतःच्या लहानपणीच्या गोष्टी सांगायला सुरुवात केली. मला वाटलं, मी जशी लहानपणी गोष्टी ऐकत असताना डोळे मिटून त्यांचं कल्पनाचित्र रंगवायची, तसंच त्यासुद्धा करतील.

एक दिवस लंडनला त्यांच्या घरी मी त्यांच्याशी खेळत होते. त्या माझ्याकडे गोष्टीसाठी हटून बसल्या. मग मी त्यांना कृष्ण आणि गोपिकांच्या रासलीलेची कथा रंगवून सांगितली. त्या माझी कथा अगदी मन लावून ऐकत असल्याचं पाहून नंतर त्यांना अक्षयपात्राची कथासुद्धा सांगितली.

द्रौपदी खूप आतिथ्यशील स्वभावाची होती. ती इंद्रप्रस्थामध्ये राहत असताना त्यांच्या घरी खूप अतिथी येत असत. त्या सर्वांचं ती अगदी मनापासून स्वागत करे. दुर्दैवानं पांडवांवर वनवासात जाण्याची वेळ आली. आपल्या पतींसोबत अर्थातच द्रौपदीसुद्धा राहत असताना आल्या गेल्याचं स्वागत तिला मनाप्रमाणे करता येत नसे. त्याचं तिला खूपच दुःख वाटायचं.

"मग तिचा पती युधिष्ठिर याने सूर्यदेवाची आराधना केली. घरी येणाऱ्या अतिथींचं स्वागत आपण व्यवस्थित करू शकत नसल्याबद्दल त्याने सूर्यदेवांपाशी खंत व्यक्त केली. मग सूर्यदेव त्याच्यावर प्रसन्न होऊन त्यांनी त्याला एक पात्र दिलं. हे एक खास पात्र आहे. याला अक्षयपात्र म्हणतात." सूर्यदेव म्हणाले, "या पात्रामुळे तुला जेवढ्या लोकांना खाऊपिऊ घालायचं असेल, तेवढं घालता येईल. फक्त यासाठी अट एकच..."

"ती कोणती?"

"घरच्या स्त्रीचं भोजन झालं, की त्यानंतर मात्र राहिलेल्या काळात या पात्राचा वापर कुणालाही करता येणार नाही. त्यानंतर दुसऱ्या दिवशीचा सूर्योदय झाल्यानंतरच त्याचा वापर करता येईल."

युधिष्ठिराने होकार दिला.

त्यानंतर रोज घरी कितीही अतिथी आले, तरी दौपदी त्यांना मनाप्रमाणे वाढू शकत होती. नानाविध खाद्य पदार्थांचं भोजन करून अतिथी तृप्त मनानं तेथून जात होते.

काही दिवसांतच द्रौपदीच्या आतिथ्यशीलतेच्या कथा दुर्योधनाच्या कानावर पडल्या. खरं तर दुर्योधनाचे चुलतभाऊ असलेले पांडव वनवासात, हालअपेष्टा सोसत, गरिबीत राहत होते. पण तरीसुद्धा त्यांच्या आतिथ्यशीलतेचं गुणगान इतरांच्या तोंडून ऐकल्यावर दुर्योधनाला मत्सर वाटला. काही दिवसांनी शीघ्रकोपी म्हणून प्रसिद्ध असलेले दुर्वास मुनी त्यांच्या काही शिष्यांसह दुर्योधनाच्या राजवाड्यात

भेटीसाठी आले. त्यानं त्यांचा यथोचित आदरसत्कार केला.

दुर्वास मुनी प्रसन्न होऊन दुर्योधनाला म्हणाले, "तू माझा आणि माझ्या शिष्यांचा जो आदर सत्कार केलास, त्यामुळे मी प्रसन्न झालो आहे. तुझ्या मनात जी काही इच्छा असेल ती सांग. मी ती पुरी करीन."

दुर्योधन आणि त्याचा कपटी मामा शकुनी या दोघांनी मिळून आधीच विचारविनिमय करून दुर्वास मुनींकडे काय मागायचं, ते ठरवून ठेवलं होतं. आता ती संधी चालून आली होती.

दुर्योधन हसतमुखाने म्हणाला, "माझे चुलतभाऊ पांडव हे अत्यंत सत्शील व सदाचारी आहेत," आपल्याला पांडवांची अतिशय काळजी असल्याचा बहाणा करत दुर्योधन म्हणाला. "तुम्ही जसा मला आशीर्वाद दिलात, तसाच त्यांनासुद्धा दिलात, तर फार उपकार होतील. तुम्ही जर आता इथून निघालात तर संध्याकाळी जरा उशिराने त्यांच्याकडे जाऊन पोहोचाल. मला फक्त हे एवढंच हवं आहे."

दुर्वास मुनींनी ते मान्य करून आपल्या शिष्यांसह तेथून प्रस्थान ठेवले.

वरकरणी दुर्योधनाची ती मागणी अगदी साधी सरळ होती. दुर्योधनाच्या मनाचा मोठेपणाच यातून दिसून येत होता. पण सत्य फारच निराळं होतं. शकुनी आणि दुर्योधनाला एक गोष्ट निश्चितपणे माहिती होती. दुर्वास मुनी आणि त्यांचे शिष्य संध्याकाळी जरा उशिराच पांडवांच्या घरी जाऊन पोहोचणार होते. तेव्हापर्यंत द्रौपदीचं जेवण नक्कीच झालेलं असणार. म्हणजेच दुर्वास मुनी व त्यांच्या शिष्यांना जेवू घालणं पांडवांना शक्य होणार नाही. त्यामुळे अर्थातच दुर्वास मुनी संतप्त होणार आणि पांडवांना शाप देणार.

"त्यानंतर कित्येक तासांचा प्रवास करून दुर्वास मुनी त्यांच्या शिष्यांसह पांडवांच्या घरी जाऊन पोहोचले ते म्हणाले, "तुमचा चुलतभाऊ दुर्योधन यानं आमचं अतिशय उत्तम स्वागत केलं. त्यानंच मी तुमच्या घरी येऊन तुमच्या आतिथ्यशीलतेचा अनुभव घेऊन तुम्हाला आशीर्वाद द्यावेत, असंही सुचवलं. तेव्हा आम्ही जवळच्या नदीवर जाऊन स्नान करून येतो. आम्ही परत येईपर्यंत आमच्या भोजनाची तयारी करून ठेवा."

"दुर्वास मुनी आणि त्यांचे शिष्य नदीकडे जायला निघताच युधिष्ठिर तातडीने स्वयंपाकघरात आला. पण त्याच्या दुर्दैवानं द्रौपदी अक्षयपात्र धुवून ठेवत होती. "दौपदी, जरा वेळानं दुर्वास मुनी आणि त्यांचे शिष्य इकडे भोजनासाठी येत आहेत. आणि तू तर भोजन करून घेतलं आहेस. आता दुर्वास मुनींचा आपल्यावर कोप ओढवणार. आपण आता काय करायचं?"

सूर्यास्ताची वेळ जवळ आली होती. द्रौपदीला काहीच सुचत नव्हतं. मग तिच्या

मनात कृष्णाचा विचार आला. कृष्ण हा द्रौपदीचा मानलेला भाऊ होता. अचानक दरवाजाजवळ रथ थांबल्याची चाहूल लागली. दार उघडताच कृष्ण आत आला.

द्रौपदी आणि इतर पांडव विमनस्क चेहऱ्याने बसलेले पाहून तो म्हणाला, "काय झालं? तुम्ही इतके दुःखी कष्टी का बरं दिसता?"

त्यावर युधिष्ठिराने त्याला सर्व परिस्थिती कथन केली. "ते अक्षयपात्र माझ्याकडे द्या." कृष्ण म्हणाला.

द्रौपदी नाइलाजानं ते पात्र कृष्णाकडे घेऊन आली. "बंधू, ते अक्षयपात्र रिकामं आहे. तू स्वतःच बघ."

"हे भगिनी, तू महाराणी आहेस खरी; पण तुला भांडी विसळणं जमत नाही. हे बघ- या अक्षयपात्रात भाताचं एक शीत तसंच चिकटून राहिलं आहे."

असं म्हणून कृष्णानं ते शीत उचलून खाल्लं आणि भली मोठी ढेकर देऊन म्हणाला, "मी तृप्त झालो. माझं पोट भरलं. तुला अनेक आशीर्वाद आहेत." पांडव पुढे काही बोलण्यापूर्वीच तो निघून गेला.

इकडे दुर्वास मुनी आणि त्यांचे शिष्य नदीत स्नान करत असताना अचानक त्या सर्वांना आपलं पोट खूप भरलं आहे, असं वाटू लागलं. जणू काही सर्वांनी आत्ता पोटभर भोजन केलं असावं.

सर्व जण एकमेकांकडे नुसते बघत राहिले. मग त्यांच्यातला एक शिष्य धीर करून दुर्वास मुनींपाशी जाऊन म्हणाला, "आमचं सर्वांच पोट फार भरलं आहे. आम्ही आता जेवू शकणार नाही. आपण आता पांडवांच्या घरी जाणं रद्द केलं, तर चालेल का? कारण आपण त्यांच्या घरी जाऊन तिथल्या भोजनाला काही न्याय देऊ शकणार नाही. मग त्यांना वाईट वाटेल."

दुर्वास मुनी हसून म्हणाले, "होय बाळांनो, तुम्हाला कसं वाटत असेल, त्याची मला कल्पना आहे. मानवी हाव खरंतर खूप मोठी असते. पण पोटाची भूक हा मात्र त्याला एक अपवाद आहे. एकदा आपलं पोट भरलं, की आपण त्याहून जास्त काहीही खाऊ शकत नाही. त्यामुळे मी पांडवांना इथूनच आशीर्वाद देतो आणि मग आपण निघू या."

माझी गोष्ट सांगून संपताच कृष्णा आणि अनुष्का माझ्याकडे पाहत राहिल्या.

"हे बघा, मी आता तुम्हाला दोन गोष्टी सांगितल्या. त्या तुम्ही नीट लक्षात ठेवायच्या बरं का आणि मग उद्या तुम्ही मला त्या परत सांगायच्या," मी म्हणाले.

दोन्ही मुली नाचत, उड्या मारत त्यांच्या खोलीत गेल्या. मी सांगितलेल्या दुसऱ्या कथेविषयी त्या आपापसात काहीतरी बोलत होत्या.

मला खूप आनंद झाला होता. मी त्यांना महाभारतातल्या दोन कथा खूप साध्या सोप्या करून सांगितल्या होत्या.

दुसऱ्या दिवशी नाश्ता करून झाल्यावर कृष्णा माझ्याजवळ येऊन बसली. "आजी, मी तुझ्या गोष्टीत एक छोटासा बदल केलाय." ती म्हणाली.

"हो का गं? मग मला सांग ना!"

इतक्यात अनुष्कासुद्धा गोष्ट ऐकायला येऊन बसली. कृष्णानं सांगायला सुरुवात केली. "कृष्ण हा एक खूप गोड मुलगा होता. तो खूप खोडकर होता. तो नेहमी त्याच्या मित्रांच्या घरी जायचा आणि घरातल्या कुणाचीही परवानगी न घेता त्यांचा फ्रिज उघडून त्यातून हवं ते घेऊन खायचा. त्यामुळे त्या मित्रांच्या आयांना त्याचा राग यायचा. पण तरीसुद्धा तो सर्वांचा लाडका होता."

"आणि तो त्यांच्या घरचा पिझ्झा, पास्ता, सँडविचेस, चीज, बटर, योगर्ट, फळं आणि काय हवं ते घ्यायचा." असं म्हणून अनुष्का जोरात खिदळली.

"ए! तू गप्प बस हं मी गोष्ट सांगतेय ना?" कृष्णा म्हणाली. "हं... तर ख्रिसमस जवळ आला होता. सगळ्या शाळांना सुट्टी लागली होती. एक दिवस सगळ्या मुली आणि त्यांच्या आयांनी इन डोअर स्विमिंग पूलपाशी भेटायचं ठरवलं. सगळ्या जमल्यावर त्यांनी त्यांचे पोहोण्याचे पोषाख घातले, अंगातले काढलेले कपडे लॉकरमध्ये ठेवले आणि लॉकरची किल्ली एका बाकावर ठेवली. मग त्यांनी शॉवर घेतला आणि पोहोण्यासाठी स्विमिंग पूलमध्ये उडी मारली."

"स्विमिंग पूलचं पाणी छान गरम केलेलं होतं. त्या पाण्यात मजेत खेळू लागल्या. बाहेर खूप कडाक्याची थंडी होती, पण त्यांना त्या गरम पाण्यात मजा येत होती."

"पण त्यांना एक गोष्ट तर माहीतच नव्हती. तिकडे कृष्णसुद्धा आला होता. तो वरच्या मजल्यावरच्या खिडकीतून खाली पाहत होता, तेव्हा त्याला या मुली दिसल्या."

"त्या सगळ्या मुली त्याच्याबद्दलच बोलत होत्या. तो कृष्ण खूप गोड आहे. पण तो मला खूप त्रास देतो," त्यांच्यातली एक मुलगी म्हणाली. "एक दिवस त्याने माझ्या डब्यातला खाऊ खाऊन टाकला. पण मी त्याचं नाव कुणालाही सांगितलं नाही."

"हो ना. तो नेहमी माझ्या पेन्सिली पळवतो."

"तुझ्या पेन्सिली पळवतो? माझी तर खेळणी पळवतो." दुसरी एक मुलगी म्हणाली.

"आपण आपल्या मुख्याध्यापिका बाईंना त्याचं नाव सांगूयात."

"त्यांचं हे असं सगळं बोलणं कृष्णानं ऐकलं. तो पळत पळत कपडे बदलण्याच्या खोलीत गेला. तिथे त्याला लॉकरची किल्ली मिळाली. ती त्यानं पळवली."

"पोहोणं झाल्यावर मुली आणि त्यांच्या आया स्विमिंग पूलमधून बाहेर पडल्या. त्यांनी शॉवर घेतला आणि कपडे बदलण्यासाठी लॉकरपाशी आल्या. पण बघतात तर काय, किल्ली जागेवर नव्हती.''

"आमच्या लॉकरची किल्ली कुठे आहे?'' त्यांनी तिथं काम करणाऱ्या बाईला विचारलं.

"मॅडम, आत्ता या ठिकाणी फक्त मुलींनाच प्रवेश असतो. दुसरं कुणीच इथे येऊ शकत नाही.''

"पण आमचे कपडे ओले आहेत आणि आम्हाला हुडहुडी भरून आली आहे. आम्ही आता घरी कशा जाणार?''

"माझे नवे बूट लॉकरमध्ये आहेत,'' एक मुलगी रागानं म्हणाली.

"मला इथून एका बर्थ डे पार्टीला जायचंय. पण माझे नवे कपडे लॉकरमध्ये आहेत. मी आता काय करू?'' आणखी एक मुलगी म्हणाली.

तिथे काम करणाऱ्या बाईला काय करावं ते समजेना. "तुम्ही जरा इथेच थांबा, मी मॅनेजर साहेबांशी बोलते.'' ती बाई म्हणाली.

अचानक त्या मुलींना दुरून हार्मोनिकाचे सूर ऐकू आले. ते सुंदर सूर कुठून येत आहेत, शोधून काढण्यासाठी त्या इकडेतिकडे पाहू लागल्या. तर कृष्ण वरच्या मजल्यावर उभा होता. किल्ल्यांचा जुडगा त्याच्या हातात होता.

"सगळ्या मुलींनी आपल्याला पाहिलंय हे त्याच्या लक्षात येताच तो हार्मोनिका वाजवायचं थांबला.''

"हे पाहा मुलींनो, तुम्ही जर का माझं नाव मुख्याध्यापिका बाईंना जाऊन सांगितलंत, तर तुम्हाला तुमचे कपडे कधीच मिळणार नाहीत,'' तो म्हणाला.

"आम्ही तुला कोर्टात खेचू.'' एक मुलगी म्हणाली.

"ठीक आहे. मग जा ना कोर्टात. पण कपड्यांशिवाय इथून बाहेर कशा काय पडणार तुम्ही? बाहेर बघा, बर्फ पडतोय.''

'अरे कृष्णा, वुइ आर व्हेरी सॉरी.' सगळ्या मुली एकदम म्हणाल्या.

'हे बघ, आम्हाला जर तुझी तक्रार करायची असती, तर ती आम्ही आधीच नसती का केली? आम्हाला तू आवडतोस, तुझ्या त्या खोड्या आवडतात आणि ही गोष्ट तुलाही माहीत आहे. तेव्हा आता ते सगळं थांबव. आम्ही अशा ओल्या कपड्यांमध्ये इथे जास्त वेळ उभे राहिलो तर, आम्हाला सर्दी होईल. आम्ही आजारी पडावं, असं तुला नाही ना वाटत?' त्यांच्यातली एक मुलगी त्याला आपलं म्हणणं पटवण्याचा प्रयत्न करत म्हणाली.

"मग कृष्णाने हसून किल्ल्या खाली फेकल्या. मग सगळ्यांनी कपडे बदलले आणि त्या कृष्णाला घेऊन जवळच्या एका कॅफेत हॉट चॉकलेट प्यायला गेल्या.''

अशा रीतीने माझ्या नातीने आपली कथा संपवली.

तिची धाकटी बहीण अनुष्का जोरजोरात हसून टाळ्या पिटू लागली. तिला ही कथा ऐकताना फार गंमत वाटली होती.

मी पण कौतुकाने हसून मान डोलावली. पण खरं सांगायचं तर कृष्णाची ही आधुनिक कथा लंडनमध्ये घडलेली होती. ती ही अशी काही कथा सांगेल, असं मला वाटलंच नव्हतं. जुन्या काळच्या कथेतलं ते यमुनेचं पात्र, त्यात उमललेली कमळं, बासरी वाजवणारा श्रीकृष्ण हे सगळं चित्र मला माझी कल्पनाशक्ती वापरून नजरेसमोर आणता येत होतं; पण कृष्णाचं हे आधुनिक रूप पचवणं मला फार जड जात होतं.

मी जरासं घुटमळतच अनुष्काकडे पाहिलं. 'आता मला ही कुठली कथा सांगणार आहे, देव जाणे!' माझ्या मनात आलं.

अनुष्काने लगेच तिची कथा सुरू केली.

"द्रौपदी ही खूप सुंदर महाराणी होती. तिच्याकडे खूप मोठी सत्ता होती. पण एक दिवस ती शहर सोडून खूप दूरच्या एका खेड्यात राहायला गेली. तिथे ती झऱ्याचं शुद्ध पाणी प्यायची. सगळं ऑरगॅनिक फूडच खायची, झाडांची फळं तोडून खायची आणि घरी जे कुणी पाहुणे येतील ना, त्यांच्यासाठी ती स्वतः कुक करायची. पण कधीतरी तिनं बनवलेलं जेवण कमी पडायचं. मग तिनं हा प्रॉब्लेम तिच्या नवऱ्याला सांगितला. तिचा नवरा म्हणजे युधिष्ठिर. मग त्यानं हा प्रॉब्लेम त्याच्या सूर्य नावाच्या मित्राला जाऊन सांगितला.

"तो सूर्य एकदम हिकमती होता बरं का. त्यानं युधिष्ठिर आणि द्रौपदीला एक स्पेशल कुकर भेट म्हणून दिला. त्याच्याबरोबर थोडे हेल्दी मसाले पण दिले. तो म्हणाला, 'तुम्ही जेव्हा या कुकरमध्ये भात शिजवाल, तेव्हा त्यात हे मसाले नक्की घाला. दोन चमचे भात एका माणसाला खायला पुरेल. त्यामुळे तुम्हाला खूप जास्त कुकिंग करावं लागणार नाही. पण द्रौपदी, तुझं जेवण झालं, की तू हा कुकर स्वच्छ धुवून ठेवत जा आणि दुसऱ्या दिवशी सकाळपर्यंत पुन्हा यात भात करू नकोस, म्हणजे त्या कुकरमध्ये बॅक्टेरिया शिरणार नाहीत आणि त्यातला भात चांगला राहील. त्यामुळे तू याचा वापर नीट करत जा."

द्रौपदीनं होकर दिला. त्या दिवसापासून तिच्याकडे आलेल्या पाहुण्यांसाठी ती फक्त ऑरगॅनिक फूड बनवू लागली.

"एक दिवस तिचे काका बरोबर खूप लोकांना घेऊन त्यांच्या घरी जेवायला आले. त्यांनी आधी काहीच कळवलं नव्हतं. ते म्हणाले, "द्रौपदी, तू खूप टेस्टी राईस बनवतेस असं मी ऐकलंय. आज मला तो खाऊन पाहायचाय. मी आणि माझ्याबरोबरची माणसं स्विमिंगला जातोय. परत आल्यावर आम्ही तो

राईस खाऊ.''

हे ऐकून द्रौपदी वैतागली. एक तर तिच्या काकांनी जेवायला येत असल्याचं आधी कळवलं नव्हतं आणि आले तर आले, पण येताना या एवढ्या लोकांना बरोबर घेऊन आले! शिवाय तिचं जेवणही झालं होतं. तिनं तो कुकर धुवून ठेवला होता. ती तिच्या काकांना खरंतर ओरडणारच होती. पण युधिष्ठिरानं तिला थांबवलं. तो म्हणाला, ''ए, अगं तुझ्या काकांनी आजपर्यंत आपल्याला इतके वेळा मदत केली आहे, तेव्हा तू त्यांना काही बोलू नको. तुला माहीत आहे ना, त्यांना किती पटकन् राग येतो ते! तेव्हा उगीच आपण असलं काही करायला नको. उगाच नंतर पश्चात्ताप करत बसून काय उपयोग?''

पण द्रौपदी आता खूप काळजीत पडली. या इतक्या माणसांना आपण आता कसं काय बरं जेवायला घालायचं, तेच तिला कळेना. मग तिनं लगेच आपल्या भावाला म्हणजेच कृष्णाला फोन केला. तो खूप दयाळू आणि चांगला होता. शिवाय तो खूप युक्तिबाज होता, चतुर होता. तो तिच्या मदतीला धावून आला. त्यानं द्रौपदीकडे तो कुकर बघायला मागितला. त्यात एक भाताचं शित चिकटून बसलं होतं. त्यानं ते खाऊन टाकलं.

''हं हा भात तर खूप चविष्ट झालाय. पण तुझे काका आणि त्यांच्या बरोबरचे ते पाहुणे इतक्यात जेवायला मुळीच येणार नाहीत.''

''का?'' द्रौपदी म्हणाली.

''ते त्यांना माहीत आहे,'' एवढंच बोलून तो गूढपणे हसला आणि निघून गेला.

''इकडे पोहायला गेलेल्या पाहुण्यांपैकी प्रत्येकाने स्विमिंग पूलमधलं थोडं थोडं पाणी चुकून गिळलं. त्यात खूप क्लोरिन होतं. त्या दिवशी पूलच्या पाण्यातील क्लोरिनची पातळी जरा जास्तच होती. जरा वेळात सर्वांच्या पोटात ढवळू लागलं. त्यांना कसंतरी वाटू लागलं. सगळे घाईघाईने बाथरूमकडे पळू लागले. शेवटी काका सर्वांना म्हणाले, ''मला वाटतं, आपल्याला सगळ्यांना काहीतरी बाधलेलं दिसतंय. खूप अशक्तपणासुद्धा आलाय. त्यामुळे आपण द्रौपदीकडे जेवायला जायलाच नको. आपण आज लंघनच करू.''

सगळ्यांना ते म्हणणं पटलं.

मग काकांनी द्रौपदीच्या मोबाईलवर फोन केला. ते म्हणाले, ''बेटा, आम्हाला माफ कर. आज काही आम्ही तुझ्या घरी जेवायला येऊ शकत नाही. पण पुढच्या वेळी मात्र नक्की येऊ.''

द्रौपदी गालातल्या गालात हसली. नेहमीसारखाच याही वेळी तिचा भाऊ मदतीला धावून आला होता. ''काका, तुम्ही कधीही माझ्याकडे जेवायला या; पण,

पुढच्या वेळी आधी फोन करून या, हं!'' असं म्हणून तिनं फोन ठेवला.

मला आश्चर्याचा धक्का बसला. त्या गोष्टींमध्ये माझ्या नातींनी आमूलाग्र बदल करून त्या मला ऐकवल्या होत्या. त्यांनी त्या कथेचं आधुनिकीकरण केलं होतं, ते पाहिल्यावर त्यांना द्रौपदीवस्त्रहरणाची कथा सांगण्याचं माझं धाडसच झालं नाही.

◆

१०

इन्फोसिस फाउंडेशनमधील एक दिवस

शोभा ही माझी शाळेतली मैत्रीण आहे. हुबळीसारख्या छोट्याशा गावात शाळेतले मित्र-मैत्रिणी इतके जवळचे होऊन जातात, की जणूकाही ती आपली भावंडंच असावीत. आयुष्यात पुढे जाऊन आमचे दोघींचे मार्ग खूपच वेगवेगळे झाले. शोभा लग्न करून हुबळीत स्थायिक झाली. मी बंगळुरूला आले. कर्नाटकातील इतर अनेक मुलांप्रमाणे तिची मुलंसुद्धा सॉफ्टवेअर इंजिनिअर होऊन बंगळुरूला आली. मग शोभाचं इकडे जाणं-येणं वाढलं. जेव्हा जेव्हा शक्य असेल, तेव्हा ती मला भेटायला यायची.

एक दिवस तिचा माझ्या ऑफिसात फोन आला. तेव्हा माझी मीटिंग चालू होती. मी तिला तसा निरोप द्यायला सांगितला आणि नंतर फोन करीन असंही सांगितलं. नंतर मी तिला एकदम संध्याकाळी फोन केला. ती म्हणाली, "तू मला फोन करायला इतका उशीर का केलास?"

त्यावर मी म्हणाले, "अगं शोभा, माझे खासगी फोन करायला मला आत्ता नुकतीच सवड मिळाली आहे."

शोभा जरा काळजीच्या सुरात म्हणाली, "तू नेहमी खूप गडबडीत असतेस, कामाचा बराच व्याप असतो, याची मला

कल्पना आहे. पण खरं सांगू, तुझ्याशी संपर्क साधणं आजकाल फारच कठीण होत चाललंय. तू कधीतरी कामात असतेस, कधी प्रवासात असतेस तर कधी एखाद्या मीटिंगसाठी बाहेर गेलेली असतेस. एखाद्या वेळी तू नक्की घरी असशील म्हणून फोन करावा, तर तू घरीसुद्धा नसतेस. माझ्या नातवाचा पहिला वाढदिवस आहे, म्हणून तुला बोलावणं करायला मी फोन केला होता. येत्या सोमवारी वाढदिवस आहे. तुला ज्या वेळी यायला जमेल त्या वेळी नक्की येऊन जा."

"अगं शोभा, शनिवार-रविवार सोडून इतर कोणत्याही दिवशी तुझ्याकडे येणं फार कठीण आहे गं मला; आणि सोमवारी म्हणजे तर जवळजवळ अशक्यच!"

"तू आपल्या जवळच्या मैत्रिणीसाठी एक तासही काढू शकत नाहीस?" शोभा नाराज होऊन म्हणाली. आपल्या जवळच्या मैत्रिणींना अशा प्रकारे नाराज होण्याचा हक्क असतोच. "तू फाउंडेशनची चेअरपर्सन आहेस आणि अनेक लोक मदत मागायला, तुझी भेट घेण्यासाठी येत असतात, याची मला कल्पना आहे. पण त्यांना एक दिवस तू वेगळी वेळ दे किंवा 'नंतर या' असं सांग किंवा 'आज भेटू शकणार नाही,' असं सांग ना; ती माणसं नक्कीच परत येतील याची मला खात्री आहे."

"ते इतकं सोपं नाहीये," मी म्हणाले. जयनगरहून तुझ्या घरी येऊन परत इकडे यायचं तर नुसते येण्याजाण्यातच दोन तास मोडतात. म्हणजे माझा अर्धा दिवस संपलाच म्हणायचा. फाउंडेशनमधला दिवस किती गजबजलेला असतो, आमच्या इथे काय काय चालू असतं, ते कुणाला सांगून समजणार नाही. जो इथे काम करत नाही त्याला असं वाटेल, की नुसते पैसे वाटले किंवा आर्थिक मदत दिली की झालं. मी खरंच काय काम करते ते तुला जर प्रत्यक्ष बघायचं असेल, तर एक दिवस सकाळीच इकडे ये. एक पूर्ण दिवस माझ्याबरोबर घालव, इथे काय काय चालू असतं ते नुसतं बघ. समाजकार्य करणं हा किती गुंतागुंतीचा प्रकार आहे, याची तुलाही कल्पना येईल.

शोभा उत्साहाने या गोष्टीला तयार झाली. काही आठवड्यांनंतर एका सोमवारी सकाळी ती माझ्याबरोबरच इन्फोसिस फाउंडेशनच्या ऑफिसात आली.

ती आली याचा मलाही आनंद झाला. "तू सतत माझ्याबरोबरच राहा आणि फक्त निरीक्षण कर. काहीही बोलू नको. चालेल का तुला?"

तिने हसून होकार दिला.

मग मी माझी सहायक आशा हिला बोलावून त्या दिवशी सकाळी मी ज्या ज्या लोकांशी बोलणार होते, त्यांची यादी तिच्याकडे दिली. इतक्यात फोन वाजला. आशानं तत्परतेनं फोन घेतला.

फोनवर कुणीतरी बोलत होतं, "आम्ही हुबळीचे आहोत. आम्ही मिसेस सुधा मूर्ती यांना ओळखतो. मला त्यांच्याशी बोलायचंय."

''मॅडम तुमचं नाव काय?''

''उषा... उषा पाटील.''

आशा माझ्याकडे वळून म्हणाली, ''हुबळीहून उषा पाटील बोलतायत. तुम्हाला फोन जोडून देऊ का?''

उषा हे नाव हुबळीत अनेकांचं असतं. पाटील या आडनावाचंही तेच. मला हुबळीतल्या कमीत कमी दहा तरी उषा पाटील माहीत आहेत. एक शेजारीण, शाळेत माझ्या वर्गात असलेली मुलगी, एक दूरची बहीण, एक चुलत भावाची बायको, एक लेखिका, एक ओळखीची बाई, एक देवळातल्या पुजाऱ्यांची मुलगी आणि अशाच आणखी काही. यांच्यापैकी नक्की कुणाचा फोन असेल, तेच मला कळेना.

आशा पण गोंधळून गेली होती माझ्याचसारखी.

अखेर मी आशाकडून फोन घेतला. ''मी सुधा मूर्ती बोलतेय,'' मी म्हणाले.

मी हुबळीजवळच्या कुंदगोळ गावातून उषा पाटील बोलतेय. माझ्या मुलाला नोकरी हवी आहे.

''माझी आणि तुमची ओळख आहे का?''

''नाही, पण तुम्हीसुद्धा हुबळीच्याच आहात. तुम्ही आपल्या गावच्या लोकांना नक्कीच मदत कराल, असं मला वाटतं.''

''उषाजी, तुम्ही म्हणालात, तुम्ही मला ओळखता?''

''हो, ओळखते. वर्तमानपत्रातून तुमच्याविषयी वाचलंय, टी.व्ही.वरसुद्धा पाहिलंय,'' ती आपल्या बोलण्याचं स्पष्टीकरण देत म्हणाली. ''तुम्ही मला ओळखता, असं कुठे म्हणाले मी? पण ते जाऊ दे. माझ्या मुलाची लवकरात लवकर नोकरीला लागायची इच्छा आहे.''

मी ठाम होते. मी तिला स्पष्ट सांगितलं, ''हे पाहा, इन्फोसिसमध्ये लोकांना नोकरी देण्याचं काम मी करत नाही. तुम्ही कंपनीच्या ह्यूमन रिसोर्सेस विभागाला ई-मेल पाठवा. तिथे त्यांच्या निवड करण्याच्या प्रक्रिया ठरलेल्या असतात.

''पण तुम्ही जर शब्द टाकलात, तर ते त्याचा नक्कीच अव्हेर करणार नाहीत.''

''सॉरी उषाजी! पण कंपनीत कर्मचाऱ्यांची निवड ही चाचणी परीक्षा आणि मुलाखतीच्या आधारेच केली जाते. मी इन्फोसिस फाउंडेशनचं कामकाज बघते आणि मी इतरांच्या कामात ढवळाढवळ करत नाही.''

पण उषाला ते मुळीच पटलेलं दिसलं नाही. 'मग निदान तिथल्या एखाद्या महत्त्वाच्या व्यक्तीचा मला कॉन्टॅक्ट तरी द्या ना.''

''तुम्ही बायोडेटा ई-मेल वर पाठवून द्या.'' मी म्हणाले.

''थांबा हं, फोन ठेवू नका,'' उषा पाटील म्हणाली, ''मी पटकन कागद पेन

घेऊन येते आणि ई-मेल ॲड्रेस लिहून घेते.''

पण मला वेळ नव्हता. मग मी आशाच्या हाती फोन देत म्हणाले, ''त्यांना कंपनी रिक्रूटमेंटची ई-मेल तेवढी दे आणि इथून पुढे कुणी मला ओळखत असल्याचं सांगून जर फोन केलाच, तर मी त्यांना ओळखत असल्याची खात्री करून घेतल्याशिवाय माझ्याकडे फोन देऊ नको.''

मग मी माझ्या ई-मेल्स वाचायला बसले.

माझी सेक्रेटरी लीना म्हणाली, ''मॅडम, आज ४१० ई-मेल्स आल्या आहेत.''

अर्थात हा आकडा नेहमीपेक्षा फार वेगळा नव्हता. ''मग आता आपण त्यांची आधी गटवारी करू आणि सुरुवातीपासून शेवटपर्यंत वाचायला घेऊ.''

एकदा अशी गटवारी करून झाल्यावर आम्ही एक-एक मेल वाचू लागलो. पहिल्या ई-मेलमध्ये मी म्हणजे कुणीतरी देवीदेवता वगैरे असल्यासारखं माझं वर्णन करण्यात आलं होतं. ''लीना, फक्त शेवटची ओळ वाच,'' मी म्हणाले.

''देऊळ बांधायला आर्थिक मदतीची मागणी केलेली आहे,'' लीना म्हणाली.

इन्फोसिस फाउंडेशन कोणत्याही धार्मिक कारणाप्रीत्यर्थ करण्यात येणाऱ्या नव्या बांधकामासाठी किंवा जुन्या वास्तूच्या जीर्णोद्धारासाठी मदत करत नाही. जर एखादी वास्तू सरकारच्या पुरातत्त्व विभागाने प्राचीन व जतन करण्याजोगी वास्तू म्हणून घोषित केलेली असली, तरच त्याच्या जीर्णोद्धारासाठी आम्ही साहाय्य करतो. ''जमणार नाही, क्षमस्व, असं कळव.'' मी म्हणाले.

मी आणि लीना पुढच्या ई-मेलकडे वळलो तेव्हा ऑफिसातील अनेक सेल फोन्सवर मेसेज आल्याचे आवाज ऐकू येत होते. इन्फोसिस फाउंडेशनने म्हणे नुकतीच एका शिष्यवृत्तीची घोषणा केली होती; त्याला उत्तर म्हणून ते सगळे मेसेजेस भराभरा येत होते.

त्या पाठोपाठ फोन वाजायलाही सुरुवात झाली.

ही बातमी सपशेल खोटी होती. अनेक वर्षांपूर्वी इन्फोसिस फाउंडेशनने अगदी मर्यादित काळासाठी एक शिष्यवृत्ती जाहीर केली होती; पण त्याची मुदत संपून कितीतरी दिवस लोटले होते. पण फाउंडेशनच्या त्या शिष्यवृत्तीविषयी खोटीनाटी माहिती लोक 'व्हॉट्सॲप मेसेंजर' या ॲप्लिकेशनवरून सगळीकडे पसरवत असल्याचं आमच्याही कानावर आलेलंच होतं. त्यामुळेच विद्यार्थी आणि त्यांचे पालक आमच्यावर ई-मेल्स, मेसेजेस आणि फोन कॉल्सचा भडिमार करून आम्हाला भंडावून सोडत होते.

मग मी त्या ईमेल्स आणि मेसेजेसना उत्तर देण्याचं काम आशाला दिलं. त्यातच तिचा आज बराच वेळ जाणार होता.

हे झाल्यावर मी आणि लीनाने पुढची ई-मेल उघडली. कुठल्यातरी विद्यापीठाला

मला ऑनररी डॉक्टरेट देण्याची इच्छा होती.

लीना ते वाचून हर्षभरित झाली. मी नाही झाले. एकदा एखाद्या विद्यापीठाने तुम्हाला डॉक्टरेट दिली की साहजिकच तुमची गणना त्या विद्यापीठाच्या माजी विद्यार्थ्यांमध्ये होते. ''तुम्ही आमच्या विद्यापीठाला योग्य ती मदत करू शकाल,'' ही ओळ अखेर आलीच. आम्ही दोघींनीही ती वाचली. म्हणजे याचा मथितार्थ असा, की आम्ही तुमच्यासाठी काहीतरी करतो व त्या मोबदल्यात तुम्ही आमच्यासाठी काहीतरी करा, हाच होता. ''त्यांना नम्र शब्दांत नकार कळव,'' मी लीनाला सांगितलं.

पुढची ई-मेल म्हणजे मुंबईतील एका कॉलेजच्या वार्षिक स्नेहसंमेलनाला प्रमुख अतिथी म्हणून उपस्थित राहण्याचं निमंत्रण होतं. मला अशी असंख्य निमंत्रणं येतात. त्यांतल्या बऱ्याचशा कार्यक्रमांना मी जातच नाही. पण काही थोड्या कार्यक्रमांना उपस्थित राहण्याचा मी प्रयत्न करते. तो कार्यक्रम फक्त दोन तासांचा होता, असं लीनानं सांगितलं. तरीपण बंगळुरूहून मुंबईला जाऊन परत यायचं, तर अर्धा दिवस गेला असता. आधी तर मी नाही म्हणावं असंच ठरवलं; पण मग कॉलेजच्या विद्यार्थ्यांचा विचार मनात आला. मला विद्यार्थी हे नेहमीच प्रिय आहेत.

''मी त्या दिवशी जर काही कामानिमित्त मुंबईला जाणारच असेन, तर मी त्यांच्या कार्यक्रमाला नक्की जाईन,'' मी लीनाला म्हणाले.

तिनं माझी डायरी पाहिली. ''त्या दिवशी दुपारी मुंबईत तुमच्या काही मीटिंग्ज आहेत. पण सकाळ तशी मोकळी आहे आणि कार्यक्रमाचं ठिकाण विमानतळाजवळच आहे. तुम्ही मुंबईला पोचलात की थेट तिकडे जाऊ शकाल. तुम्ही बंगळुरूहून सकाळी लवकरची फ्लाइट घेऊन मुंबईला जा.''

''मग कॉलेजला असं कळव की मला तिथे जरा लवकर, म्हणजे ९.३०ला पोहोचता येईल. पण तिथून ११ वाजता मला निघावं लागेल.''

मी आशाशी बोलत असताना माझ्या टेबलावरचा फोन खणाणला. आशा फोन उचलून म्हणाली, ''हॅलो.''

काही क्षणांनंतर माझ्या हातात फोन देऊन ती म्हणाली, ''फोनवर कसाब आहेत.''

मी घाबरले. कसाब हा पाकिस्तानी आतंकवादी होता. २६-११च्या मुंबई बॉंबस्फोटात न्यायालयानं त्याला दोषी ठरवलं होतं. माझ्या माहितीप्रमाणे त्याला फाशी देण्यात आली होती. पण कधीकधी आपल्याला जे वाटतं, ते खरं नसतंच. ''हा खरंच कसाब असेल का? आणि असला, तर तो मला कशासाठी फोन करत असेल?''

मी विचार करण्यासाठी एक मिनिट शांत बसले. मी जरा वेळात त्याच्याशी

बोलेन, असं आशाला खुणेनं सांगितलं.

आशा फोनवर काहीतरी बोलली. मग माझ्याकडे वळून म्हणाली, "कसाब माझ्यावर इतके का चिडले आहेत, देव जाणे. मला म्हणत आहेत, की मी एक देशभक्त असून तुम्ही मला हे काय म्हणताय?"

मी आता गोंधळून गेले. मी म्हटलं, "आशा, तुमचं नक्की काय बोलणं झालं?"

"मॅडम, सकाळी तुम्ही मला जी यादी दिली होती, त्यातल्या एकांना मी फोन लावला. मग 'मॅडमना फोन जोडून देते, जरा थांबा,' असंच फक्त मी त्यांना म्हणाले."

"पण मी तुला कसाबचा नंबर कधी दिला? आणि का देईन? तो कसाब फाशी गेला. या जगातसुद्धा नाहीये तो आणि तो कोण होता ते तरी तुला माहीत आहे का?"

"मला नाही माहीत," ती सहजपणे म्हणाली. देशातल्या भानगडींशी तिला काहीही देणं घेणं नव्हतं.

"मला फोन दे बरं."

"हॅलो," मी म्हणाले.

"अहो, माझे आजोबा स्वातंत्र्यसैनिक होते. मी स्वतः माजी आमदार आहे आम्ही या देशाची सेवा केलेली आहे. मला माझ्या घराण्याचा अभिमान आहे आणि तुम्ही मला खुशाल कसाब म्हणताय?"

मी मोठा निःश्वास सोडला. आशानं मिस्टर कसबे यांना फोन करून चुकून त्यांच्या आडनावाचा उच्चार कसाब असा केला होता. कोणत्याही देशभक्त असलेल्या व्यक्तीला त्या गोष्टीचा अपमान वाटणं स्वाभाविक होतं.

"सर, तिचा थोडा गोंधळ झाला. पण मी त्याबद्दल तुमची माफी मागते," मी म्हणाले. "मी सुधा मूर्ती. तुम्हाला फोन करायला मीच तिला सांगितलं होतं. तुमच्याकडचं लग्न जेव्हा आहे, त्याच वेळी मी नेमकी गावाला निघाले आहे. पण एअरपोर्टवर जाण्याआधी मी तुमच्या घरी येऊन जाईन."

माझं बोलणं ऐकून मिस्टर कसबे जरा शांत झाले. फोन ठेवल्यावर मी आशाकडे वळून म्हणाले, "अगं तू त्यांना कसाब काय म्हणालीस?"

त्यावर ती म्हणाली, "मॅडम एकाच वेळी तीन तीन फोन वाजत होते. मला वाटतंय, की मी 'कसबे' असंच म्हणाले, पण त्यांनीच चुकीचं ऐकलं असावं. मी मुद्दाम कुणाच्या नावाचा चुकीचा उच्चार कशाला करीन?"

तेवढ्यात ऑफिसचे मॅनेजर मिस्टर कृष्णमूर्ती माझ्यापाशी आले. "मॅडम, पेमेंटची व्हाऊचर्स तयार आहेत."

आमच्या ऑफिसमध्ये रोखीचे काहीही व्यवहार होत नाहीत. सरकारने २०१६ मध्ये नोटाबंदी जेव्हा जाहीर केली, त्या काळात आमच्या या धोरणाचा आम्हाला

फायदा झाला. आमच्या कामकाजावर फारसा परिणाम झाला नाही.

आमचा सी.एस.आर. मॅनेजर प्रशांत मध्येच येऊन म्हणाला "तुम्ही आता जेव्हा चंडीगढच्या दौऱ्यावर गेला होता, तेव्हा आपल्या कर्मचाऱ्यांच्या नॉन प्रॉफिट शाखेला मॅचिंग ग्रँट* देण्याचं तुम्ही कबूल केलं आहेत का?"

"हो," मी म्हणाले. "सी.एस.आर. चे आपण जे काही उपक्रम राबवतो, त्यात त्यांचाही थोडा हातभार लागेल. हैदराबाद, पुणे, मंगळुरू, तिरुअनंतपुरम, चेन्नई आणि भुवनेश्वर येथे असलेल्या आपल्या इतर विकास केंद्रामध्येसुद्धा मी ही पद्धत सुरू केलेली आहे.

प्रशांतच्या कपाळावर आठी पडली. तो चिंतेत पडलेला दिसत होता. आपल्याला या वर्षासाठी जो निधी मिळालेला आहे त्यापेक्षा आपला खर्च जास्त होणार आहे. आपण या वर्षासाठी जे अंदाजपत्रक आखलेलं आहे, त्याचा मेळ जमवणं कठीण जाणार आहे. तुम्ही एकदा या वर्षीच्या अंदाजपत्रकावर नजर टाकाल का?"

प्रशांतची काळजी मला कळत होती. आमचे आर्थिक व्यवहार तोच सांभाळत असे. तो अंदाजपत्रकावर नेहमी बारीक नजर ठेवून असे.

"आपण करू काहीतरी व्यवस्था. आपल्या नजरेसमोर जे विधायक उपक्रम असतील, त्यांना अर्थसाहाय्य करण्याकडे आपण आपलं लक्ष केंद्रित केलं पाहिजे. अंदाजपत्रकाची चिंता कशाला करायची. आपल्याला जर अधिक निधीची गरज पडली, तर तशी आपण (इन्फोसिस कंपनीकडे) मागणी करू. शिवाय काही उपक्रमांची रूपरेषा अजून पुरती तयार झालेली नाहीये, काही उपक्रम सुरू होण्यास थोडा उशीरसुद्धा लागू शकेल. त्यामुळे काळजी करण्याची काही गरज नाही."

मी पूर्वी कॉलेजात प्राध्यापिका होते, त्यामुळे शिक्षकाने विद्यार्थ्याला समजावून सांगावं, अशा प्रकारे मी अनेकदा बोलते. आणि माझ्या या शिकवण दिल्यासारखं बोलण्याचा अनुभव अनेकदा प्रशांत आणि श्रुती यांना येतो, कारण हेच दोघं आमचा आर्थिक ताळेबंद जुळवण्याचं आणि आमची सी.एस.आर. ची उद्दिष्टं पूर्ण करण्याचं काम बघतात.

मी स्वतःसुद्धा जातीने नियमितपणे त्या दोन्ही गोष्टींमध्ये लक्ष घालतच असते. पण तरीही त्या दिवशी त्या दोघांनी फाउंडेशनवर असलेल्या त्या वर्षीच्या आर्थिक

---

* मॅचिंग ग्रँट : एखाद्या उपक्रमासाठी त्या विभागाने स्वतःच्या बजेटमधून काही रक्कम वेगळी ठेवली असेल, तर तेवढीच रक्कम फाउंडेशनतर्फेसुद्धा देण्यात येईल. म्हणजे त्या उपक्रमाला आर्थिक हातभार लागेल.

सी.एस.आर. : कॉर्पोरेट सोशल रिस्पॉन्सिबिलिटी – मोठे व्यवसाय किंवा उद्योग समूहांची सामाजिक जबाबदारी

जबाबदाऱ्यांविषयी चिंता व्यक्त केली.

पुढचा फोन बाणेरघाटा राष्ट्रीय उद्यानाच्या संचालक मंडळाकडून होता. त्यांना फाउंडेशनकडून अर्थसाहाय्य मिळत असल्यामुळे त्याच्या विनियोगाविषयीचा अहवाल देण्यासाठी तो फोन होता.

उन्हाळ्यामध्ये पाण्याअभावी त्या राष्ट्रीय उद्यानातील प्राण्यांचे हाल होत असल्याचं आमच्या कानावर आलं. तेथील व्यवस्थापनानं वाघांना बसण्यासाठी पाण्यानं भरलेला एक जलाशय बनवला होता; परंतु साठलेल्या पाण्यात पहुडल्यामुळे वाघांना काही रोग किंवा संसर्गजन्य आजार होऊ नये यासाठी त्यांना काही नियमित मुदतीनंतर ते पाणी बदलावं लागत असे. वाघ जर आजारी पडले, तर त्यांच्यावर उपचार करणं फार कठीण काम होतं. त्यामुळे त्यांची काळजी घेणाऱ्या कर्मचाऱ्यांना पाण्याच्या बाबतीत फार सावधगिरी बाळगावी लागते. त्यामुळे मी आमच्या कॉन्ट्रॅक्टरना फोन केला आणि त्या ठिकाणी सुलभपणे पाणीपुरवठा होऊ शकेल अशा जागा निवडून बोअरवेल खणण्यास आणि जलसंचयासाठी मोठी टाकी बनवण्यास सांगितलं. त्या परिसरातील जमिनीमध्ये विशेष पाणी नसल्यामुळे बोअरवेल खणूनही फारसा उपयोग होणार नाही, असं सांगून आम्हाला त्यापासून परावृत्त करण्याचे प्रयत्न काही लोकांनी केले; पण त्याचं न ऐकता आम्ही ते काम पूर्ण केलं.

आता राष्ट्रीय उद्यानातून आलेल्या फोनवरून आम्हाला अशी माहिती देण्यात आली, की त्यांच्याकडे मुबलक पाणी उपलब्ध झालं होतं. पशूंना आता चांगलं पाणी मिळू लागल्यामुळे त्यांच्यात आजारी पडण्याचं प्रमाण निश्चितपणे घटलं होतं. मी त्यासाठी परमेश्वराचे आभार मानले.

मी लीनाकडे पाहिलं. ती अजूनही ई-मेल्सची वर्गवारी करण्यात गुंतली होती. प्रवास, अपुरी कामे, अपॉइंटमेंट्स, नकार कळवणे आणि नवीन प्रस्ताव.

सर्व जण आपापल्या कामात बुडून गेले होते. कधी कधी मला असं वाटतं, की मला विशेष काही काम नसतं. जो तो आपापल्या जबाबदाऱ्या समर्थपणे पार पाडत असतो. काही नवे प्रस्ताव, काही अपवादात्मक गोष्टी किंवा वाढीव अनुदाने अशा विशेष बाबतीत फक्त मी लक्ष घालते.

इतक्यात श्रुतीची भेट घेण्यासाठी कुणीतरी आलं. ती वरच्या मजल्यावरील कॉन्फरन्स रूममध्ये गेली. मी साध्या पोस्टानं आलेली, मला वाचण्यासाठी ठेवलेली पत्रं उघडून वाचू लागले. एकीकडे फोन खणखणतच होते.

काही मिनिटांतच आमच्या कॉन्ट्रॅक्टरचा नवीन घडामोडींची माहिती देण्यासाठी फोन आला. "मॅडम," ते म्हणाले, "आपले काही कामगार सुटीवरून अजून परतलेले नाहीत. जर आहे त्याच कामगारांकडून काम पूर्ण करून घ्यायचं असेल, तर जास्त वेळ लागेल. आपला प्रकल्प पूर्ण व्हायला एक महिना उशीर होईल."

"हे असं कसं करता तुम्ही?" मी त्यांच्याशी वाद घालत म्हणाले. "मी प्रकल्पाच्या उद्घाटनासाठी मुख्यमंत्र्यांना बोलावलं आहे, सगळा बेत ठरला आहे. कसंही करा, पण काम वेळेत पूर्ण करा."

"मॅडम, पण मग आता मी काय करू? तुम्हीच सांगा."

त्यांनी काय करायला हवं, ते मी तरी कसं सांगणार? मी फक्त काम दिलेल्या तारखेला त्यांनी पूर्ण करावं, असा आग्रह करत राहिले. आमची अशी बराच वेळ चर्चा झाल्यावर त्यांनी पंधरा दिवसांपेक्षा जास्त उशीर न करण्याचं मला आश्वासन दिलं. बांधकामामध्ये ठरलेल्या तारखेपेक्षा नेहमीच उशीर होतो, हे एव्हाना मला अनुभवामुळे माहीत झालेलंच आहे. एखाद्या माणसाचं काम कितीही योजनाबद्ध आणि काटेकोर असलं, तरीसुद्धा काही गोष्टी अटळ असतात. त्यामुळे मी त्यांना थोडी सवलत दिली.

इतक्यात श्रुतीनं मला त्या चालू असलेल्या मीटिंगमध्ये सहभागी होण्याची विनंती केली. "मी त्यांच्या प्रस्तावाविषयी आपला काय निर्णय झाला आहे, ते सांगितलं आहे. तरीसुद्धा त्यांनी तुमच्याशी भेटण्याची इच्छा व्यक्त केली आहे. ते तिघं आहेत. मला वाटतं, मॅडम तुम्ही त्यांची आत्ताच भेट घेतलीत तर बरं; नाहीतर ते पुन्हा भेटायला येतील," श्रुती म्हणाली.

इन्फोसिस फाउंडेशनतर्फे अर्थसाहाय्य देण्याच्या बाबतीत आम्ही काही धोरणं निश्चित केलेली आहेत. उदाहरणार्थ आम्ही कोणत्याही राजकीय पक्षाला देणगी देत नाही; अर्थसाहाय्य ज्यांना द्यायचंय, त्यांच्या जाती-धर्माचा विचार कधीच केला जात नाही. प्रत्येक प्रकल्पासाठी अंतर्गत आणि बाह्य असं दोन्ही प्रकारचं ऑडिट असतं. फाउंडेशन त्यातून कधी बाहेर पडणार त्याचं धोरण ठरलेलं असतं आणि प्रत्येक प्रकल्पाचं आम्ही थर्ड पार्टीकडून मूल्यांकनसुद्धा करून घेतो. त्याचप्रमाणे आम्ही अर्थसाहाय्य एकरकमी न देता हप्त्या हप्त्यानं देतो.

श्रुतीची मीटिंग ज्या लोकांबरोबर चालू होती, त्यांचा प्रस्ताव आमच्या धोरणांमध्ये बसणारा नसल्यामुळे तिनं तो नामंजूर केला होता.

फाउंडेशनमध्ये आम्ही एक नियम पाळतो; जर आम्ही एखादा प्रस्ताव नामंजूर करणार असू तर आम्ही तसे संबंधित व्यक्ती वा संस्थेला लगेच लेखी कळवून टाकतो. 'आदिनिष्ठुर हे अंत्यनिष्ठुरांपेक्षा जास्त बरं' असं म्हणतात; म्हणजेच शेवटास जाऊन दुमत होण्यापेक्षा सुरुवातीलाच निराशा झालेली बरी.

'ठीक आहे, मी येते,' असं म्हणून मी श्रुतीबरोबर वरच्या मजल्यावर जायला निघाले.

बरेच लोक मला प्रत्यक्ष भेटण्याची विनंती करतात. त्यांतल्या काहींची अशी समजूत असते, की मला प्रत्यक्ष भेटून माझ्यावर दडपण आणलं, की काम होईल.

पण त्यांना एक गोष्ट माहीत नाही – श्रुतीचा आणि माझा निर्णय नेहमी एकच असतो.

परंतु श्रुतीचा त्रास कमी करण्यासाठी मी त्या लोकांची भेट घेण्याचं ठरवलं. मला जसं अपेक्षित होतं, तसंच घडलं. पुढचा अर्धा तास त्यांनी त्यांच्या प्रस्तावाची उपयोगिता मला पटवून देण्याचा आटोकाट प्रयत्न केला. अखेर मी म्हणाले, ''हे पाहा, आम्ही इथे आमच्या मनाप्रमाणे अर्थसाहाय्य करत नाही. तुम्ही एक लक्षात घ्या, इथे सर्व गोष्टी करण्याची विशिष्ट प्रक्रिया ठरलेली आहे. ठराविक पद्धती आहेत. श्रुतीनं तुम्हाला जो निर्णय सांगितला, तो पूर्ण विचाराअंतीच घेण्यात आलेला आहे. दुर्दैवानं आम्ही तुमच्या या उपक्रमात सहभागी होऊ शकणार नाही.''

माझं बोलणं ऐकून ते लोक नाराज झाले. पण त्या वेळी त्यांच्यासाठी आणखी काहीही करणं शक्य नव्हतं.

कधीकधी इन्फोसिस कंपनीच्या संचालक मंडळाच्या सदस्यांकडे मदतीची अपेक्षा करणारी पत्रं जातात. ते लोक ती पत्रं, ते विनंतीअर्ज आमच्याकडे पाठवतात. आम्ही त्यांचा तटस्थपणे विचार करून मगच त्यावर निर्णय घेतो. तो विनंतीअर्ज मान्य करायचा की नाही, साहाय्य करायचं की नाही, हे नीट तावून सुलाखून पाहिल्याशिवाय आम्ही निर्णय घेत नाही. कंपनीचं संचालकमंडळ या बाबतीत आमच्यावर कधीच दबाव आणत नाही, हे आम्ही आमचं भाग्य समजतो.

आता दुपारच्या जेवणाची सुटी झाली. माझं घर जवळच असल्यामुळे मी शोभाला म्हणाले, ''चल, आपण घरी जाऊन जेवून येऊ.''

घरी पोहोचल्यावर रखवालदारानं सांगितलं, की माझी मुलगी अक्षता हिचा फोन येऊन गेला होता.

मी तिला उलटा फोन करताच तिनं माझ्यावर प्रश्नांची सरबत्ती सुरू केली. ''काल कुठे होतीस तू? तुझी प्रकृती ठीक नाहीये का? तुमच्या इथे काहीतरी घडलंय का, जे तू मला सांगत नाहीयेस? मी किती काळजी करते आहे.''

तिचं बोलणं आणि तो काळजीचा सूर ऐकून मला धक्काच बसला. ''अगं मी इथे बंगळुरूमध्येच आहे. माझ्या दिवसभर मीटिंग्ज होत्या. पण तुला इतकी काळजी करायला काय झालं?''

''अगं मी सकाळी फोन केला, तर तुमच्या इथल्या सिक्युरिटीच्या लोकांनी सांगितलं, की तू 'टॉयलेट' मध्ये आहेस. मी दुपारी फोन केला, तेव्हाही मला तेच उत्तर मिळालं. संध्याकाळी परत तेच. रात्री फोन केला, तर त्यांनी तू झोपली आहेस असं सांगितलं. आज सकाळी फोन केला तेव्हा तू ऑफिसला गेल्याचं कळलं. मी तुला ई-मेलसुद्धा पाठवली. त्यालाही काही उत्तर नाही. एक सांग, तू दिवसभर रेस्टरूममध्ये कशासाठी जातेस?''

तिच्या स्वरातून काळजी स्पष्ट होत होती. मी शांतपणे तिला म्हणाले, ''अगं हो, अक्षता, तू जरा दीर्घ श्वास घे बघू. रोज जरा वेळ प्राणायाम करत जा. मी काल साईट व्हिजिटला गेले होते. आम्ही नुकताच टॉयलेट्स बांधण्याचा प्रकल्प पूर्ण केला आहे. त्याचं उद्घाटनही झालं आहे. तिथली परिस्थिती काय आहे, हे स्वतः जातीनं बघावं म्हणून मी गेले होते. त्यानंतर आणखी काही मीटिंग्ज होत्या, टॉयलेट्स उभारण्याच्या संदर्भात पॅनेल डिस्कशन होतं. मी सेक्युरिटी स्टाफला बाहेर पडताना म्हणाले, 'मी टॉयलेट प्रोजेक्टच्या कामासाठी बाहेर जात आहे.' त्याने त्यातला फक्त 'टॉयलेट' हा शब्द लक्षात ठेवला आणि तुला तेवढंच सांगितलं. इतकी घाबरू नको आणि तुझ्या ई-मेलचं म्हणशील, तर ते मी अजून चेक केलेलेच नाहीयेत.''

तिने सुटकेचा निःश्वास टाकलेला मला ऐकू आला.

तिचा फोन झाल्यावर मी घराच्या फाटकापाशी जाऊन रखवालदाराला म्हणाले, ''मला टॉयलेट प्रोजेक्टवरून घरी यायला उशीर होईल, असं मी काल निघण्याआधी सांगितलं होतं ना?''

त्यावर तो म्हणाला, ''मॅडम काल मी ड्यूटीवर नव्हतो. कालच्या माणसाचा कान दुखतोय, म्हणून तो रजेवर गेलाय.''

छान म्हणजे कालचं माझं बोलणं त्याला नीट ऐकूच आलं नव्हतं तर. मी मात्र 'टॉयलेट' मध्ये खूपच वेळ घालवला होता. मी स्वतःशीच हसत पुन्हा घरात गेले.

शोभा आणि मी जेवायला बसलो. एकीकडे मी आमच्या घरच्या स्वयंपाक्याबरोबर चर्चा करून घरात लागणाऱ्या सामानाची यादी बनवू लागले. घरी रात्री जेवायला किती लोक असतील, जेवायला काय काय पदार्थ बनवावेत, याबद्दल तो मला विचारू लागला. पण माझं मन अजूनही ऑफिसच्या कामातच गुंतलेलं होतं. त्यामुळे मला संध्याकाळच्या जेवणाच्या बेताविषयी त्याच्याशी काहीही बोलायची इच्छा नव्हती. मग मी म्हणाले, ''आपण या सगळ्याविषयी संध्याकाळी बोलूयात का? तोपर्यंत घरात जे काही सामान आहे, त्यातून तुम्हाला जो काही स्वयंपाक करता येईल, तो करा.''

त्यानंतर भराभरा जेवण आटपून मी आणि शोभा पुन्हा ऑफिसात परत आलो.

माझी पुढची अपॉइंटमेंट ज्यांच्याबरोबर होती, त्यांची भेट घेणं या ना त्या कारणानं आजवर अनेकदा पुढे ढकलण्यात आलेलं होतं. ते तीन लोक होते. मला पाहताच त्या तिघांनी एकदमच बोलायला सुरुवात केली. त्यामुळे मला कुणाचंच बोलणं समजेना. मग मी सर्वांना एक एक करून आपलं म्हणणं मांडण्याची विनंती केली.

''या क्षेत्रात मला बरेच पुरस्कार मिळाले आहेत,'' त्यातले एक गृहस्थ म्हणाले.

दुसरे म्हणाले, "हा उपक्रम पूर्ण करण्यासाठी माझ्या राजकीय वर्तुळात खूप ओळखी आहेत, त्याची मदत होऊ शकेल."

तिसरे म्हणाले, "थांबा, आधी आमचं इथे तुम्हाला भेटायला येण्याचं उद्दिष्ट मी तुम्हाला सांगतो. त्याचप्रमाणे शहरातील गरीब वस्तीत पिण्याच्या पाण्याची सुविधा उपलब्ध करून देण्याच्या या उपक्रमातून आम्ही अनेक गरीब लोकांना कशी मदत करू शकतो, हेही सांगतो."

"मी या संदर्भात तुम्हाला थोडे प्रश्न विचारू का?" मी हलकेच म्हणाले.

"ज्या भागात तुम्ही काम करणार आहात, त्या भागाला तुम्ही कधी स्वतः भेट दिली आहे का? तसं असेल तर त्या भागाची लोकसंख्या साधारण किती आहे? स्त्री-पुरुषांचं प्रमाण काय आहे?"

त्यावर ते तिघंही गप्प झाले.

मग मी वेगळ्या बाबतीत त्यांना प्रश्न विचारू लागले. "तुम्हाला या पिण्याच्या पाण्यासाठी मुळात पाणी कुठून आणावं लागेल?"

त्यावरही काही उत्तर नाही.

त्या भागात पाणीपुरवठा व्यवस्था काय आहे? की अजिबातच पाणीपुरवठा नाहीये?" अजूनही कुणीच काही बोलायला तयार नव्हतं. मग हताश होऊन मी म्हणाले, "ठीक आहे. तुम्ही आधी व्यवस्थित संशोधन करा. प्रस्ताव तयार करा, हा प्रकल्प कसा पार पाडणार आहात त्याचेही तपशील लिहून काढा आणि ते सर्व तयार करून ते मला पाठवून द्या. आम्ही आमच्या इंटर्नल मीटिंगमध्ये त्यावर चर्चा करू. तुम्ही तुमच्या या प्रकल्पाची निश्चित जागा जरा मला कळवलीत, तर मी स्वतः तिथे जाऊन सर्व पाहीन. त्या ठिकाणी कोणत्या पक्षाची सत्ता आहे किंवा कुणाला किती पुरस्कार मिळाले आहेत, याला आमच्या दृष्टीनं काहीही महत्त्व नाही. आम्ही गरीब व वंचितांसाठी काम करतो. आमच्या प्रयत्नांमधून त्यांना थोडीतरी मदत व्हावी, त्यांच्या चेहऱ्यावर हसू फुलावं, यासाठी आमची सगळी धडपड असते.

त्या तिघांच्याही चेहऱ्यावर निराशा उमटलेली दिसली. मी त्यांच्या त्या उपक्रमाला फाउंडेशनतर्फे काही मदत वगैरे करण्याचं आश्वासन दिलं नव्हतं. तेच त्यांच्या निराशेचं कारण होतं.

मी त्यांचा निरोप घेऊन उठत असतानाच दारावर टकटक करून लीना आत आली. "मॅडम, तुमच्या प्रवासाच्या वेळापत्रकात तुम्हाला कदाचित बदल करावा लागेल. गेल्या आठवड्यात तुम्ही इकडे नव्हता, तेव्हा देशाच्या वेगवेगळ्या भागांमधून मला अनेक फोन आले. वेगवेगळ्या उपक्रमांच्या ठिकाणी प्रत्यक्ष पाहणीसाठी जाण्याच्या संदर्भात हे सगळे कॉल्स होते. मला वाटतं, या सगळ्या ठिकाणांना भेटी देऊन प्रत्यक्ष पाहणी करण्याचं काम प्रशांत, श्रुती आणि तुम्ही

आपापसात विभागून घेतलंत, तर ते सोयीचं ठरेल. त्या तारखा आजच निश्चित करायच्या आहेत, त्यासाठी मला आजच्या दिवसात कधीतरी थोडा वेळ तुमच्याबरोबर बसावं लागेल.

मी खोलीतल्या कॅलेंडरकडे पाहिलं. "तुम्ही माझे दौरे शनिवार, रविवारी ठेवा म्हणजे आठवड्यातील राहिलेले दिवस मला इथे कामासाठी मिळतील." मी म्हणाले. मला जर दिल्लीला कामासाठी जावं लागणार असेल, तर त्या भागातील भेटींच्या वेळा त्या सुमारास सोयीने नक्की करून टाका. जम्मू, लखनौ वगैरे एकाच खेपेत आटोपता येईल. उगाच कारण नसताना प्रवास करण्याची गरज नाही.

लीना काहीतरी निश्चय करून परत गेली. तिच्या चेहऱ्यावरून ते मला समजलं. आता माझा प्रवासाचा संपूर्ण तपशील तिला तिच्या मनाप्रमाणे आखता येणार होता.

मी परत माझ्या खोलीत आले. सगळ्या ई-मेल्सचं वर्गीकरण करून झालेलं होतं. योग्य त्या व्यक्तीकडे योग्य ती ई-मेल्स फॉरवर्ड करण्यात आली होती. जी खास मी वाचावी म्हणून ठेवली होती, ती मी उघडून वाचू लागले व एकेका ई-मेलला उत्तर देऊ लागले.

त्यानंतर जी काही पत्रं पोस्टानं आलेली होती, त्यांच्याकडे मी वळले. माझं उद्दिष्ट या ऑफिसातील सर्व व्यवहार लवकरात लवकर कागदपत्रांशिवाय करणं हे आहे. पण ते इतक्यात होईल असं वाटत नाही. आमच्याकडे अजूनही पोस्टाने माहिती पत्रकं, निमंत्रण पत्रिका, विनंती अर्ज इत्यादी गोष्टी येतच असतात.

मी स्वतः लेखिका असल्यानं मला अनेकांकडून पुस्तकं भेट म्हणून मिळतात. आजकाल प्रचलित असलेला आवडता विनोद म्हणजे – समाजात लेखकांची संख्या वाचकांपेक्षाही जास्त झालेली आहे. काही लेखकांची त्यांच्या पुस्तकांना मी प्रस्तावना लिहावी अशी इच्छा असते, तर काहींना मी त्यांची पुस्तकं घाऊक भावाने विकत घेऊन शाळांमध्ये, लायब्ऱ्यांमध्ये वाटावीत, असं वाटत असतं. काही लेखक त्यांची मूळ हस्तलिखितंच आमच्याकडे अभिप्रायासाठी पाठवून देतात आणि ती आम्ही वाचून परत करावी, असं त्यांचं म्हणणं असतं. त्या गोष्टीचा आम्हाला खरं तर खूप त्रास होतो. पोस्टानं आलेली पुस्तकं आम्ही मोफत लायब्ऱ्यांमध्ये भरती करण्यासाठी पाठवून देतो. पुस्तकांना प्रस्तावना अथवा त्यांच्यावर अभिप्राय लिहिण्याची विनंती तर आम्ही जवळपास नेहमीच अमान्य करतो, कारण मला कामातून कधी फुरसतच नसते. संध्याकाळ होईपर्यंत आमच्या ऑफिसातील रद्दी कागदांच्या कचऱ्याचे डबे ओसंडून गेलेले असतात.

माझ्या पुस्तकाचे वाचक अनेकदा फाउंडेशनच्या ऑफिसच्या पत्त्यावर पत्रं पाठतात. ही पत्रं विविध प्रकारची असतात. काही लोकांनी पत्रांमधून स्वतःचे अनुभव कथन केलेले असतात, तर काही माझ्या लेखनावर टीकाटिप्पणी करतात, काही

भरभरून कौतुकसुद्धा करतात. ही पत्रं मी घरी घेऊन जाते आणि सवड मिळेल त्याप्रमाणे त्यांना उत्तरं देते.

माझ्या कामात टेलिफोनच्या घंटीच्या आवाजानं व्यत्यय आला. एका न्यूजचॅनेलकडून फोन होता. त्याच्या वार्ताहरानं मला विचारलं, "सध्याच्या सरकारबद्दल तुमचं मत काय? नोटाबंदीचा निर्णय आणि त्याची अंमलबजावणी याविषयी तुमचे विचार काय ते कृपया सांगाल का?"

मी त्यावर कोणतीही प्रतिक्रिया देण्यास नकार दिला. मी माझं स्वतःचं काम उत्तम रीतीने पार पाडते; पण या अशा बाबतीत बोलायला मी कुणी त्यातली तज्ज्ञ नाही.

मी ती पत्रं चाळायला सुरुवात केली. काही पत्रं लीनाकडे सोपवून तिलाच त्या पत्रांना उत्तर देण्यास सांगितलं. आणखी काही पत्रं लष्करी कारवाईच्या दरम्यान शहीद झालेल्या जवानांच्या कुटुंबीयांची होती. इन्फोसिस फाउंडेशनने त्यांना जो काही थोडाफार मदतीचा हातभार लावला होता, त्याविषयीची कृतज्ञता व्यक्त करणारी ती पत्रं होती. त्याच पत्रांमधील दोन पत्रांनी माझं लक्ष वेधून घेतलं. त्यांतलं एक केंद्र सरकारकडून तर दुसरं राज्य सरकारकडून आलं होतं. दोन्ही पत्रांमधून फाउंडेशननं विशिष्ट उपक्रमांसाठी मदत करावी असं आवाहन करण्यात आलं होतं. मग पुढच्या आठवड्यातील इंटर्नल रिव्ह्यूच्या मीटिंगमध्ये त्यांच्याविषयी चर्चा करण्याचं ठरलं.

इतक्यात लीना काही गोष्टींची मला आठवण करून द्यायला व काही गोष्टींची माहिती द्यायला आत आली. "मॅडम मी तुमच्या प्रवासाची रूपरेषा आखली आहे. पुढचे तीन महिने प्रत्येक महिन्यात तुम्हाला १५ दिवस प्रवास आहे. त्यात तुमचे जवळपास सर्वच शनिवार, रविवार जाणार आहेत. तुमच्या दूरच्या भाचीच्या लग्नाला तुम्ही उपस्थित राहू शकणार नाही. त्याचप्रमाणे तुमच्या वडिलांच्या श्राद्धालाही तुम्ही इकडे असणार नाही. तसं चालेल ना?"

"हो, चालेल, लीना. 'काम हाच देव असतो' ही माझ्या वडिलांची शिकवण आहे. ते मला नक्की समजून घेतील, अशी माझी खात्री आहे."

लीनानं माझं प्रवासाचं वेळापत्रक कृष्णमूर्तीकडे दिलं. मग त्यांनी माझी तिकिटं काढणं, जिथे शक्य असेल तिथे इन्फोसिस कंपनीच्या गेस्टहाऊसमध्ये राहण्याची व्यवस्था करणं, इत्यादी कामं करायला सुरुवात केली. जिथे म्हणून कंपनीचं गेस्टहाऊस उपलब्ध असेल, तिथे उतरणं सोयीचं जातं. शिवाय हॉटेलच्या अनाठाई खर्चात बचत होते.

त्यानंतर काही मिनिटांतच श्रुती आत आली. "एक चांगली बातमी आहे," ती म्हणाली. "आपण ज्या मुलांना मॅथेमॅटिक्स ऑलिंपियाड परीक्षेत मदत केली होती, त्यांना अमेरिकेतील एम. आय. टी आणि कॅलटेक या युनिव्हर्सिटीत प्रवेश मिळाला.

त्यांचे टी.व्ही.वर आणि इतर माध्यमांकडून इंटरव्ह्यू घेण्यात आले, त्यात त्यांनी आपल्या फाउंडेशनचे मनापासून आभार मानले आहेत. आपण प्रत्येकी दहा हजार रुपयांची जी छोटीशी मदत केली होती ना मॅडम, त्यामुळेच या मुलांनी विज्ञान शाखेचा पर्याय निवडला होता आणि हो, पावगड स्वामींची ई-मेल आली आहे. ते दृष्टीहीन मुलांसाठी काम करतात. शाळेत मुलांना दुपारचं जेवण पुरवण्याच्या उपक्रमांमुळे अनेक मुलं शाळेत शिक्षण घेऊ लागली आहेत. त्यांच्या संगीत वर्गाला आपण देणगी दिल्यामुळे ते सर्व जण खूश आहेत. अलीकडेच त्या मुलांना एक पुरस्कार मिळाला. त्या मुलांचे हसरे गोड फोटो स्वामीजींनी पाठवले आहेत.''

एवढं बोलून ती परत गेल्यावर मी क्षणभर शांतपणे विचार करत बसून राहिले.

इतक्यात फोनच्या घंटीने माझी तंद्री भंग पावली. मी समोरचा फोन उचलला, पण लीनाने पलीकडून तो आधीच घेतला होता आणि ती फोनवर बोलत होती. फोनवरून एक व्यक्ती तिच्या अंगावर ओरडत होती. ''हे पाहा, मला फाउंडेशनकडून जे पैसे मिळाले आहेत, त्यापेक्षा कितीतरी जास्त मिळतील अशी माझी अपेक्षा होती. माझी पात्रता खूप जास्त आहे. तुम्ही नुसत्या सेक्रेटरी आहात; तुम्ही तुमच्या वरिष्ठांना आधी फोन द्या. मी कोण आहे ते त्यांना सांगा आणि तुम्ही जर मला त्यांच्याशी बोलू दिलं नाहीत ना, तर मी थेट माध्यमवाल्यांकडे जाईन. तेव्हा मला उत्तरं देण्याआधी नीट विचार करत जा.''

मी ताबडतोब उठून शेजारच्या खोलीत गेले आणि लीनाकडून फोन घेतला.

''सर, तुमची समस्या काय आहे?'' मी विचारलं.

''मी शाळेसाठी दोन कोटी रुपयांची मागणी केली होती आणि फाउंडेशनने किती दिले? दोन लाख? तुमच्या फाउंडेशनसाठी दोन कोटी तर काहीच नाहीत. मला या गोष्टीचं स्पष्टीकरण हवंय. नाही, माझी तशी मागणीच आहे. मी समाजसेवक आहे. माझा खूप दबदबा आहे. मनात आणलं तर मी तुमच्या फाउंडेशनच्या नावाची बदनामी करू शकतो.''

''हो, हो मी तुम्हाला नक्कीच त्याचं स्पष्टीकरणं देऊ शकते. आमच्याकडे दररोज सुमारे १०० सत्पात्र लोकांकडून विनंतिअर्ज येत असतात. शिवाय सुमारे दोनशे फोनही येतात. पण आम्ही कोणाच्याही दडपणाखाली काम करत नाही. आम्ही ज्या काही देणग्या देतो, त्या मोबदल्यात आम्हाला कसलीच अपेक्षा नाही. इथे सर्व गोष्टी योजनाबद्ध रीतीनं, सुसूत्रतेनं घडत असतात. आमच्याकडे उपलब्ध असणाऱ्या निधीचं योग्य नियोजन करून, कुणावरच अन्याय होऊ न देता आम्ही त्याचं वाटप करतो. दिलेल्या निधीचा विनियोग कशा रीतीनं केला जात आहे याची पाहणी झाल्याखेरीज आम्ही पुढचा हप्ता देत नाही. गेल्या इतक्या वर्षांच्या अनुभवातून मी एक गोष्ट अशी शिकले आहे, की कुणीही केलेलं कामच बोलतं. आमच्याकडे

विश्वस्त मंडळी एकत्र बसूनच कुठलाही निर्णय घेतात. या फाउंडेशनमध्ये सध्या काम करणारे आम्ही कुणीच कदाचित नसू. पण येथील काम करण्याच्या ज्या पद्धती आहेत, त्या पुढे चालतच राहतील. मी तुम्हाला एक गोष्ट स्पष्टच सांगते, आम्हाला माध्यमांचं काहीच भय वाटत नाही; कारण आम्ही कोणतंच गैरवर्तन केलेलं नाही. इथला सर्व कारभार सूर्यप्रकाशाइतका स्वच्छ आहे.''

माझं बोलणं ऐकल्यावर तो माणूस शांत झाला आणि घसा साफ करून म्हणाला, ''बरं, पण आम्ही व्यवस्थित पावलं उचलून चांगली प्रगती करून दाखवली, तर पुढच्या वर्षी तुम्ही आम्हाला नक्की मदत कराल ना?''

''करूसुद्धा. आम्ही संस्थांना मदत करतो. आम्हाला काही संस्था चांगल्या वाटल्या, मदत करण्याजोग्या वाटल्या, तर त्यांना आम्ही आपण होऊन मदतीचा हात पुढे करतो. कोणत्याही संस्थेचं काम उत्कृष्ट, कारभार स्वच्छ असेल, तर आम्हाला त्यांना मदत करण्यात रस वाटतो. आम्हाला कुणी धमकी दिली, नाहीतर आपले हात किती वरपर्यंत पोहोचले आहेत, असा बडेजाव मिरवला, तरी आम्हाला त्याचं काहीच वाटत नाही.

फोनवर तिकडून काहीतरी आवाज आला. बहुधा बोलणाऱ्याने पुटपुटत क्षमा मागितली असावी.

पण आज सकाळपासून डोक्याला पुष्कळ ताप झालेला होता. त्यामुळे मी काही त्या माणसाला तशी सोडणार नव्हते. ''सर आमच्या फाउंडेशनवरसुद्धा कठीण परिस्थितीत काम करण्याची वेळ येतेच; परंतु तरीही त्यामुळे आम्ही आमचे इतरांशी असलेले संबंध बिघडणार नाहीत याची निश्चितच काळजी घेतो.'' मी न विचारताच सल्ला दिला.

माझी घड्याळाकडे नजर गेली. साडेपाच वाजायला आले होते. मला अजून थोडं काम होतं, त्यामुळे मी जरा वेळ थांबणार होते. पण शोभा उठून उभी राहिली.

''मला वाटतं, मी आता निघते,'' ती म्हणाली.

मी मुख्य प्रवेशदारापर्यंत तिला सोडायला गेले. तिथपर्यंत चालत जात असताना वाटेत रिसेप्शन एरियापाशी ती थबकली. आमच्या फाउंडेशनला मिळालेले विविध पुरस्कार तिथे मांडून ठेवले होते.

''तुला या सर्वांचा खूप अभिमान वाटत असेल ना?'' ती म्हणाली.

''मी तरुण होते तेव्हा खरंच अभिमान वाटायचा. पण जसजशी वर्षं लोटत गेली, तसं एक लक्षात आलं. मला जो आनंद मिळतो तो मी करत असलेल्या कामातून मिळतो; या कधीमधी मिळालेल्या पुरस्कारांमधून नाही. मला आज व्यक्तिशः या पुरस्कारांचं काहीच वाटत नाही. पण माझ्या संस्थेसाठी ते निश्चित महत्त्वाचे आहेत.''

"पण मला हे सांग," ती म्हणाली, "तू उर्वरित आयुष्य या थँकलेस जॉबसाठी का द्यायचं ठरवलं आहेस? तू आता छान आराम कर, तुझ्या नातवंडांबरोबर वेळ घालव, लग्न समारंभांना जा, वाढदिवसांना जा, आणि तुझ्या आयुष्यातला हा ताण जरा कमी कर ना."

"तुला खरं सांगू का?" मी म्हणाले, "अगं मी तर स्वतःला फार भाग्यवान समजते. मी जे काही करते, त्यात मला खूपच आनंद मिळतो. त्यामुळे प्रत्येक दिवस हा माझ्यासाठी सुटीचा दिवस, आनंदाचा दिवस असतो आणि सुटीवर जायला कुणाला आवडत नाही?" मी तोंडभरून हसले.

शोभा गाडीत बसत असताना मागे वळून हसली. तिला माझं म्हणणं पटलं होतं. मी तिचा निरोप घेऊन परत ऑफिसात जाऊन माझ्या कामाला लागले.

◆

११

मला जमणार नाही; पण आम्हाला जमेल

नुकतीच मी माझ्या एका भाच्याच्या लग्नाला गेले होते. तिथे मावस, मामे भावंडांना भेटण्याचा योग आला. लहानपणी आम्ही नेहमी एकत्र खेळायचो, पण गेल्या कित्येक दिवसांत भेट होऊ शकली नव्हती. लग्नाचे विधी चालू झाले. मी माझ्या भावंडांबरोबर हॉलच्या एका कोपऱ्यात निवांत बसले होते.

एक भाऊ म्हणाला, ''आमच्या भागातल्या 'हास्यक्लब'चा मी अध्यक्ष आहे. एकदा सकाळी आमच्या इकडे ये ना तू. आजकाल आपली भेटच होत नाही. निदान त्या निमित्ताने परत एकदा भेटशील.''

अनेक स्त्री-पुरुष सकाळच्या वेळी उद्यानात भेटून हास्ययोग करत आहेत, हे दृश्य आजकाल पाहायला मिळतं. सगळे एकत्र जमून मोठ्यांदा हसत असतात– हा हा हा! या अशा प्रकारे लोक कसं काय हसू शकतात, याबद्दल मला नेहमीच आश्चर्य वाटतं. या अशा प्रकारच्या हास्यसंमेलनाला मी उपस्थित आहे, असं मी क्षणभर डोळ्यांसमोर आणलं. पण तिथे जाऊन मी काय बोलणार? मग मी नम्रपणे त्याला नकार दिला.

आणखी एक बहीण म्हणाली, ''आमच्या अपार्टमेंटच्या

असोसिएशनची मी सेक्रेटरी आहे. तू माझी बहीण असल्याचं मी तिथे सगळ्यांना सांगितलं आहे. तू एक दिवस आमच्या इथे भाषणाला येशील का? खरं तर तू आलंच पाहिजेस.''

"पण तिथे येऊन मी कुठल्या विषयावर बोलू? तुम्हा सर्वांच्या आवडीचा विषय तरी काय?"

"तुला पैशांची गुंतवणूक कुठे आणि कशी करायची ते चांगलं माहीत आहे. तू आमच्या इथल्या बायकांना त्याबद्दलच थोडी माहिती दे ना. पैसे कसे वाचवायचे आणि त्याचा प्रचंड मोठा परतावा कसा मिळेल, याबद्दल तू बोलू शकशील.''

"तू नक्की काय बोलते आहेस?'' मी गोंधळात पडून म्हणाले. "जरा मला नीट स्पष्ट करून सांगशील का?''

"हो. अगं तू 'इन्फोसिस'मध्ये केवळ दहा हजार रुपये घातलेस आणि त्यातून तुम्हाला करोडो रुपये मिळाले, हे तर सगळ्यांनाच माहीत आहे,'' ती म्हणाली.

मी गंभीरपणे म्हणाले, "मी ते पैसे भांडवली गुंतवणूक समजून घातले नव्हते. माझ्या पतीचं एक स्वप्न होतं. त्या स्वप्नाचं बीज पेरण्यासाठी मी ते पैसे त्यांना दिले होते. त्या काळात कुणालाही ते स्वप्न पूर्ण होणं अशक्य कोटीतलं, असंभव वाटलं असतं. त्यात त्यांना यश मिळालं, म्हणून लगेच तू मला आता खूप चतुर गुंतवणूक करणारी, कोट्यधीश वगैरे म्हणत आहेस. पण त्यांना जर त्यांचं स्वप्न साकार करता आलं नसतं, तर तू आज मला वेड्यात काढलं असतंस. खरं तर हा सगळा विचारच चुकीचा आहे. खरंतर गुंतवणूक या विषयावर बोलण्यासाठी मी योग्य व्यक्ती नाहीच. त्याऐवजी पैसा खर्च कसा करावा, याबद्दल तू मला विचार. कारण ते कौशल्य मला चांगलं अवगत आहे,'' मी म्हणाले.

आजूबाजूचे सगळे हसले.

"माझी तुला एक विनंती आहे...'' आणखी एक बहीण म्हणाली. "माझ्या मैत्रिणीची मुलगी अतिशय हुशार आहे, आणि...''

"तिला इन्फोसिसमध्ये जॉबसाठी ॲप्लाय करायचंय का? खरं सांगू का, मी त्या बाबतीत काहीही...'' मी मध्येच सांगू लागले.

"थांब, थांब,'' ती मला गप्प करत म्हणाली. "धीर धर ना. माझं बोलणं नीट ऐकून तर घेशील? मला वाटलं तू जे काम करतेस, त्यात तुला एव्हाना सगळ्यांचं बोलणं ऐकून घेण्याची सवय असेल हं... तर मी काय सांगत होते? त्या मुलीला तुझं मार्गदर्शन हवं आहे. तिला नोकरीची ऑफर तर आलेलीच आहे. शिवाय तिला एका अमेरिकेतल्या युनिव्हर्सिटीकडून प्रवेश मिळाल्याचं पत्रसुद्धा आलं आहे. त्या दोन्हीतून तिने नक्की कशाची निवड करावी, या बाबतीत तिला तुझा सल्ला हवा आहे.''

''पण खरं सांगू का, या बाबतीत मी फार काही सल्ला वगैरे देऊ शकणार नाही,'' मी म्हणाले. ''त्यांच्या कुटुंबाची आर्थिक परिस्थिती, त्या मुलीची महत्त्वाकांक्षा, तिचे करिअर प्लॅन्स आणि त्या कुटुंबाची इतर परिस्थिती या सर्वांवरच तिचा तो निर्णय अवलंबून असेल.''

''असं काय करतेस गं? एकदा भेट घे ना तिची. त्या मुलीला खरंच तुझ्या मार्गदर्शनाची गरज आहे,'' ती म्हणाली.

मी काही या गोष्टीला फारशी राजी नव्हते. पण माझ्या बहिणीला म्हणाले, ''ठीक आहे. उद्या सकाळी तिला माझ्या ऑफिसात येऊन मला भेटायला सांग.''

दुसऱ्या दिवशी सकाळी ती मुलगी मला येऊन भेटली. तिचं नाव होतं जया. लहानसर चणीची, जराशी घाबरलेली, बावरलेली होती ती.

तिच्या मनावरचा ताण हलका होण्यासाठी मी तिला बसायला सांगून चहा विचारला. मग मी तिची मार्कलिस्ट बघायला मागितली. तिने मिळवलेलं यश पाहून मी चकित झाले. ''जया, तुझ्या मनात काय आहे?'' मी काहीही आडपडदा न बाळगता थेट विचारलं. ''आजपासून दहा वर्षांनी तू स्वतःला काय म्हणून बघत आहेस?''

ती गप्प राहिली.

मी माझं म्हणणं अधिक स्पष्ट करून सांगत म्हणाले, ''तुला एखाद्या नामांकित उद्योगसमूहात नोकरी करायची आहे का? शिक्षण क्षेत्रात पुढे प्रगती करायची आहे? का तुझ्या मनात यापेक्षा आणखी वेगळंच काहीतरी करायचंय?''

पण तिनं त्यावरही काहीच उत्तर दिलं नाही.

''अगं, तुला माझी भीती वाटतेय का? मी भीतिदायक राक्षसासारखी दिसते का?'' मी तिला विचारलं आणि हसले.

त्यावर मंदपणे हसून तिने जोरजोरात मान हलवून नकार दिला. मग ती स्वतःहून तिच्या मनातल्या गोष्टी मला हळुवार आवाजात सांगू लागली.

खरंतर तिनं अभ्यासात इतकं घवघवीत यश मिळवलेलं असूनसुद्धा तिच्या अंगात जरासुद्धा आत्मविश्वास नव्हता.

''जया, अगं नुसतं अभ्यासात यश मिळवणं पुरेसं नाही,'' मी म्हणाले. ''तुझा स्वतःवर, स्वतःच्या सामर्थ्यावर विश्वास हवा. पण आपल्या शिक्षण संस्थेतलीच ही एक मोठी कमतरता आहे. इथे आपल्याला आत्मविश्वास दिला जात नाही. आपले पालक, भोवतालचा समाज, नोकरी देऊ इच्छिणारे लोक, हे सगळेच परीक्षेत प्राप्त केलेल्या गुणांना अवास्तव महत्त्व देतात. विशेष अभ्यास न करता, मोठमोठ्या पदव्या न मिळवतासुद्धा आयुष्यात उत्तम कामगिरी करून दाखवलेल्या कितीतरी लोकांची मी तुला उदाहरणं देऊ शकेन. ते असं करू शकले, कारण त्यांचा स्वतःवर विश्वास होता. आत्मविश्वासाचा अर्थ असा नाही, की सारं काही आपल्या

मनासारखं होईल. फक्त आत्मविश्वास आपल्याला अपयश पचवण्याचं बळ देतो. कोणतीही गोष्ट प्राप्त करण्यासाठी आपण झटू लागलो की, त्या मार्गावर कुठे ना कुठे, कधीतरी आपल्याला अपयशाचा सामना तर करावा लागतोच; पण त्यामुळे आपण खचून न जाता मनात आशा धरून पुढे जातो.''

माझं बोलणं ऐकता ऐकता अचानक जयाचे डोळे भरून आले. ती हमसाहमशी रडू लागली... अगदी लहान मूल रडावं तशी. मला ते पाहून खूप वाईट वाटलं.

खरंतर आधी मला तिचं हे रडणं पाहून जरासा धक्काच बसला होता. आपण तिला उपदेशाचे जरा जास्तच डोस दिले की काय, असंही मनात आलं. मला ती स्वभावाने कशी आहे, काहीच माहीत नव्हतं. भारतात न विचारता लोकांना उपदेश करायची सर्वांना हौस असते. मीही त्याला अपवाद नाहीच आहे.

मी तिच्या हातात टिश्यू पेपर देऊन तिला डोळे पुसण्याची खूण करत म्हणाले, ''जया, मी तुझं मन दुखावलं का गं? तसं असेल तर आय ॲम सॉरी. पण तुला काय सांगावं, तेच मला कळत नाहीये. तू माझ्यापाशी तुझं मन मोकळंच करत नाहीयेस.''

मग ती रडायची थांबली. तिने डोळे पुसले. ती थरथरत्या आवाजात बोलू लागली. ''नाही मॅडम, मला तुमच्या बोलण्यामुळे रडू नाही आलं. खरं सांगू का, मला लोकांच्यात वावरताना स्वतःविषयी नेहमीच खूप न्यूनगंड वाटतो.''

''अगं, पण का?'' मी आश्चर्यानं म्हणाले. ''तू इतक्या लहान वयात इतकं यश मिळवलं आहेस. तुझ्या जागी दुसरं कुणी असतं, तर त्याला स्वतःविषयी किती अभिमान वाटला असता.''

ती क्षणभर थांबली. मग म्हणाली, ''मॅडम, माझे वडील दारूडे होते.''

आता मी गप्पपणे ऐकू लागले.

ती न अडखळता पुढे बोलू लागली, ''ते आता 'ए ए' या संस्थेत आहेत. पण मी जेव्हा लहान होते, तेव्हाची गोष्ट सगळी वेगळीच होती. ते अनेकदा घरी दारू पिऊन यायचे आणि माझ्या आईला शिवीगाळ करायचे. तिनं खूप सोसलं. तिच्यासाठी मी काय केलं पाहिजे, हेच मला समजायचं नाही. माझ्या वडिलांच्या रागीट स्वभावाची मी भीतीच घेतली होती. आमच्या घरचं वातावरण सतत भीतियुक्त असे. आमच्या मनावर सतत दडपण असायचं. मला वाटायचं, आपण खूप अभ्यास करावा, चांगली नोकरी मिळवावी, म्हणजे आपल्याला आईला घेऊन हे घर सोडून जाता येईल. मला एक बहीणसुद्धा आहे. पण स्वतःचं घर सोडून बाहेर पडणं माझ्या आईला मान्य नाहीये. तिला असं वाटतंय की...''

त्यावर मी म्हणाले, ''तुझ्या आईची काळजी मला समजू शकते. आपल्या समाजात पतीचं घर सोडून बाहेर पडणाऱ्या स्त्रीकडे लोक बऱ्या नजरेनं बघत नाहीत.

आपल्या मुलींशी त्यानंतर कुणी लग्न करेल का, अशी तुझ्या आईला नक्की काळजी वाटत असेल.''

''अगदी खरं आहे तुमचं मॅडम,'' ती म्हणाली, ''माझी आई तर मला सांगते, परदेशात शिकायला जा आणि परत कधी इकडे येऊच नको. मॅडम, आईला वाटतं, मी मुलाची जातपात न बघता एखाद्या सज्जन, चांगल्या मुलाशी लग्न करून टाकावं. माझ्या आईची फक्त एकच अट आहे, ती म्हणजे तो मुलगा दारूच्या थेंबालासुद्धा स्पर्श न करणारा असला पाहिजे. पण आई आणि बहिणीला इथे असं वाऱ्यावर सोडून मी कुठेही जाणार नाही. त्यांची काळजी घेण्यासाठी मी इथेच असलं पाहिजे, असं मला वाटतं. म्हणून माझ्या मनाचा गोंधळ उडून गेलाय. त्यामुळेच मला याबाबत तुमचा सल्ला हवा होता.''

तिने मगाशी उच्चारलेला 'ए ए' हा शब्द माझ्या मनात घर करून राहिला होता. '' 'ए ए' म्हणजे काय?'' मी विचारलं.

'' 'ए ए' म्हणजेच 'अल्कोहोलिक ॲनॉनिमस' ही एक संस्था आहे. ज्या स्त्रिया किंवा पुरुषांना दारूचं व्यसन जडलेलं आहे, त्यांच्या पाठीशी उभं राहून त्यांना मदत करणारी ही संस्था आहे. माझ्या वडिलांचं दारूचं व्यसन सुटायला कित्येक वर्षं लागली. ते आता जरी दारू पीत नसले, तरीसुद्धा त्यांच्या पूर्वीच्या त्या वागण्याच्या जखमांचे व्रण अजूनही आमच्या मनावर आहेत. माझी कुठलीही खासगी गोष्ट त्यांना सांगण्याची किंवा त्यांचा सल्ला घेण्याची मला इच्छाच होत नाही. माझ्या मनात त्यांच्याविषयी काहीच आदर उरलेला नाही.''

''जया, या 'ए ए' संस्थेविषयी खरं तर मला काही माहीत नाही. पण तुझे वडील नक्की कोणत्या कारणाने दारूच्या आहारी गेले, हे आपल्याला माहीत नाही. पण ते आता बदललेले आहेत आणि स्वतःला सुधारण्याचा प्रयत्न करत आहेत, हीसुद्धा मोठीच गोष्ट आहे ना? तू आता चिडू नको किंवा स्वतःपुढे उभ्या असलेल्या समस्यांपासून दूरही पळू नको. उलट तू त्यांच्याशी बोलायला सुरुवात कर. भूतकाळात केलेल्या चुकांबद्दल तुझ्या वडिलांना नक्कीच पश्चात्ताप होत असेल. ते आता तुझ्या आईशी चांगलं वागतात ना?''

''हो. त्यांची दारू सुटल्यापासून ते तिच्याशी व्यवस्थित वागतात.''

जया आता जरा जरा मन मोकळी करू लागली होती. तिची अस्वस्थतासुद्धा कमी झाल्याचं मला जाणवलं. एखाद्या त्रयस्थ माणसापुढे आपण आपली अडचण मांडली, तर तो त्या प्रश्नाकडे वेगळ्या दृष्टिकोनातून बघतो. तू अमेरिकेला शिकायला जाण्याचा निर्णय एका वर्षापुरता पुढे ढकलून इथे नोकरी करायला लाग. एका वर्षानंतर स्वतःच स्वतःच्या आयुष्याकडे मागे वळून बघ. वाटलं तर त्यासाठी एखाद्या समुपदेशकाची मदत घे. म्हणजे तू योग्य काय तो निर्णय घेऊ शकशील.

आपल्या इतक्या मोठ्या आयुष्यात समजा एक वर्ष तू स्वतःचं मन ओळखण्यात आणि भविष्याबद्दलचा निर्णय घेण्यात घालवलंस, तरी काही बिघडत नाही.''

माझं बोलणं ऐकून तिच्या चेहऱ्यावर हसू उमललं. तिचे डोळे चमकू लागले. ती माझे आभार मानून निघून गेली.

त्या दिवशी माझ्या मनात 'ए ए' या संस्थेचाच विचार घोळत राहिला. आमच्या फाउंडेशनच्या कामाच्या ओघात संकटात, अडचणीत सापडलेल्या लोकांसाठी मदतीचा हात पुढे करायला आम्ही नेहमीच तत्पर असतो. ज्या व्यक्तींचं रक्षण करण्याची गरज आहे, त्यांचं रक्षण करणं, हाही धर्मच आहे. मग ही माणसं कोण, कुठली हे मुळीच महत्त्वाचं नाही. अडलेल्याला मदत हा अगदी सरळसाधा हिशेब आहे. मला त्या दिवशी चैन पडणं शक्यच नव्हतं. शिवाय आजवर आम्ही व्यसनाधीनता या समस्येच्या बाबतीत कधीच काम केलं नव्हतं. त्यामुळे मुळात मला ही अडचण समजावून घ्यायची होती. मी 'ए ए'विषयी इंटरनेटवर सर्च केला. पण त्यातून मिळालेली माहिती पुरेशी नव्हती. माझ्या मनात शेकडो प्रश्न उठले. हे व्यसनाधीन होणं म्हणजे काय असतं? दारूच्या आहारी गेलेल्या माणसांच्या आयुष्यात ही व्यसनाधीनता नक्की कोणती भूमिका बजावते? व्यसनाधीन व्यक्तींच्या समोर सर्वांत मोठं आव्हान कुठलं असतं? एखाद्या माणसाच्या आर्थिक परिस्थितीचा किंवा कुटुंबातील वातावरणाचा याच्याशी काही संबंध असतो का? व्यसनाधीनता आनुवंशिक असते का? समुपदेशनाचा कितपत फायदा होतो? व्यसनमुक्तीसाठी करण्यात आलेल्या प्रयत्नांना नक्की किती प्रमाणात यश मिळतं? एकदा व्यसनमुक्त झालेल्या व्यक्तीचं पुढील आयुष्य कसं असतं?

एक गोष्ट स्पष्ट झाली. मला ऐकीव माहितीचा उपयोग नव्हता. माहिती थेट मिळायला हवी होती. ही समस्या नक्की काय असते याचं यथार्थ ज्ञान असणाऱ्या व्यक्तीला भेटणं गरजेचं होतं. कित्येक वर्षांपूर्वी माझ्या एका मैत्रिणीनं बोलण्याच्या ओघात तिचा जावई मद्यपानाच्या आहारी गेला असल्याचा अगदी ओझरता उल्लेख केला होता, त्याची मला आठवण झाली. माझा नंतर त्या मैत्रिणीशी फारसा संपर्क आलेला नव्हता. तिचा तो जावई या विषयावर माझ्याशी बोलायला तयार होईल की नाही, याची मलाच अजिबात खात्री वाटत नव्हती.

पण निदान प्रयत्न करून पाहायला काय हरकत आहे, असा मी विचार केला. त्या मैत्रिणीचा नंबर शोधून काढून तिला फोन केला. पण तिच्याशी हा विषय कसा काढायचा, या विचाराने मी जराशी घुटमळले. आम्ही दोघींनी इकडच्या तिकडच्या गप्पा मारल्या, एकमेकींची विचारपूस केली. अखेर धीर करून मी तिला म्हणाले, ''खूप वर्षांपूर्वी एकदा बोलता बोलता तू तुझे जावई रमेश यांचा उल्लेख केला होतास. त्या वेळी ते व्यसनमुक्ती केंद्रात गेलेले होते. आता कसे आहेत ते?''

''माझा जावई ना? तो देवाच्या कृपेनं आणि 'ए ए'च्या मदतीनं पूर्णपणे व्यसनमुक्त झालेला आहे. आता ते सर्व जण सुखात आहेत.''

''मग समजा मी त्या 'ए ए' संस्थेबद्दल त्यांच्याकडे थोडीशी माहिती विचारली तर ते त्यांना चालेल का? अर्थात त्यांची इच्छा असेल, तरच हं. आणि त्या बोलण्यातला एकही शब्द दुसऱ्या कुणाच्या कानी पडणार नाही, असा मी शब्द देते.''

''हो, चालेल. मी आधी त्याच्याशी बोलते आणि तो जर तुझ्याशी बोलायला तयार झाला, तर मी त्याचा नंबर तुला मेसेज करून कळवते,'' माझी मैत्रीण म्हणाली.

मी तिचे आभार मानून फोन ठेवला.

त्यानंतर केवळ दहा मिनिटांतच तिने मला तिच्या जावयाचा नंबर कळवला. मी लगेच त्याला फोन लावला. पलीकडून ज्या माणसाने फोन उचलला, तो चाळिशीच्या घरातला वाटत होता.

''आँटी,'' रमेश म्हणाला. त्याच्या आवाजात आपुलकी होती. तुम्हाला 'ए ए' विषयी माहिती हवी आहे, हे ऐकून मला फार आनंद झाला. माझ्या 'ए ए'बरोबरच्या सगळ्या प्रवासाची हकिगत मी तुम्हाला सांगतो. त्यानंतर तुम्हाला जर वाटलं, तर तुम्ही त्याविषयी लिहिलंत तरीसुद्धा चालेल. तुम्हाला माझी कहाणी आवडली आणि तुम्ही ती लिहिलीत आणि माझ्या हातून ज्या चुका घडल्या त्या वाचून जगातल्या एका जरी माणसाचे डोळे उघडले, तरी सार्थक झालं म्हणायचं.''

''तुम्ही इकडे जेवायलाच का येत नाही? आपण निवांत बोलू,'' मी म्हणाले.

मग आम्ही लवकरच माझ्या घरीच भेटायचं ठरवलं.

तो ठरल्या दिवशी वेळेवर येऊन हजर झाला. त्याच्या व्यक्तिमत्त्वामध्ये आत्मविश्वास होता. आम्ही टेबलापाशी बसलो. आमच्यात कोणतीही औपचारिकता नव्हती. त्यानं मनमोकळेपणे बोलायला सुरुवात केली.

''तुमच्या 'ए ए'मधील अनुभवाविषयी मला सांगा,'' मी म्हणाले. उगाच आडवळणानं विचारण्यापेक्षा, थेट मुद्द्यालाच हात घातलेला बरा, असं माझं मत होतं.

'' 'द डे आय स्टॉप्ड ड्रिंकिंग मिल्क' हे तुमचं पुस्तक मी वाचलंय मॅडम,'' तो म्हणाला. ''पण समजा मी जर पुस्तक लिहायचं ठरवलं, तर त्याचं शीर्षक असेल 'द डे आय बिगॅन ड्रिंकिंग अल्कोहोल' '' तो एक सुस्कारा सोडून म्हणाला. ''त्या सगळ्याची सुरुवात कशी झाली, ते मी तुम्हाला सांगतो.''

''माझा जन्म एका जुन्या वळणाच्या रुढीप्रिय घरात झाला. लहानपणी आम्हा मुलांनी सूर्यास्तापूर्वी घरात आलं पाहिजे, असा घरचा नियम होता. आम्हाला चहा किंवा कॉफी पिण्यास पूर्णपणे बंदी होती. आम्हाला फक्त दूध, पाणी आणि तीर्थ

एवढंच पेय पिण्याची परवानगी होती. मी अभ्यासात चांगलाच हुशार होतो आणि बारावीच्या परीक्षेत मला चांगले घसघशीत गुण पडले होते.

काही दिवसांनी मी आणि माझ्या वर्गातल्या काही मुलांनी मिळून बारावीचं हे यश साजरं करायचं ठरवलं. आम्ही एका रेस्टॉरंटमध्ये जाऊन ड्रिंक्स मागवली. मी तोपर्यंत कधीही दारू चाखूनसुद्धा पाहिलेली नव्हती. पण माझा एक मित्र कूर्गच्या चहाच्या मळ्याच्या मालकाचा मुलगा होता. त्यानेच मला भरीला घातलं. "असं काय रे! थोडीशी तरी घेऊन बघ ना. सोशल ड्रिंकिंग तर काय सगळेच करतात. आजकाल त्याचं कुणाला विशेष काही वाटतही नाही. शिवाय एक-दोन ड्रिंक्स घेऊन काही बिघडत नाही. उलट आपल्याला खूप छान वाटतं. तुला इतके उत्तम मार्क्स मिळाल्यावर तू जेवढा खूश झाला होतास ना, त्यापेक्षाही कितीतरी पटींनी जास्त आनंद तुला ड्रिंक्स घेतल्यावर होईल. हे घेऊन तर बघ," असं म्हणून त्यानं माझ्या हातात व्हिस्कीचा ग्लास दिला. त्यात बर्फाचे तुकडे होते.

"आमच्यापैकी बऱ्याच मुलांची दारू घेण्याची ती पहिलीच वेळ होती. त्याची चव एकदम कडवट होती. तरीपण आम्ही पहिलं ड्रिंक्स संपवलं. प्यायल्यावर खूप छान, हलकं हलकं वाटू लागलं. मला तर जरा वेळात आपण आभाळात तरंगतोय, असंच वाटत होतं. तिथे मंद संगीत चालू होतं. मला सभोवतालचं जग खूप सुंदर वाटत होतं. मला तिथेच कायम राहावंसं वाटत होतं.

जरा वेळात संध्याकाळ संपून रात्र पडली. आम्ही जेवण मागवलं. खरंतर मी पक्का भोजनभाऊ आहे. पण का कोण जाणे, त्या दिवशी पोटात भूकच नव्हती. मी हळूच तिथून निसटून कोपऱ्यात असलेल्या एका बारमध्ये गेलो. मी तिथं दुसरं ड्रिंक बनवून घेतलं. माझ्या टेबलपाशी बसलेल्यांनी खूप टाळ्या वाजवल्या. "आधी तुझं सगळं इतकं जपून जपून चाललं होतं. आणि आता बघा याच्याकडे," कुणीतरी म्हणालं.

त्या रात्री एकूणच सगळं वातावरण खूप आनंदानं, उत्साहानं भरलेलं होतं. माझ्या मित्रानं मला त्याच्या कारनं घरी सोडलं. बराच उशीर झाला होता. माझे आई-वडील झोपले होते. मी माझ्याकडच्या किल्लीनं दार उघडून खोलीत गेलो आणि पलंगावर कोसळलो.

दुसऱ्या दिवशी सकाळी साडेसातपर्यंत मी अक्षरशः कूससुद्धा न पालटता गाढ झोपलेला होतो. डोळे उघडले तर खिडकीतून ऊन आत आलं. उठायला उशीर झाला होता. मला रोज सकाळी ६ ला उठायची सवय होती.

माझ्या चेहऱ्याकडे लक्ष जाताच आईनं विचारलं, "काय रे, काय झालं? तुला बरं वाटत नाहीये का?"

मी नुसती मान हलवली. माझं डोकं जड झालं होतं आणि किंचित दुखत होतं.

"पार्टी कशी झाली?"

"छान झाली.''

"मी बाथरूममध्ये जाऊन शॉवरखाली उभा राहिलो. त्यानंतर जरा बरं वाटू लागलं. मी माझी दैनंदिन कामं नेहमीसारखी करू लागलो. दिवस मावळल्यावर परत माझ्या मनात दारूचे विचार घोळू लागले. मला काल रात्री किती छान वाटलं होतं. त्याचं मनातून नवल वाटत होतं.

"असे काही दिवस गेले. मला परत एकदा ड्रिंक्स घेण्याची इच्छा झाली. मी माझ्या मित्राला फोन केला. तो म्हणाला, "नो प्रॉब्लेम मॅन. लेट्स हॅव अ पार्टी.''

"आता या खेपेला आम्ही दोघंच ड्रिंक्स घ्यायला गेलो. माझ्या मित्रानं मला ड्रिंक्सच्या विविध प्रकारांची आणि त्यांच्या किमतीची माहिती दिली. माझा ग्लास कधी भरतो, असं मला झालं होतं. असे आम्ही परत परत भेटू लागलो. मला दारूची चटक कशी लागली, ते माझं मलासुद्धा समजलं नाही. मला रोजच दारू प्यावीशी वाटे.

"एक महिन्यानंतर मला मुंबईच्या एका कॉलेजमध्ये प्रवेश मिळाला. मी घर सोडून मुंबईला आलो. आता तर मला पूर्ण स्वातंत्र्य होतं. माझ्यावर नियंत्रण ठेवायला कुणीच नव्हतं. मी वेगवेगळ्या मित्रांबरोबर दारू पीत असे. मग उशिरा झोपणं, उशिरा उठणं, दुसऱ्या दिवशी डोकं जड होणं अशा कारणांमुळे माझ्या कॉलेजला सुट्ट्या होऊ लागल्या. आश्चर्याची गोष्ट अशी की, तरीही मला परीक्षेत उत्तम यश मिळत होतं. कॉलेज संपल्यावर मला चांगल्या पगाराची नोकरीसुद्धा मिळाली. आता मी पैसे मिळवत होतो, त्यामुळे दारूसाठी जास्त पैसे उपलब्ध झाले होते.

"काही वर्षांनंतर माझी बंगळुरूला बदली झाली. एव्हाना माझ्या आई-वडिलांनी वरच्या मजल्यावर आणखी काही खोल्या बांधल्या होत्या. त्यामुळे मी वरच्या मजल्यावर वेगळा राहू लागलो. आई-वडिलांनीच चांगली मुलगी पाहून माझं लग्न लावून दिलं. माझी बायको खरंच खूप चांगली होती. पण लग्नानंतर आमच्या संसाराला काही थोडे दिवस झाले आणि तिला माझ्या दारूच्या व्यसनाविषयी समजून चुकलं. तिनं त्याबद्दल माझ्या बिचाऱ्या आई-वडिलांनाच दोषी ठरवलं. तिला वाटलं, आपला मुलगा दारूच्या आहारी गेला असल्याची गोष्ट त्यांनी लग्नापूर्वी लपून ठेवली. जाणूनबुजूनच तिच्यापासून आणि तिच्या घरच्यांपासून लपवली होती.

"हे ऐकून माझ्या आईला प्रमाणाबाहेर धक्का बसला. तिला माझ्या दारूच्या व्यसनाबद्दल काहीच माहीत नव्हतं. मी गेल्या काही महिन्यांपासून खूप चिडका, रागीट झालो असल्याचं तिच्या लक्षात आलं होतं; पण नोकरीच्या ठिकाणी कामाचा

ताण असल्यामुळे असं झालं असावं, अशी तिनं स्वतःच्या मनाची समजूत करून घेतली होती. मीही तिची ती समजूत तशीच राहू दिली होती. आता ती रोज मला उपदेशाचे धडे देऊ लागली. ती मला मंदिरात, तिच्या गुरूंकडे घेऊन जाऊ लागली. माझ्या घरचे लोक जेवढे जास्त उपाय करत होते, तेवढी माझी चिडचिड वाढत चालली होती. एकीकडे हे सगळं चालू असताना माझ्या पत्नीने मात्र मला खूप आधार दिला, बळ दिलं. तिचा माझ्यावर विश्वास होता. ''तुम्ही बुद्धिमान आहात,'' ती म्हणायची. ''तुम्ही स्वतःवर नक्की नियंत्रण करू शकाल. तुमची ही सवय नक्की जाईल.''

''तिचे शब्द ऐकून मला खूप धीर यायचा; पण तरीही दारू काही सुटत नव्हती.''

त्याचं ते सगळं बोलणं मी शांतपणे ऐकत होते. पण मी अक्षरशः हतबुद्ध झाले होते. खरंच आजकालच्या दिवसांत ही गोष्ट कुणाच्याही बाबतीत घडू शकते. मी त्याला मध्येच थांबवून म्हणाले, ''एक सांगा तुम्हाला 'ए ए' या संस्थेविषयी कसं कळलं?''

''आँटी, माझा हा प्रवास तुम्ही नीट समजून घ्या. जसजसे दिवस जात होते तशी माझी अवस्था अधिकाधिक बिघडत चालली होती. मी माझ्या हाताने खणलेल्या या खड्ड्यात पुरता रुतत चाललो होतो. एक दिवस माझ्या कूर्गच्या मित्राचा मला फोन आला. तो बंगळुरूला येणार होता. तो ज्या हॉटेलमध्ये उतरणार होता, तिथे येऊन भेटण्याचं त्यानं निमंत्रण दिलं. मी त्याला भेटायला गेलो. जुन्या मित्राला भेटायच्या विचारानं मी फार आनंदात होतो. पण आमची जेव्हा प्रत्यक्ष भेट झाली, तेव्हा त्याची अवस्था पाहून मला धक्काच बसला. एके काळचा तरुण, देखणा मुलगा एखाद्या म्हाताऱ्या माणसासारखा दिसत होता. हाडांचा सांगाडा असावा तसा!

''आपण ड्रिंक्स ऑर्डर करू यात का?'' मी त्याला भेटल्यावर लगेच म्हणालो.

त्यावर तो म्हणाला, ''माझ्यासमोर दारूचं नावसुद्धा काढू नको. या दारूनंच माझा घात केलाय आणि दारूमुळेच माझा अंतही ओढवणार आहे. मी अनेक वर्षं लग्न न करता राहिलो. या दारुण अवस्थेतून माझी सुटका करण्याचे माझ्या आई-वडिलांनी खूप प्रयत्न केले. मला लिव्हर सिऱ्हॉसिस नावाचा यकृताचा आजार जडला आहे. मला माझ्या भूतकाळातील वर्तनाचं अतोनात दुःख होतं. मी एका चांगल्या, संपन्न कुटुंबात जन्म घेतला. कूर्गसारख्या ठिकाणी लहानाचा मोठा झालो. मी आयुष्यात कितीतरी चांगलं काम करू शकलो असतो. ज्या स्वर्गासारख्या नयनरम्य ठिकाणी लोक सुटी घालवायला येतात, अशा जागी माझं बालपण गेलं. मला खरंतर निसर्गाची धुंदी चढायला हवी होती. पण त्याऐवजी मला दारूची धुंदी

चढली. माझ्याकडे आता जास्त काळ उरलेला नाही. तू माझा जुना मित्र आहेस, म्हणून सांगतोय. आयुष्य असं वाया घालवू नको. माझ्याकडे बघून काहीतरी धडा घे. ज्या माणसाला मृत्यू खुणावतोय, असा माणूस तुला नेहमी सत्य तेच सांगेल. मला झालेला हा आजार कर्करोगापेक्षाही दुर्धर आहे. एखाद्याला जर कर्करोग झाला, तर लोकांना त्याच्याविषयी सहानुभूती वाटते. आजकाल कॅन्सरसाठी औषधं, शस्त्रक्रियापण आहेत, त्यामुळे काही रुग्ण व्याधिमुक्त होऊन पुन्हा नीट जीवन जगू शकतात. आणि आज मी इथे असा झालो आहे. दारुण परिस्थिती म्हणजे काय, ते माझ्याकडे पाहून तुला कळेल. लोक माझ्याकडे तिरस्काराने पाहतात. मी असा कसा काय वागू शकलो, असं त्यांना वाटतं. माझे आई-वडीलसुद्धा माझा रागराग करतात. नशिबाने मी लग्न केलं नाही म्हणून, नाहीतर माझ्यामुळे आणखी एका आयुष्याची वाट लागली असती.''

''त्या मित्राच्या शब्दांनी मला गरगरू लागलं. याच्या बाबतीत हे इतकं सगळं कसं काय झालं असेल? आपल्यासारख्या माणसांच्या बाबतीत हे असं काही घडत नसतं.

''मी घरी परतलो. त्या रात्री माझ्या डोळ्याला डोळा लागला नाही. मी रात्रभर बिछान्यात तळमळत होतो. माझ्या मनात सतत त्या मित्राचा आणि त्याचबरोबर माझा स्वतःचा विचार घोळत होता. माझ्या स्वतःच्या आयुष्याचाही खेळखंडोबाच तर चालू होता. एखाद्या रात्री मी जरा जास्त दारू प्यायलो की, दुसर्‍या दिवशी ऑफिसला खाडा करत होतो. माझ्यापेक्षा कमी पात्रता असलेल्या लोकांना बढती मिळत होती. ऑफिसात लोकांचा माझ्यावरचा विश्वास उडाला होता. मला कुणी विचारत नव्हतं. इकडे माझ्या पत्नीला आणि आईला माझ्या नातेवाइकांच्या नजरा झेलाव्या लागत होत्या, त्यांना तोंड द्यावं लागत होतं. एक गोष्ट मला स्पष्ट कळून चुकली– माझी स्वतःची स्थिती माझ्या त्या मित्रासारखी व्हायला आता फार वेळ लागणार नव्हता. या विचारांनी मी मुळापासून हादरलो.

''दुसर्‍या दिवशी सकाळीच माझा तो मित्र ज्या हॉटेलात उतरला होता, तिथून मला फोन आला. फोनवर त्याचा चुलत भाऊ बोलत होता.'' तो म्हणाला, ''काल रात्री तुमच्या मित्राचं निधन झालं. त्याला शेवटचं भेटणारे तुम्हीच.''

''त्याचे ते शब्द ऐकून मी भीतीने अक्षरशः थरथर कापू लागलो. माझ्या आयुष्यातील तो सर्वांत भीतिदायक क्षण होता. माझ्या शरीराला सुटलेला कंप मला थांबवता येईना. मी थोडासा स्थिरस्थावर होताच माझ्या दारूच्या कपाटाकडे गेलो व आतली प्रत्येक बाटली बाहेर काढून कचऱ्यात फेकून दिली.''

''माझ्या घरच्यांच्या मदतीने मला 'ए ए' या संस्थेची माहिती मिळाली. मी त्यांच्या व्यसनमुक्ती केंद्रात भरती झालो. मी व्यसनमुक्त होण्यास काही वर्षं जावी

लागली; परंतु एकदा मी व्यसनमुक्त झाल्यानंतर आजतागायत मी दारूला स्पर्शही केलेला नाही. या दारूच्या व्यसनामुळे ज्या लोकांचं आयुष्य बरबाद झालेलं आहे, अशा लोकांसाठी मी काम करतो. त्यांच्या आयुष्यात आशेला अजूनही जागा असल्याचं मी त्यांना दाखवून देतो. ते त्या व्यसनातून बरे होतात.''

एवढं बोलून तो थांबला. त्याने हातातील बॅग उघडून त्यातील कागदपत्रांमधून एक छोटी पुस्तिका बाहेर काढून मला दिली. ''हे 'ए ए' वरचं एक पुस्तक आहे. यात त्यांच्या १२ पायऱ्या समजावून दिलेल्या आहेत. त्यामध्ये आपण ज्या लोकांना दुखावलं त्यांची क्षमा मागणं, इतरांना मदत करणं आणि परमेश्वराला शरण जाणं याचाही अंतर्भाव आहे.''

मी ते पुस्तक घेतलं. ते मी कधी एकदा वाचेन, असं मला झालं.

''आँटी, मला माझ्या भूतकाळाबद्दल विचार करताना स्वतःचीच लाज वाटते, पण त्याचबरोबर मी तो भूतकाळ मागे टाकून नवं आयुष्य सुरू केलं, त्याबद्दल स्वतःचा अभिमानसुद्धा वाटतो. पण मला त्या गर्तेतून खेचून बाहेर आणण्यात माझ्या पत्नीचा आणि आईचा फार मोठा वाटा आहे.''

त्याच्याकडून आज मला कितीतरी शिकायला मिळालं होतं. त्यानं माझ्यासाठी एक नवीन द्वार खुलं केलं होतं.

''आँटी, तुम्ही एकदा आमच्या 'ए ए'च्या मीटिंगला या ना,'' तो म्हणाला. आमच्या मीटिंग्ज दोन तऱ्हेच्या असतात. खुल्या आणि बंद. खुल्या मीटिंगला कुणीही उपस्थित राहू शकतं. बंद मीटिंग फक्त सदस्यांसाठीच असते. उद्या इलेक्ट्रॉनिक सिटीमध्ये ओपन मीटिंग आहे. अध्यक्ष मीच आहे.

''चेअरमन?'' मी आश्चर्याने विचारलं.

''हो. पण आपण नेहमी ज्या अर्थानं हा शब्द वापरतो त्या अर्थी नाही. आमच्याकडे सभेचा जो अध्यक्ष असतो, तो आपले अनुभव उपस्थितांसमोर मोकळेपणाने सांगतो. या संपूर्ण प्रवासात काय काय अडथळे समोर येऊन उभे राहिले तेही सांगतो. या काळात मन कुठे कुठे कमकुवत होऊ लागलं होतं, त्याविषयी बोलतो. जेव्हा माणसाला आतून ड्रिंक घेण्याची तलफ येते, एक तीव्र ऊर्मी मनाचा आणि शरीराचा ताबा घेते, तो मोहाचा क्षण कसा पार करायचा, त्या इच्छेवर विजय कसा मिळवायचा याविषयी तो सदस्यांना मार्गदर्शन करतो.''

मी म्हणाले, ''मला उद्या या मीटिंगला यायला नक्कीच आवडेल. पण तुम्ही तुमच्या आयुष्याची ही कहाणी विश्वासाने मला सांगितलीत, कारण तुम्ही मला ओळखता. पण तिथली इतर माणसं माझ्यासारख्या परक्या व्यक्तीसमोर आपल्या आयुष्यातील काळेकुट्ट क्षण का उघड करून दाखवतील?''

''तुम्हाला या ओपन सभेला उपस्थित राहण्यासाठी आमच्या सदस्यांनी जर

परवानगी दिली, तर मग काहीच अडचण नाही. बऱ्याच लोकांची सभेत उठून याविषयी मोकळेपणी बोलायची तयारी झालेलीच आहे. कारण या समस्येचं स्वरूप त्यांच्या लक्षात आलेलं असून, त्यांची या व्यसनातून मुक्त होण्याची तीव्र इच्छा आहे. पण त्यासाठी नक्की काय पावलं उचलायची, तेच त्यांना समजत नाहीये. इथेच 'ए ए' फार महत्त्वाची भूमिका बजावते,'' तो म्हणाला.

''बरं, पण आता तुम्ही तिथले मार्गदर्शक बनलेले आहात. पण मग तुमचं स्वतःचं काय? तुम्ही आता कुणाशी बोलता?''

त्यावर तो हसून म्हणाला, ''अजूनही मला माझे मार्गदर्शक आहेतच. मी त्यांच्याशी बोलतो. आठवड्यातून एकदा त्यांची भेटही घेतो. अखेर मीही एक माणूसच आहे.''

त्यानंतर आमच्या गप्पांना वेगळंच वळण लागलं. नंतरचा काही वेळ आम्ही तत्त्वज्ञानाबद्दलही बोललो. जरा वेळाने तो जायला निघाला. तो म्हणाला, ''मग आपण ठरल्याप्रमाणे उद्या भेटू. मी त्या चर्चच्या जागेचा पत्ता तुम्हाला एस.एम.एस.वर पाठवतो.''

''पण तुम्ही नेमकी तीच जागा का निवडली?'' मी उत्सुकतेनं विचारलं.

''आँटी, मग आम्ही दुसरीकडे कुठे भेटणार? बंगळुरूसारख्या शहरात कुणाच्याही घरच्या बैठकीच्या खोलीत आम्ही तीस लोक बसू शकणार नाही. आम्ही एखादी जागा भाड्याने घ्यायची म्हटली, तर ते भाडं आम्हाला परवडणार नाही. आम्ही लोकांना अगदी कमी भाड्यात किंवा मोफत काही तासांसाठी जागा वापरायला मागितली, तरी आम्हाला ती कशासाठी हवी आहे ते कारण समजताच कुणीही तयार होत नाही. आमचा जागेचा प्रश्न सुटत नव्हता. अखेर मी एका चर्चमध्ये जाऊन भेटलो. तेथील व्यवस्थापनाने मात्र कनवाळूपणे आमची विनंती मान्य केली. त्यामुळे आम्ही त्यांच्या आवारात आमच्या मीटिंग्ज घेतो.''

मीही ते ऐकून मनातल्या मनात त्या चर्चच्या व्यवस्थापनाचे आभार मानले. त्यांनी खरंच कनवाळूपणा आणि क्षमाशीलता दाखवली होती. खरंतर मानवी जीवनाचं हे सार आहे.

''आमच्या खिशाला जेवढी रक्कम परवडेल तेवढीच आम्ही चर्चला दान करावी, असं त्यांनी आम्हाला सांगितलं. फक्त त्यांचा परिसर आम्ही स्वच्छ ठेवला पाहिजे, ही त्यांची अट होती.''

''पण त्यांनी ही अट का घातली? तिथे मीटिंगमध्ये लोक ड्रिंक्स घेऊन येतात का?'' मी सहज विचारलं.

''आँटी, अहो असं काय? 'ए ए' ही संस्थाच मुळी 'दारू न पिणे' हे उद्दिष्ट बाळगून सुरू झालेली आहे. त्याबद्दलच आमच्या मीटिंग्ज असतात. बऱ्याच वेळा

जे लोक दारू पितात, ते सिगारेटही ओढतात. खरंतर अमली पदार्थांचं सेवन, मद्यप्राशन आणि धूम्रपान ही तिघंही भावंडंच आहेत. अमली पदार्थांचं सेवन हे सर्वांत घातक. त्या खालोखाल मद्यपान आणि सर्वांत शेवटी धूम्रपान. बऱ्याचदा मोठा भाऊ धाकट्या दोन्ही भावंडांना बरोबर घेऊनच असतो. मधला भाऊ म्हणजे मद्यपान धाकट्याबरोबर, म्हणजे धूम्रपानाबरोबर बऱ्याचदा येतो. त्यामुळेच आम्ही सभेच्या वेळी टेबलांवर ॲश ट्रे ठेवतो; पण सभा संपवून घरी जाण्यापूर्वी सर्व काही स्वच्छ करून जातो.''

''या सभांसाठी जो काही खर्च येईल, तो कोण करतं? या बाबतीत इन्फोसिस फाउंडेशन काही मदत करू शकेल का?''

''थँक्यू आँटी. पण त्या बाबतीत 'ए ए' कुणाचीही मदत घेत नाही,'' तो म्हणाला.

जरा वेळाने रमेश निघून गेला.

दुसऱ्या दिवशी ठरलेल्या वेळी मी सभेसाठी गेले. ती एक ख्रिश्चन शाळा होती. बाहेर काही स्त्री-पुरुष जमले होते. संध्याकाळ ओसरून रात्र पडत चालली होती.

अचानक मला खूप अवघडल्यासारखं झालं. कधीकधी लेखक असण्याचे काही तोटेसुद्धा असतात. जर मी तिथे का उपस्थित आहे, अशी कुणाच्या मनात शंका आली तर?

''या का बरं इथे आल्या आहेत?''

''या आता आमच्याबद्दल लिहिणार तर नाहीत?''

इतक्यात रमेशने मला आत बोलावून नेलं. आजची सभा तो घेणार नसल्याचं त्यानं मला सांगितलं. मी खोलीत शिरून एका कोपऱ्यात जाऊन बसले. तो एक साधा शाळेचा वर्ग होता. फळा, बाक वगैरे सगळं काही होतं. तिथे ओव्हरहेड प्रोजेक्टर, डी.व्ही.डी. अशी कोणतीही आधुनिक, महागडी शैक्षणिक माध्यमं नव्हती.

पाच मिनिटांतच तो वर्ग भरून गेला. वेगवेगळ्या वयोगटाचे स्त्री-पुरुष तिथे जमले होते. स्त्रिया व मुलींची संख्या पुरुषांहून कमी होती. काही विदेशी लोकसुद्धा तिथे होते. इतक्यात एक विद्यार्थ्यांचा गट तिथे आला. त्यांनी त्यांच्या गटाचं नाव सांगितलं. आणि सगळे दुसऱ्या कोपऱ्यात जाऊन बसले. माझ्याकडे कुणी ढुंकूनही पाहिलं नाही. पण तरीही मला तिथे खूपच परक्यासारखं वाटत होतं.

एक मध्यमवयीन माणूस उठून पुढे आला. त्याने आत्मविश्वासानं सर्वांचं स्वागत केलं. मग तो प्रेक्षकांकडे तोंड करून समोरच्या बाजूला बसला. आदल्या दिवशीच मी त्या पुस्तिकेमधून व्यसनमुक्तीच्या ज्या बारा पायऱ्यांबद्दल वाचलं होतं, त्या त्यानं मोठ्यांदा वाचून दाखवल्या. जमलेल्या लोकांपैकी काहींचे चेहरे जरा

चिंताग्रस्त आणि दडपणाखाली असल्यासारखे दिसत होते. ते वाचन झाल्यावर सभाध्यक्ष म्हणाले, "इथे उपस्थित सदस्य, पाहुणे आणि विद्यार्थ्यांचं स्वागत आहे. आज मी तुम्हाला एक चांगली बातमी सांगणार आहे. भारत, तू कुठे आहेस?"

चाळिशीच्या घरातील एका माणसाने हात वर केला.

"आज भारत त्याचा पहिला वाढदिवस इथे आपल्याबरोबर साजरा करणार आहे. आज सभेनंतर आपण केक कापू."

सर्वांनी टाळ्या वाजवल्या. हे सगळं काय चाललंय, तेच मला कळेना. पहिला वाढदिवस? म्हणजे काय?

"इथे उपस्थित असलेल्या पाहुण्यांना हे पहिल्या वाढदिवसाचं ऐकून आश्चर्य वाटलं असेल. पण आमच्यासाठी हा पहिला वाढदिवस फार महत्त्वाचा असतो. याचा अर्थ असा की भारतनं गेल्या एक वर्षात मद्याच्या थेंबालासुद्धा स्पर्श केलेला नाही."

"ओह हे असं आहे तर!" मी स्वतःशीच म्हणाले.

'सभाध्यक्ष या नात्यानं सर्वांत आधी इथे मी माझे स्वतःचे अनुभव तुम्हाला सांगणार आहे. मी मद्याचा पहिला घोट कॉलेजात असताना मित्रांच्या आग्रहाला बळी पडून घेतला. तिथूनच या सगळ्याला सुरवात झाली. ड्रिंक्स घेणं, पार्ट्या करणं हे 'कूल' समजलं जात असे. मला स्वतःचा अभिमान वाटू लागला. पुढच्या काही वर्षांतच मला ते व्यसन जडलं. पण तरीही मला नोकरी मिळाली. एक छानशी मैत्रीण मिळाली. माझ्या कामाचं कौतुक होऊ लागलं. एक दिवस योग्य वेळ आहे असं पाहून मी तिला लग्नविषयी विचारलं. पण तिने मला नकार दिला. आपण जेव्हा जेव्हा भेटतो, तेव्हा तू दारूच्या नशेत असतोस, असं ती म्हणाली, 'मग तो दिवसाचा कोणताही प्रहर असो,' तिच्या नकारानंतर तर मी दारूच्या आणखी जास्त आहारी गेलो. दारू पिण्यासाठी प्रेमभंगाची सबब होतीच.

"एक दिवस अखेर माझे आई-वडील मला म्हणाले, "आता तरी जरा डोळे उघड. मोठा हो. ती मुलगी तुला कित्येक वर्षांपूर्वी सोडून गेली. ती आता दोन मुलांची आई आहे आणि इथे तू दारू पीत स्वतःचं आयुष्य वाया घालवत बसला आहेस. तुझ्या या दारू पिण्याचा खरंतर त्या मुलीशी काहीच संबंध नाही. तू दारूच्या आहारी गेला आहेस. तुझं आयुष्य तुला परत वळणावर आणायचं असेल तर आम्ही मदतीला तयार आहोत. पण तुझी ही काय अवस्था झाली आहे, याची तुला जाणीव व्हायलाच हवी."

"त्यांचं बोलणं ऐकून मी संतापलो. मी दारूच्या आहारी गेलोय? मी दारूडा आहे? ते मला असं कसं म्हणू शकतात? माझं माझ्या स्वतःच्या पिण्यावर पूर्ण नियंत्रण आहे, असा विचार करून पुढचे दोन दिवस मी दारूला स्पर्शही केला नाही. तिसऱ्या दिवशी माझे आई-वडील जवळच्या एका मंदिरात निघाले होते. मी स्वतः

कारने त्यांना सोडण्याची तयारी दाखवली. मी संध्याकाळी दाढी, अंघोळ करून, आफ्टरशेव्ह वगैरे लावून छान तयार झालो.''

''जरा वेळात आम्ही देवळाकडे निघालो. कार चालवत असताना मी ओठांवरून जीभ फिरवली आणि अचानक जिभेला त्या आफ्टरशेव लोशनची चव लागली. मी परत परत जीभ फिरवून ती चव घेत राहिलो. आम्ही देवळात जाऊन पोहोचेपर्यंत मला ड्रिंक घेण्याची तीव्र इच्छा झाली होती. मी आई-वडिलांना मंदिरापाशी सोडून जवळच्या बारमध्ये गेलो. मी तिथे चार तास बसलो. माझ्या आई-वडिलांना त्याची काही कल्पना नव्हती. त्यांनी मंदिरात माझ्यासाठी पूजा केली आणि बाहेर येऊन माझी वाट बघत बसले; पण मी त्यांना आणायला गेलोच नाही. अखेर बिचारे रिक्षा करून घरी आले.''

'माझ्या आयुष्याला कलाटणी देणारी ती घटना होती. आपण दारूशिवाय राहू शकत नाही, ही जाणीव खऱ्या अर्थाने तेव्हा मला झाली. मग मी स्वतःच 'एए'मध्ये आलो. मी स्वतः खरोखर कसा आहे हे मी माझ्या तोंडून सांगितलं ते केवळ त्यांच्यामुळे. इथं मला माझ्यासारखे अनेक लोक भेटले. अशी समस्या असणारा मी एकटा नाही, ही जाणीव मला इथे येऊन झाली. आपलं घोषवाक्य आहे. 'मला जमणार नाही; पण आम्हाला जमेल.'

सभाध्यक्षांने समोर बसलेल्या प्रेक्षकांच्या नजरेला नजर देत म्हटलं, ''तुमच्यापैकी कुणालाही आमच्याकडे यायचं असेल, तर जरूर या. इथे तुमचं नेहमीच स्वागत होईल. ज्या लोकांना असं वाटत असेल की, इथे येण्यात काही अर्थ नाही, त्यांना मी स्पष्टच सांगतो – या रस्त्याच्या पलीकडच्या बाजूलाच एक बार आहे. तुम्ही खुशाल इथून निघून जाऊ शकता.''

तो जरा वेळ मुद्दामच थांबला. कुणाला खरंच उठून जायचं असलं, तर जाता यावं, म्हणून. पण फक्त एकच माणूस उठून निघून गेला. तोही कासवाच्या गतीनं.

मग सभाध्यक्ष पुढे बोलू लागला – 'एका मद्यपी माणसाची मनःस्थिती केवळ दुसरा मद्यपीच जाणू शकतो. इथे तुमचं बरोबर की चूक याचा न्यायनिवाडा करायला कुणीही निघालेलं नाहीये. तुम्ही या ठिकाणी आपले अनुभव मोकळेपणे कथन करा, मनातले विचार मोकळेपणाने मांडा.'

एव्हाना वातारवरणातला ताण जाऊन ते खूपच अनौपचारिक बनलं होतं. त्यामुळे आता मला तिथे मुळीच अवघडल्यासारखं होत नव्हतं.

पुढच्या बाकावर बसलेली एक तरुणी पुढे झाली. ''हाय. मी रविना अल्कोहोलिक,'' ती म्हणाली.

''हाय रवीन अल्कोहोलिक,'' काही सदस्य हसून म्हणाले.

मी एका सधन घरातली मुलगी आहे. आमच्या घरी पार्टीला किंवा मित्रमंडळींबरोबर

बसून थोडंसं ड्रिंक करणं यात काही गैर मानलं जात नसे. माझ्या आई-वडिलांचं शिक्षण फ्रान्समध्ये झालं. त्यामुळे ते अनेकदा 'वाईन' या विषयावर बरीच चर्चा करत. वाईनचे निरनिराळे प्रकार, ती बनवण्याच्या पद्धती वगैरे. मी सोळा वर्षांची झाल्यावर मलासुद्धा वाईनची चव चाखायला मिळाली. पण मला अगदी मर्यादित प्रमाणातच वाईन प्यायला मिळायची. पुढच्याच वर्षी मी दिल्लीच्या कॉलेजात प्रवेश घेतला आणि माझ्या आई-वडिलांनी मध्यपूर्वेत जाऊन एक नवा व्यवसाय सुरू केला. मी वसतिगृहात राहू लागले. तिथल्या काही मुली व्होडका आणि व्हिस्कीसारखे प्रकार घेत असत. सुरवातीला तर माझी त्यांनी चेष्टाच केली. मग त्यांनी मला त्या गोष्टींची चव घेण्याचा आग्रह सुरू केला. मग मी नवनवीन प्रयोग करून पाहण्यास सुरवात केली. मला इतर वेगवेगळी ड्रिंक्ससुद्धा आवडू लागली. त्या वेळी माझे आई-वडील मला दरमहा हातखर्चाचे पैसे पाठवत असत. ते कधीतरी मला खर्चाचा हिशोब मागत. पण त्या वेळी ड्रिंक्सवर माझा जो काही खर्च होत होता, तो मी त्यांच्यापासून लपवून ठेवत असे. मी त्यांच्याशी खोटं बोलायला सुरवात केली. हळूहळू मला ते अगदी सहजगत्या जमू लागलं. जसाजसा काळ गेला, तसं मला आई-वडिलांशी खोटं बोलताना अपराधीसुद्धा वाटेनासं झालं.

'खोटं बोलणं- हे या तीन व्यसनांचं चौथं भावंड.' माझ्या मनात आलं.

माझ्या पदवी परीक्षेच्या सुमारास एकदा मी एका बारमध्ये गेले असताना तिथे एक तरुण भेटला. आमची लगेच घट्ट मैत्री जुळली. आम्ही एकमेकांना समजून घेत राहिलो. काही दिवसांनी आम्ही आमच्या आई-वडिलांपाशी हे सांगितलं. त्यांनी आमचं खूप थाटामाटात लग्न लावून दिलं. उत्तर भारतामध्ये लग्नाच्या सोहोळ्यात वाईन आणि विविध मद्यांचा नुसता पूरच वाहत असतो. आमच्या लग्नातही तेच होतं. आलेले पाहुणेसुद्धा मोफत मिळालेल्या मद्याचा भरपूर आस्वाद घेत होते. लग्नानंतर मी माझ्या पतीबरोबर बंगळुरूला आले. तो कामावरून घरी परत आला, की आम्ही दोघं रोज एकत्र बसून ड्रिंक्स घ्यायचो. पण हळूहळू माझ्या पतीच्या एक गोष्ट लक्षात येऊ लागली होती. मी त्याच्यापेक्षा बरीच जास्त ड्रिंक्स घेतं असे. मला दोन पेग्ज घेऊनसुद्धा दारू चढत नसे. शिवाय मला दारू प्यायल्यावर कधी उलटी होतं नसे किंवा माझं डोकं दुखत नसे. मी स्वतःवर त्यामुळे फारच खूश होते. मला आणखी खूप जास्त ड्रिंक्स घेऊन पाहावीशी वाटत.''

बोलता बोलता रविनाचा आवाज एकदम हळुवार झाला. ती म्हणाली, ''असे काही आठवडे गेले. त्यानंतर आपल्याला दिवस गेले असल्याचं माझ्या लक्षात आलं. मी स्त्रीरोग तज्ज्ञांकडे तपासणीसाठी गेले. पण मी माझ्या ड्रिंकिंगबद्दल त्यांना काहीच सांगितलं नाही. तिसऱ्या महिन्यात एक दिवस मला पोटात खूप अस्वस्थ वाटू लागलं म्हणून मी पुन्हा त्या डॉक्टरांकडे गेले.''

तपासणीच्या वेळी त्यांनी मला विचारलं, 'तुम्ही ड्रिंक्स घेता का? वाईन वगैरे?'

"वाईन घेते," मी म्हणाले. मी खरंतर इतरही मद्याचे प्रकार घेतच होते. पण ते त्यांच्यापासून लपवलं."

"ताबडतोब थांबवा," त्या म्हणाल्या.

मी त्यानंतर मद्यपान थांबवण्याचा आटोकाट प्रयत्न केला. पण मी स्वतःवर नियंत्रण ठेवूच शकले नाही. "डॉक्टर या सगळ्याचा जरा जास्तच बाऊ करतात." मी स्वतःच्या मनाची समजूत काढली. "जरा थोडं फार ड्रिंक घेतलं तर त्याने लगेच काही बाळाला धोका वगैरे पोहोचणार नाही."

'त्यामुळे दुसऱ्याच दिवशी मी ऑरेंज ज्यूसमध्ये व्होडका घालून घेतली आणि माझ्या पतीबरोबर त्याचे घोट घेत बसले.'

"नऊ महिन्यांनंतर मला मुलगा झाला. आमच्या घरच्या लोकांच्या आनंदाला तर सीमाच नव्हती. आमच्या घरीच सगळ्यांनी शॅपेनच्या बाटल्या उघडल्या, ड्रिंक्स घेऊन हा आनंद साजरा करण्यास सुरवात केली. पण मला तेवढं पुरेसं नव्हतं. मला आणखी ड्रिंक हवं होतं. मला वाटलं त्यापेक्षा तान्ह्या मुलाला वाढवणं कितीतरी कठीण होतं. आई-वडील रात्री झोपायला निघून गेल्यावर मी जेवणघरातील मिनी बारमधून व्होडका काढून घेतली आणि एकटीच बसून प्यायले."

एक वर्ष झालं. माझा मुलगा बघता बघता वाढत होता; पण त्याच्या वयाच्या इतर मुलांच्या मानाने त्याची प्रगती जरा हळू होत असल्याचं माझ्या लक्षात आलं. मी त्याला घेऊन डॉक्टरांकडे गेले. एका महिन्यातच डॉक्टरांनी त्यांच्या निदानावर शिक्कामोर्तब केलं. माझा मुलगा 'स्लो लर्नर' होता. त्याच्या वयाच्या इतर मुलांच्या मानानं तो अभ्यासात व इतर अनेक बाबतींत नेहमीच मागे राहणारा होता. डॉक्टर म्हणाले, "तुम्ही गर्भवती असताना कधी मद्यप्राशन तर केलं नाहीत ना?"

त्यांचे ते शब्द मला आसूडासारखे झोंबले. माझ्या जिव्हारी लागले. माझ्या मद्यपानामुळे माझं स्वतःचं काही वाकडं झालं नव्हतं, पण माझ्या मुलावर 'स्पेशल' असल्याचा शिक्का कायमचा बसला होता. त्याची यात काहीच चूक नव्हती. त्याने कुणाचं काय वाईट केलं होतं? पण मी केलेल्या पापांची शिक्षा तो भोगत होता.

मी त्यानंतर स्वतःला माफ करू शकले नाही. हे जीवन संपवून टाकावं, असा विचार माझ्या मनात अनेकदा आला; पण माझ्या मुलाचा विचार मनात आला की मी त्या निर्णयापासून परत फिरत असे. मी जर नसले, तर त्याची काळजी कोण घेईल? त्याच्या भविष्यात काय वाढून ठेवलं आहे? माझ्या पतीने आणि मी एकमेकांवर कधीही दोषारोप केले नाहीत. आम्ही दोघंही स्वतःलाच दोष देत होतो. चूक आमची दोघांची होती. पण आम्ही दोघांनी एकमेकांना आधार द्यायचं ठरवलं. आम्ही दारू पूर्णपणे सोडायची, असा निश्चय केला. पण तरी गोष्ट फारच कठीण

मला जमणार नाही; पण आम्हाला जमेल । १४५

होती. आम्हाला त्यात अनेकदा अपयश येई. कधी तरी आमचा तोल ढळायचा आणि पूर्वीसारखं एकत्र बसून आम्ही दोघं ड्रिंक करायचो.

"आमच्या नशिबाने आम्हाला 'ए ए' या संस्थेबद्दल कळलं. आता संध्याकाळच्या वेळी मी या मीटिंग्जना येते. मद्यपान सोडणं हे फार फार कठीण, अत्यंत त्रासदायक होतं. एकदा ती संध्याकाळ सरली की, मला माझ्या स्वतःवर ताबा ठेवता येतो. मग मी घरी परत जाते. माझ्या मुलाच्या चेहऱ्याकडे पाहिलं, की आपण परत मद्याला स्पर्शही करायचा नाही, याची परत तीव्रतेने जाणीव होते. खरंच ईश्वरानं ही असली महाभयंकर गोष्ट या पृथ्वीतलावर का निर्माण केली?" बोलत असताना तिचा आवाज कापरा झाला. इतके दिवस मनात कोंडून ठेवलेल्या भावना उसळी मारून वर आल्या. 'मला आणखी एखादं मूल होऊ देण्याची भीती वाटते. न जाणो, दुसरं बाळसुद्धा याच्यासारखंच झालं तर?'

आता अध्यक्ष पुढे झाला. 'थँक्यू रविना अल्कोहोलिक. तू तुझी जीवनकहाणी आम्हा सर्वांना सांगितलीस. माणसं आयुष्यात जेव्हा निराशेच्या खोल गर्तेत जाऊन पोहोचतात, तेव्हा ती 'ए ए'कडे येतात. प्रत्येकाच्या आयुष्यात हे क्षण वेगवेगळ्या वेळी येतात. आमच्याकडे एकदा एक अगदी लहान मुलगा आला होता. तो तर १५-१६ वर्षांच्याच जेमतेम असेल. त्यानं त्याच्या आईकडे मद्य खरेदी करण्यासाठी पैसे मागितले. तिने त्याला पैसे देण्यास नकार दिल्यावर त्यानं रागानं तिच्यावर हल्ला करून तिला जोरात ढकलून दिलं. बिचारीचा पाय मोडला. ती नंतर बरी झाली; पण त्या पायानं मात्र अधू झाली. तिला लंगडत चालावं लागत असे. त्या मुलानं तिला असं पाय फरफटत ओढत चालताना पाहिलं, की त्याला स्वतःच्या लांच्छनास्पद वर्तनाची आठवण येत असे. आपण आपल्या आईच्या अंगावर धावून गेलो, तिला इजा केली, या आठवणीनं त्याला स्वतःची शरम वाटत असे. त्याच्या आयुष्याला कलाटणी देणारा प्रसंग होता. जेव्हा माणसांना आपल्या चुकीची अंतर्मनातून जाणीव होते आणि त्यांना प्रामाणिकपणे स्वतःला बदलावंसं वाटतं, तेव्हा ती माणसं आमच्याकडे येतात. ती इकडे येतात, कारण स्वतःत असा सकारात्मक बदल घडवून आणायला त्यांना आम्ही मदत करतो.'

त्यानंतर अगदी पहिल्या रांगेत बसलेला एक नीटनेटक्या कपड्यांमधला मध्यमवयीन माणूस उठून उभा राहिला. तो म्हणाला, 'मी हॅरी अल्कोहोलिक. मी एका धनाढ्य घराण्यात जन्म घेतला. खरंतर मद्याच्या आहरी जाण्यासारखं माझ्या आयुष्यात काहीच घडलं नव्हतं. कोणतीच सबब नव्हती. मला माझ्या मित्रांबरोबर ड्रिंकिंग करताना मजा यायची आणि त्यातूनच मला ही सवय जडली. माझ्या वडिलांचा स्वतःचा व्यवसाय होता. मी पदवी प्राप्त केल्यावर त्यांच्या व्यवसायात त्यांच्याबरोबर काम करू लागलो. तिथेच काम करणाऱ्या मारिया नावाच्या एका

सेक्रेटरीच्या मी प्रेमात पडलो. माझ्या मनाचा कमकुवतपणा, माझी ड्रिंक्स घेण्याची सवय तिच्या लक्षात आली होती. काही दिवसांनी आम्ही लग्न करायचं ठरवलं.

"तू दारू सोडली पाहिजेस, असं मला वाटतं,' ती म्हणाली. 'देवाचे आशीर्वाद, त्याची कृपा यामुळे तू ती नक्की सोडू शकशील. मला खात्री आहे," ती म्हणाली.

सुरवातीला माझे आई-वडील माझं आणि मारियाचं लग्न करून द्यायला राजी नव्हते. पण नंतर मारियाशी नीट ओळख झाल्यावर त्यांना ती आवडली. त्यांनी आमचं खूप थाटामाटात लग्न लावून दिलं. लग्नानंतरही माझं दारू पिणं चालून होतं. दोन वर्षांनंतर माझ्या आई-वडिलांचं कारच्या अपघातात दुःखद निधन झालं. त्यांच्या प्रचंड मालमत्तेचा मी एकटा वारसदार होतो. मी ऑफिसचा कारभार सांभाळू लागलो. मारिया घराकडे बघायची. आम्हाला एक गोड मुलगी झाली. आमचा संसार सुखासमाधानानं चालला होता. तरीही माझी दारू पिण्याची सवय तशीच होती.

"मारिया परत एकदा त्या विषयावर माझ्याशी बोलली. पण मी तिच्या बोलण्याकडे मुळीच लक्ष दिलं नाही. मी रोज बारमध्ये जाऊन दारूवर पैसे उडवण्यासाठी तिच्याकडून पैसे मागून घ्यायचो. एक दिवस तिने मला पैसे द्यायला ठाम नकार दिला. "अजिबात नाही. मी या कारणासाठी तुला मुळीच पैसे देणार नाही," ती म्हणाली. मी तुझ्याशी लग्न केलं, कारण माझं तुझ्यावर प्रेम होतं. तू आज ना उद्या सुधारशील, अशी मला आशा वाटत होती; पण अजूनही आहे तसाच आहेस. एका मुलीचा बाप झालास, तरीही तसाच आहेस."

"ते ऐकून माझ्या तळपायाची आग मस्तकाला गेली. मी तिला भरपूर शिवीगाळ केली. ही सगळी संपत्ती माझी असून, तुझा त्याच्यावर काहीही हक्क नाही, असं तिला ठणकावून सांगितलं. डोळ्यांत पाणी आणून तिनं काही पैसे माझ्या हातांत ठेवले. मी तातडीने बारकडे गेलो. दुसऱ्या दिवशी सकाळी मला माझ्या वागण्याचं वाईट वाटलं. मी तिची माफी मागितली. "मारिया, सॉरी माझं चुकलं. मी पुन्हा कधीही असं वागणार नाही." मी म्हणालो.

पण मी तसाच वागलो. वागत राहिलो.

एक दिवस त्याच प्रकाराची पुनरावृत्ती झाली. मारियाने मला पैसे द्यायला नकार दिला. माझी मुलगी शेजारीच खेळत होती. मी अत्यंत तिरस्काराने मारियावर ओरडलो, "मला पाहिजे ते जर का तू मला दिलं नाहीस, तर बघच तू. मी या पोरीचं काहीतरी बरं वाईट करीन. मग पश्चात्ताप करायची वेळ तुझ्यावर येईल."

मी रागाने वेडा झालो होतो. केवळ त्याचमुळे माझ्या तोंडून असलं काहीतरी बाहेर पडलं. खरंतर माझ्या मुलीवर माझं जिवाविशेष प्रेम होतं.

पण माझं बोलणं ऐकून मारिया भीतीनं पांढरीफटक पडली. तिला वाटलं, मी

खरंच काही वेडवाकडं केलं तर! तिने तिच्याजवळचे असतील नसतील तेवढे सगळे पैसे आणून माझ्यासमोर टाकले. "घे," असं म्हणून ती मुलीला उचलून घेऊन खोलीतून निघून गेली.

मी सगळे पैसे घेऊन, मित्रांना गोळा करून एका प्रसिद्ध बारमध्ये गेलो. बारचा मालक माझ्या ओळखीचा होता. मी बारमध्ये गेलो की नेहमीच माझ्याभोवती लोकांचा घोळका जमा व्हायचा. सगळे माझ्या वैभवाची, दातृत्वाची स्तुती करायचे, कारण सर्वांना माझ्या खर्चानं दारू प्यायला मिळायची. मला अजूनही मनातून मारियाचा खूप राग आलेला होता. मी बायकोच्या ताटाखालचं मांजर नाही, हे मला तिला दाखवून द्यायचं होतं. त्यामुळे मी रोजच्यापेक्षा खूप जास्त दारू प्यायलो. बारच्या मालकानं तिथल्याच एका खोलीत मला झोपू दिलं, कारण मी घरी परत जाण्याच्या स्थितीतच नव्हतो.

मी दुसऱ्या दिवशी सकाळी उठून घरी आलो तेव्हा फ्रिजला एक चिठ्ठी लटकत होती. ती मारियानं लिहिलेली होती –

'मी माझ्या मुलीला घेऊन हे घर सोडून जात आहे. तू कधीच सुधारणार नाहीस. तू माझ्या आयुष्याचं वाटोळं तर केलेलंच आहेस; पण एका दारूड्या वडिलांच्या छायेत राहून माझ्या मुलीच्या आयुष्याचा सत्यानाश झालेला मला चालणार नाही.'

मी घरात सगळीकडे हिंडून पाहिलं. त्या दोघींचे कपडे, सामानसुमान सर्व काही नाहीसं झालं होतं.

पण ती लवकरच परत येणार, हे मला माहीत होतं. मी आता अधिकच दारू प्यायला सुरवात केली; पण मारिया परत आलीच नाही. आठवडे गेले, महिने गेले, वर्षं सरली. मला तिचा थांगपत्तासुद्धा लागला नाही.

केवळ काही वर्षांच्या अवधीत मी सर्व काही गमावलं – माझा व्यवसाय, माझी सगळी मालमत्ता धुळीला मिळाली.

त्याच प्रसिद्ध बारच्या मालकानं त्याच्या गुंडांना सक्त ताकीद दिली. जर माझ्या खिशात पैसे नसतील, तर मला त्या बारमध्ये प्रवेश नाकारला जाऊ लागला. माझ्या सगळ्या मित्रांना माझा विसर पडला. माझी परिस्थिती आणखी बिघडली. मी ट्रॅफिक सिग्नलपाशी लोकांच्या गाड्या थांबलेल्या असताना त्यांच्याकडे भीक मागण्यास सुरवात केली. मला कुणी पैसे दिले, की मी देशी दारूच्या दुकानात जाऊन तिथे मिळेल ती दारू प्यायचो.

"एक दिवस एका ट्रॅफिक सिग्नलपाशी एक टॅक्सी उभी होती. दुरून मला त्यात मारिया एका मुलीला घेऊन बसलेली आहे, असा भास झाला. मी जवळ जाऊन निरखून पाहिलं, तर ती खरोखरच मारिया होती. तिच्याजवळ माझीच मुलगी होती. मी आनंदानं टॅक्सीच्या खिडकीच्या काचेवर टकटक करू लागलो. पण तिने

मला झिडकारलं. रस्त्यात भेटलेल्या अनोळखी माणसांशी कधीही बोलायचं नाही. ती आमच्या मुलीला म्हणाली. 'हा बघ घाणेरडा माणूस स्वतः काम करून पैसे कमावण्याऐवजी रस्त्यावर भीक मागतोय,' ती पुढे म्हणाली.

तिने मला ओळखलंच नव्हतं. माझ्या तोंडून काही शब्द फुटण्याआधीच सिग्नलचा दिवा हिरवा होऊन टॅक्सी जोरात निघून गेली.

तो माझ्या आयुष्यातला सर्वांत निराशाजनक क्षण होता. मी माझ्या पत्नीला, माझ्या मुलीला गमावलं, माझ्या वाडवडिलांनी माझ्यासाठी निर्माण करून ठेवलेली मालमत्ताही गमावली. माझ्या कुटुंबाचे सुरवातीचे दिवस खूप कष्टांचे होते. माझे आजोबा कोलारहून बंगळुरूला नोकरीसाठी आले. त्यांनी सामान्य कारकुनाची नोकरी धरली. त्यांनी अपार मेहनत करून चार पैसे शिल्लक टाकले. त्यातून स्वतःचा व्यवसाय सुरू केला. कित्येक दशके अपार मेहनत करून त्यांनी व्यवसायात यश मिळवलं. त्यांची गणना श्रीमंत व्यक्तींमध्ये होऊ लागली. त्यांचं नावं हॅरी होतं. त्यांच्यावरूनच माझं नावसुद्धा हॅरी ठेवण्यात आलं आणि आता मीच त्यांची सगळी कष्टार्जित संपत्ती धुळीला मिळवली होती आणि रस्त्यावर भीक मागत होतो. मला त्याच क्षणी तिथल्या तिथे जीवन संपवावंसं वाटलं.

मला कुणी आणि कसं चर्चमध्ये भरलेल्या 'ए ए'च्या ओपन मीटिंगला घेऊन आलं, ते मला आठवत नाही. गेल्या कित्येक वर्षांत पहिल्यांदाच मला आशेचा किरण दिसला. तिथे लोक आपल्या आयुष्यातले काळेकुट्ट अनुभव वर्णन करून सांगत होते. ते लोक माझ्याचसारखे, आयुष्यात दारूपायी सर्वकाही हरवून बसलेले होते. पण त्यानंतर त्यांनी त्यावर मात करून पुन्हा एका नवीन, चांगल्या आयुष्याला सुरवात केली होती. मला वाटलं, आपणही तसा प्रयत्न करायला काय हरकत आहे? त्या गोष्टीला आता पंधरा वर्षं होऊन गेली. मी गेली अनेक वर्षं व्यसनमुक्त आहे. आता मी माझ्यासारख्या तोल गेलेल्या लोकांना इथे 'ए ए' मध्ये घेऊन येतो आणि त्यांना सावरण्यासाठी मदत करतो.

खोलीत टाळ्यांचा कडकडाट झाला. त्यानंतर एकदम शांतता पसरली. प्रत्येक जण आपल्या विचारात बुडून गेला होता.

'या माणसाची मुलगी आता मोठी असेल, कुठेतरी नोकरी करत असेल, किंवा तिचं लग्नही झालं असेल,' माझ्या मनात आलं. 'खरंच पण याची पत्नी खरंच खूप धीराची. तिने स्वतःच्या आणि मुलीच्या भविष्याचा विचार करून योग्य तोच निर्णय घेतला. पण त्या तिघांनाही आयुष्यात केवढं भोगलं. इथल्या प्रत्येकानंच या दारूच्या व्यसनापायी किती कायकाय भोगलं आहे.'

दारूच्या व्यसनाला वैद्यकशास्त्राने एक आजार म्हणून घोषित केलेलं आहे की नाही, याची मला काहीच कल्पना नव्हती. परंतु या अशा व्यसनाधीन लोकांच्या

सेवेसाठीच 'ए ए' या संस्थेचा जन्म झाला होता.

त्यानंतर आम्हा सर्वांना पेपरकपमध्ये कॉफी देण्यात आली. त्यानंतर उपस्थितांमध्ये एक बटवा फिरवण्यात आला. अध्यक्षांनी घोषणा केली, तुम्ही जर 'ए ए' या संस्थेचे सदस्य असाल, तरच कृपया त्या बटव्यात तुमच्या इच्छेने काय ती देणगीची रक्कम टाका. 'ए ए' बाहेरच्या लोकांकडून देणगी स्वीकारत नाही.

त्या बटव्यासोबत एक पदकही होतं. बऱ्याच सदस्यांनी त्या बटव्यात पैसे टाकले आणि ते पदक हातात घेऊन हृदयाशी घट्ट धरून एक प्रार्थना म्हटली.

सर्वांत शेवटी अध्यक्षांनी भारतला पुढे बोलवून केक कापायला सांगितला. "आम्ही आज इथे भारतच्या कुटुंबीयांनासुद्धा निमंत्रण दिलं आहे. कारण त्यांच्या पाठिंब्याशिवाय भारत हा टप्पा पार करू शकला नसता," ते म्हणाले.

भारतने अभिमानाने फुंकर मारून केकवरची मेणबत्ती विझवली व केक कापला. त्यानंतर त्याने आपल्या आयुष्याची घडी नीट बसवायला मदत केल्याबद्दल 'ए ए' च्या सदस्यांचे आणि आपल्या कुटुंबीयांचे मनापासून आभार मानले.

त्यानंतर भारतच्या वडिलांनी पुढे होऊन त्याला एक पदक दिलं. त्यांच्या तोंडून शब्द फुटेना. त्यांना गहिवरून आलं. ते स्वतःला सावरून म्हणाले, "भारत हा माझा एकुलता एक मुलगा आहे. मी आजवर त्याच्याबरोबर अनेक सण साजरे केले. त्याचे कितीतरी वाढदिवस साजरे झाले आहेत. गेली कित्येक वर्षं त्याच्यासारखा मुलगा माझ्या पोटी आल्याबद्दल मला लाज वाटत असे. पण आज मला माझ्या मुलाचा अभिमान वाटतो."

भारतच्या चेहऱ्यावर स्मितहास्य उमटलं. त्यानं वडिलांच्या खांद्यावर थोपटलं. समोर बसलेल्या लोकांकडे कृतज्ञतेनं पाहून तो म्हणाला, "खरं तर एकदा व्यसनाधीन झालेला माणूस कायमच व्यसनाधीन राहतो. कोणत्याही औषधात थोडा जरी अल्कोहोलचा अंश असला, तर मी ते घेऊ शकत नाही. अगदी खोकल्याचं औषधसुद्धा नाही. परंतु आत्ता मी ज्या टप्प्यावर पोहोचलो आहे, त्याबद्दल मला समाधान वाटतं आणि मी अशा प्रकारचा वाढदिवस दर वर्षी साजरा करेन."

मी भारतच्या शेजारी उभ्या असलेल्या त्याच्या पत्नीकडे पाहिलं. आपल्या भारतीय समाजामध्ये स्त्रियांना ज्या काही दडपणाखाली राहावं लागतं, ते लक्षात घेत तिचं आयुष्यही काही सरळ, सोपं गेलेलं नसणार. तिला तिच्या वैवाहिक जीवनात पतीची साथ कधीही मिळाली नव्हती आणि तरीही आज ती त्याच्या पाठीशी उभी होती.

त्यानंतर लगेच मीटिंग संपली. लोक उठून जाऊ लागले. मीही घरी जायला निघाले. रमेश मला कारपर्यंत सोडायला आला.

"इथला प्रत्येक जण व्यसनमुक्त होतो का?" मी विचारलं.

"आँटी, ते अनेक गोष्टींवर अवलंबून असतं. माणसं पुन्हा त्याच मार्गाला परत

जाण्याचीही शक्यता असतेच. म्हणून तर आम्ही सगळे वारंवार भेटतो. स्वतःमध्ये उसळून येणाऱ्या तीव्र ऊर्मींवर नियंत्रण मिळवण्यासाठी या मीटिंगचा उपयोग होतो. आतासुद्धा मी अल्कोहोलची जाहिरात किंवा सिनेमात ड्रिंकिंगचं दृश्य पाहिलं, तरी टीव्ही बंद करतो. ज्या लग्नसमारंभात ड्रिंक्स असतील, अशा ठिकाणी मी जात नाही. पाय घसरण्यास वेळ लागत नाही. 'ए ए' मध्ये ईश्वराला शरण जायला सांगतात, त्याची फार मदत होते. ईश्वर म्हणजे कोणत्याही विशिष्ट धर्माचा नव्हे. त्याचा अर्थ केवळ सर्वोच्च शक्ती. 'ए ए'मध्ये प्रत्येकाने स्वतःच्या देवाची उपासना करायची असते. ही संस्था खरंच खूपच महान आहे. केवळ बंगळुरू शहरातच त्याची ऐंशी केंद्रं आहेत. 'ए ए' एकूण १८६ देशांमध्ये कार्यरत आहे. आँटी, आपले पूर्वज किती बुद्धिमान होते नाही? त्यांनी आपल्याला या अशा सवयींपासून नेहमीच दूर राहण्याचा उपदेश केला. माणसाच्या आयुष्यात 'सोशल ड्रिंकिंग' म्हणून दारू प्रवेश करते; पण दुर्दैवानं काही माणसं तिच्या पूर्ण आहारी जातात आणि एकदा का ते व्यसन जडलं, की माणसं आयुष्यातून उठतात. त्यांनी जर कधी या दारूची चवच घेतली नसती, तर ते असे व्यसनाधीन झालेच नसते.''

मी कारमध्ये बसून परत निघाले. मला मराठीतील 'एकच प्याला' नाटकाची आठवण झाली. १९४० च्या सुमारास हे नाटक खूप गाजलं होतं. असाच आणखी एक गाजलेला चित्रपट म्हणजे 'देवदास'. या 'देवदास' चित्रपटाच्या नायकाचं नायिकेवर, म्हणजेच पारोवर जिवापाड प्रेम होतं. पण त्याचं तिच्याशी लग्न होऊ शकलं नाही, व प्रेमभंगाचं दुःख पचवण्यासाठी त्यानं दारूला जवळ केलं, अशी त्या चित्रपटाची कथा आहे. पण खरं बोलायचं तर हा नायक व्यसनाधीन होता.

'एकच प्याला' या मराठी नाटकातील जोडपं म्हणजे सुधाकर आणि सिंधू एक सुखी पती-पत्नी आहेत. एक दिवस सुधाकरचा मित्र तळीराम हा एका आनंदाच्या प्रसंगी दारूचा एक तरी घोट घेतलाच पाहिजे असा सुधाकरला आग्रह करतो. तो त्याला दारूचा एक प्याला भरून देतो. सुधाकरची पत्नी सिंधू हस्तक्षेप करते; पण सुधाकर तिची चेष्टा करत म्हणतो, ''सिंधू, या एका प्याल्याने काही आपल्या संसाराची नौका बुडणार नाही.''

परंतु दुर्दैवानं सुधाकराला त्या एकाच प्याल्यानं दारूची चटक लागते आणि तो तिचा गुलाम बनतो. त्यानंतर त्यांचं आयुष्य कसं उद्ध्वस्त होतं, ते या नाटकात दाखवलं आहे. दारूचा पहिला पेग तुमचं आयुष्य रसातळाला नेऊन ठेवण्यासाठी पुरेसा आहे. तुमची जर व्यसनाच्या आहारी जाण्याची प्रवृत्ती असेल, तर दारूचा एक घोटसुद्धा पुरेसा असतो. परंतु दुर्दैवाची गोष्ट अशी, की एखाद्या माणसाची व्यसनाधीन होण्याची प्रवृत्ती असेल की नाही हे पाहायला घोट घ्यावा लागतो.

माणसाच्या आयुष्याचं अंतिम ध्येय पैसा असतं असं कुणी सांगितलं? तसं

नसतं, याची योग्य वेळी प्रत्येकाला जाणीव होते.

मानवी स्वभावाचे सर्व पैलू नीट समजावून घेणं आणि संकटात सापडलेल्या माणसांना मदतीचा हात देऊन त्यांना त्या संकटातून बाहेर काढणं, हेसुद्धा आपल्या आयुष्याचं ध्येय असू शकतं. आपण सगळेच आयुष्यात छोट्या छोट्या लढाया जरी हरलो, तरी महासंग्राम जिंकू शकतो.

आयुष्यात आशेला नेहमीच स्थान असतं.

◆